VIETNAM NOW!

A VIETNAMESE LANGUAGE READER

BINH NHU NGO, PhD

TUTTLE Publishing
Tokyo | Rutland, Vermont | Singapore

Acknowledgments

My deep gratitute is expressed to the State Committee for Overseas Vietnamese of the Vietnamese Ministry of Foreign Affairs who helped me secure the permission to use articles from the following Vietnamese newspapers and publishers: *Giáo dục và thời đại, Hà Nội mới, Lao động, Người lao động, Nhà xuất bản Văn hoá Thông tin, Nhân dân, Sài Gòn giải phóng, Thanh niên, Tiền phong* and *Tuổi trẻ*.

I am also indebted to Mr. Bùi Chí Mạnh for his consultation on several issues related to this reader, Mr. Đào Quốc Hùng and Mr. Nguyễn Hữu Chánh for their help with the chapters on Vietnamese cinema and sports respectively.

My sincere appreciation is due to my friend architect Trần Quang Trung for his map of Viet Nam used in Chapter One, as well as photos of Viet Nam used in several chapters, to Mr. Trần Thịnh Phát, Mr. Đặng Ngọc Đức, Ms. Thanh Hiền, Mr. Bùi Việt Hưng, Mr. Đào Quốc Hùng, Ms. Nguyễn Linh Đăng and Ms. Hoàng Thị Hồng Hà who granted me permission to use their photos of Viet Nam in this reader.

How to access the audio recordings and Answer Key for this book:

1. Check to be sure you have an Internet connection.
2. Type the URL below into your web browser.

https://www.tuttlepublishing.com/vietnam-now

For support you can email us at info@tuttlepublishing.com.

Contents

Introduction 4

CHAPTER ONE
Climate, Weather and
Viet Nam's Geography 6

CHAPTER TWO
Traveling in Viet Nam 18

CHAPTER THREE
Traffic and Transportation......36

CHAPTER FOUR
Food and Drink 52

CHAPTER FIVE
Shopping 72

CHAPTER SIX
Economics, Investment and
Employment 90

CHAPTER SEVEN
Housing 104

CHAPTER EIGHT
Health Care 118

CHAPTER NINE
Sports 132

CHAPTER TEN
Education 150

CHAPTER ELEVEN
Music, Movies and Theater.. 162

CHAPTER TWELVE
Culture and Customs 180

CHAPTER THIRTEEN
Vietnamese History 192

CHAPTER FOURTEEN
US-Viet Nam Relations 212

CHAPTER FIFTEEN
Literature and Poetry...........232

Vietnamese-English Glossary 255

English-Vietnamese Glossary 286

Grammar and Usage Index 317

Answer Key .... Online

Introduction

Vietnam Now! A Vietnamese Language Reader is the first book of this kind which contains authentic articles from Vietnamese newspapers and magazines and is designed for beginning, intermediate and advanced learners of Vietnamese. Its aim is to provide an introduction to reading authentic Vietnamese language materials for learners who have reached a mid-beginning level of instruction in Vietnamese at a college or university and wish to move beyond course textbooks to reading original newspapers and magazines published in Viet Nam. As a Vietnamese language tool, this reader also provides insights into Vietnamese culture on differents aspects of Vietnamese society and is suitable for both classroom use and independent study. Such a tool is essential for enriching vocabulary and enhancing reading proficiency, as well as learning about Viet Nam in the past and at present.

This reader consists of fifteen chapters on the following topics: Climate, Weather and Viet Nam's Geography; Traveling in Viet Nam; Traffic and Transportation; Food and Drink; Shopping; Economics, Investment and Employment; Housing; Health Care; Sports; Education; Music, Movies and Theater; Culture and Customs; Vietnamese History; US-Viet Nam Relations; Literature and Poetry.

Chapter Structure

- Each chapter is composed of two articles chosen from Vietnamese newspapers and magazines which move from shorter and simpler narratives to longer and more complex ones.

- Narratives are followed by a vocabulary list including words, phrases, idiomatic expressions and in some cases new slang expressions and proverbs.

- After reading each narrative, learners answer a few questions about its content to reenforce reading comprehension.

- The two narratives in each chapter have grammar and usage notes introducing some grammatical constructions and words or phrases to which learners should pay close attention.

- The grammar and usage notes are followed by cultural notes in English on the discussed topics.

- Learners will do some grammar and usage exercises to practice using particular grammatical contructions and words or phrases.

- The last chapter consists of an authentic short story and two poems with an introduction to Vietnamese prose and poetry and the authors of the short story and poems. Its structure is to some extent similar to the structure of the other chapters.

- All the narratives are accompanied by English translations to assist learners in understanding the content of Vietnamese texts. As the translations are based on the balance between the meaning of Vietnamese original and natural English, in many instances there is no word-for-word translation.

- This reader features Vietnamese-English and English-Vietnamese glossaries with reference to the chapter and narrative in which a word or phrase appears for the first time. Learners will find the English-Vietnamese glossary very helpful for reviewing the vocabulary.

- In addition to the glossaries, this reader also includes a grammar and usage index of all the grammatical constructions and words or phrases introduced in the grammar and usage notes with reference to the chapter and narrative.

- The recordings of all narratives were conducted by a native Vietnamese speaker at normal speed.

CHAPTER ONE

Climate, Weather and Viet Nam's Geography

NARRATIVE ONE

BÁO SÀI GÒN GIẢI PHÓNG ONLINE NGÀY 9 THÁNG 10 NĂM 2023

Dự báo thời tiết

Khoảng đêm 9-10, một bộ phận không khí lạnh sẽ bắt đầu ảnh hưởng đến khu vực phía Đông Bắc bộ, sau đó ảnh hưởng đến Bắc Trung bộ. Do không khí lạnh lệch Đông nên khu vực Tây Bắc bộ sẽ chịu ảnh hưởng chậm hơn Bắc Trung bộ. Theo các chuyên gia khí tượng, khối không khí lạnh lần này sẽ gây ra gió đông bắc trong đất liền mạnh cấp 2-3, vùng ven biển cấp 3-4; không ảnh hưởng tới Nam Trung bộ. Ở Bắc bộ và Bắc Trung bộ sẽ lạnh về đêm và sáng. Trong đợt không khí lạnh này, nhiệt độ thấp nhất ở Bắc bộ và Bắc Trung bộ trong khoảng 21-24ºC, riêng vùng núi Bắc bộ phổ biến 18-21ºC, vùng núi cao hơn có nơi dưới 16ºC.

NARRATIVE ONE

NEWSPAPER SÀI GÒN GIẢI PHÓNG ONLINE, OCTOBER 9, 2023

Weather Forecast

On the night of October 9th, a mass of cold air will begin to influence the eastern region of Northern Viet Nam and then the northern region of Central Viet Nam. As the cold air moves eastward, the western region of Northern Viet Nam will be influenced by the cold air later than the northern region of Central Viet Nam. According to meteorologists, this mass of cold air will cause northeast winds in the inland areas at force levels 2 to 3 and in the coastal region at force levels 3 to 4; there will be no influence on the southern region of Central Viet Nam. In Northern Viet Nam and the northern region of Central Viet Nam, it will be chilly at night and in the early morning. During this influx of cold air, the lowest temperatures in Northern Viet Nam and the northern region of Central Viet Nam will be in the range of 21°C to 24°C; specifically, in the mountainous areas of Northern Viet Nam the temperatures will generally be from 18°C to 21°C, while in the mountainous areas at higher elevations the temperature may fall below 16°C.

Vocabulary

dự báo (to) forecast
 dự báo thời tiết weather forecast

khoảng approximately, around; range

bộ phận part; in this context: mass

không khí air

ảnh hưởng (to) influence

khu vực region

Bắc bộ Northern Viet Nam (used only in weather forecasts)

Trung bộ Central Viet Nam (used only in weather forecasts)

lệch to be tilted, on a slant; in this context: to move eastward

chịu ảnh hưởng to be influenced by

chuyên gia expert, specialist

khí tượng meteorology

khối mass
 khối không khí lạnh a cold air mass

gây ra to cause

gió đông bắc Northeast wind

đất liền mainland

mạnh strong, powerful

cấp level on the wind force scale

vùng area

ven biển coastal

về đêm và sáng at night and in the early morning

đợt wave, spate, rash
 đợt không khí lạnh an influx of cold air

nhiệt độ temperature

riêng in this context: in particular, particularly

phổ biến popular; to make widely known; in this context: typically

có nơi in some places or areas

Answer the following comprehension questions.
1. Khi nào bộ phận không khí lạnh sẽ ảnh hưởng đến khu vực phía Đông Bắc bộ và Bắc Trung bộ?
2. Bộ phận không khí lạnh này gây ra những gì?
3. Những vùng nào ở Việt Nam không chịu ảnh hưởng của đợt không khí lạnh này?
4. Trong đợt không khí lạnh này, nhiệt độ thấp nhất là ở đâu? Bao nhiêu độ C?

Người Hà Nội mặc áo ấm, quàng khăn trong một đợt không khí lạnh. People in Hà Nội dress warmly, wearing scarves during an influx of cold air. *(Ảnh / Photo: báo Tiền phong)*

NARRATIVE TWO

BÁO HÀ NỘI MỚI ONLINE NGÀY 14 THÁNG 11 NĂM 2023

Dự báo thời tiết

Hôm nay 14-11, Hà Nội trời nhiều mây, không mưa. Gió đông bắc cấp 2-3. Trời rét. Phía Tây Bắc bộ nhiều mây, có mưa vài nơi. Gió nhẹ. Trời rét, có nơi rét đậm, rét hại. Phía Đông Bắc bộ nhiều mây, có mưa vài nơi. Gió đông bắc cấp 2-3. Trời rét, vùng núi có nơi rét đậm, rét hại. Miền Trung nhiều mây, có mưa vừa, mưa to, có nơi mưa rất to và dông. Khu vực Nam bộ có mây, ngày nắng, chiều tối và đêm có mưa rào và dông vài nơi. Gió nhẹ. Trong mưa dông có khả năng xảy ra lốc, sét và gió giật mạnh.

Đường đèo trên núi tỉnh Hà Giang, miền Bắc Việt Nam.
A mountain pass in Hà Giang Province, Northern Viet Nam. *(Ảnh / Photo: Trần Quang Trung)*

NARRATIVE TWO

NEWSPAPER HÀ NỘI MỚI ONLINE, NOVEMBER 14, 2023

Weather Forecast

Today, November 14th, Hà Nội is overcast with no rain. Winds NE levels 2-3. Cold. The western region of Northern Viet Nam overcast, rains in some areas. Light winds. Cold, in some areas bitter cold or extreme damaging cold. The eastern region of Northern Viet Nam overcast, rains in some areas. Winds NE levels 2-3. Cold, in mountainous areas bitter cold or extreme damaging cold. Central Viet Nam overcast, rains from moderate to heavy or very heavy in some areas; there may be thunderstorms. Southern Viet Nam cloudy, sunny in daytime; in the evening and at night torrential rains and thunderstorms in some areas. Light winds. A tornado, thunderbolt and strong gusts of wind are expected during the thunderstorm.

Vocabulary

mây cloud

rét đậm intense(ly) cold

rét hại bitter(ly) cold causing damage to trees and farming

mưa vừa moderate rain

mưa to heavy rain, downpour

vùng núi mountainous area

dông thunderstorm

Nam bộ Southern Viet Nam (used only in weather forcasts)

mưa rào torrential downpour

lốc tornado

sét thunderbolt

gió giật mạnh strong gust of wind

Answer the following comprehension questions.

1. **Hôm nay thời tiết ở Hà Nội như thế nào? Còn thời tiết phía Tây Bắc bộ như thế nào?**

2. **Phía Đông Bắc bộ trời rét do chịu ảnh hưởng của những gì?**

3. **Miền Trung có mưa không? Mưa như thế nào?**

4. **Khu vực Nam bộ thời tiết ban ngày và ban đêm khác nhau thế nào?**

Grammar and Usage Notes

1. The verb **ảnh hưởng** "to influence" takes the preposition **đến**: **ảnh hưởng đến khí hậu** "to influence the climate," **ảnh hưởng đến sự phát triển kinh tế** "to influence economic development." The verb **có** may precede **ảnh hưởng**, and the meaning remains unchanged: **có ảnh hưởng đến khí hậu, có ảnh hưởng đến sự phát triển kinh tế**.

   The passive voice "to be influenced by" is **chịu ảnh hưởng của**:

   > **Khí hậu vùng này chịu ảnh hưởng của biển.** The climate in this region is influenced by the ocean.

   > **Văn học và thơ ca Việt Nam thập niên những năm 1930 và 1940 chịu ảnh hưởng mạnh mẽ của văn học và thơ ca châu Âu, trước hết là văn học và thơ ca Pháp.** Vietnamese literature and poetry in the 1930s and 1940s were powerfully influenced by European literature and poetry, particularly French literature and poetry.

2. The conjunction **do** is placed at the beginning of the subordinate clause of cause, which is followed by the main clause with the conjunction **nên** at the beginning. This type of subordinate clause of cause is used chiefly in formal written Vietnamese:

   > **Do không khí lạnh lệch Đông nên khu vực Tây Bắc bộ sẽ chịu ảnh hưởng chậm hơn Bắc Trung bộ.** As the cold air moves eastward, the western region of Northern Viet Nam will be influenced by the cold air later than the northern region of Central Viet Nam.

   The conjunction **nên** can be dropped. In that case, a comma is used to separate the main clause from the subordinate clause:

   > **Do vùng núi Tây Bắc tối và đêm nay có sương mù dày đặc, các chuyên gia khí tượng cảnh báo lái xe qua đèo rất nguy hiểm.** Since the mountainous areas in the northeast of Viet Nam are covered with heavy fog this evening and tonight, metereologists have issued an alert for possibly dangerous driving conditions on mountain passes.

   With this meaning, **do** may be used as a preposition preceding a noun or noun phrase:

   > **Do gió mùa đông bắc, nhiệt độ vùng núi phía bắc đêm nay và ngày mai xuống đến dưới 10 độ C.** Due to northeast winds, temperatures in the mountainous areas of Northern Viet Nam will drop below 10°C tonight and tomorrow.

3. The word **khoảng** functions as an adverb and a noun, corresponding to the adverbs "approximately, around, about, roughly" and to the noun "range" in English. For example:

Adverb **khoảng**

> **Khoảng hai trăm nhà khoa học từ nhiều nước đến dự cuộc hội thảo về biến đổi khí hậu tại Đồng bằng sông Cửu Long.** About two hundred scientists from a number of countries attended the conference on climate change in the Mekong River Delta.

Noun **khoảng**

> **Bộ phim hoạt hình này làm cho trẻ em trong khoảng từ 5 đến 10 tuổi.** This animated cartoon was made for children in the 5 to 10 age range.

4. The preposition **về** can be used with some nouns to denote the time when the speaker refers to events in nature or someone's health condition. For instance:

> **Đợt gió mùa đông bắc làm cho trời lạnh về đêm và sáng.** Northeast winds have caused chilly weather at night and in the early morning.

> **Vùng này về mùa hè thường hay có dông.** This region is usually hit by thunderstorms in the summer.

> **Người bệnh hay sốt về sáng.** The patient tends to have a fever in the (early) morning.

Về with this meaning is used in the following expressions characteristic of formal speech and literature:

> **từ nay về sau** from now on

> **mười năm về trước** ten years ago (= **cách đây mười năm**)

> **Trời đã về chiều.** The sun set and twilight fell.

> **Về già, hai ông bà muốn sống trong cảnh điền viên nơi nông thôn yên tĩnh.** When they get old, this couple would like to retire to an idyllic country-side home.

5. The two words **lạnh** and **rét** convey different degrees of cold and in most cases are not interchangeable. **Lạnh** refers to a temperature that is uncomfortably low for humans, whereas **rét** emphasizes the highly disagreeable sensation of cold accompanied by shivering:

> **Mùa đông năm nay không lạnh lắm.** The winter this year is not very cold.

> **Đêm qua rét quá, tôi phải thức dậy mặc thêm áo ấm.** It was so cold last night that I had to get up to put on more warm clothes.

Only **rét** is used in the set expressions **rét đậm** "intense(ly) cold," **rét hại** "bitter(ly) cold causing damage to trees and farming." On the other hand, **lạnh** is used to form the reduplicative **lạnh lùng** which conveys the figurative sense of a lack of the warmth of normal human emotion, friendliness or compassion.

For instance: **một cái nhìn lạnh lùng** "a cold stare," **được tiếp đón một cách lạnh lùng** "got a cold reception."

6. When the four nouns denoting the directions come together, they occur in the following sequence: **đông tây, nam, bắc (east, west, south and north)**. They are less frequently capitalized than in English. When two of them are combined, the word order is opposite of the English: **đông bắc** "northeast" (literally: eastnorth), **đông nam** "southeast" (literally: eastsouth), **tây bắc** "northwest" (literally: westnorth), **tây nam** "southwest" (literally: westsouth).

Cultural Notes

1. Viet Nam's weather forecast map is composed of seven parts: Western Region of Northern Viet Nam (**Tây Bắc bộ** – 1 on the map), Eastern Region of Northern Viet Nam (**Đông Bắc bộ** – 2), Central and Southern Region of Northern Viet Nam (**Trung và Nam Bắc bộ** – 3), Northern Region of Central Viet Nam (**Bắc Trung bộ** – 4), Coastal Southern Region of Central Viet Nam (**Duyên hải Nam Trung bộ** – 5), Central Plateaux (**Tây Nguyên** – 6) and Southern Viet Nam (**Nam bộ** – 7).

   Central Viet Nam (**Trung bộ**) is the largest part of the country, composed of the Northern Region (**Bắc Trung bộ** – 4), Coastal Southern Region (**Duyên hải Nam Trung bộ** – 5) and Central Plateaux (**Tây Nguyên** – 6). The northernmost province of **Bắc Trung bộ** is **Thanh Hoá**. The southernmost province of **Bắc Trung bộ** is **Thừa Thiên-Huế**, which borders **Quảng Nam**, the northernmost province of **Duyên hải Nam Trung bộ**. The southernmost province of **Duyên hải Nam Trung bộ** is **Bình Thuận**, which borders provinces **Đồng Nai** and **Bà Rịa-Vũng Tàu** of **miền Nam** to the south. **Tây Nguyên** consists of five provinces: **Kon Tum, Gia Lai, Đắk Lắk, Đắk Nông** and **Lâm Đồng**.

2. The geographical terms **Bắc bộ, Trung bộ** and **Nam bộ** were created in 1945 to replace the terms **Bắc Kì, Trung Kì** and **Nam Kì**, which had been used during French rule of Viet Nam from 1883 to 1945. **Bắc bộ, Trung bộ** and **Nam bộ** were used during the First Indochina War (called **kháng chiến chống Pháp**, or the Anti-French Resistance War, in Viet Nam) between 1945 and 1954. Since 1954, the terms **miền Bắc, miền Trung** and **miền Nam** have been used instead. However, **Bắc bộ, Trung bộ** and **Nam bộ** are still used for weather forecasts and in some set expressions such as **đồng bằng Bắc bộ** (the Northern Delta), also called **đồng bằng sông Hồng** (the Red River Delta); **đồng bằng Nam bộ** (the Southern Delta), also called **đồng bằng sông Cửu Long** (the Mekong River Delta); and **Vịnh Bắc bộ** (Gulf of Tonkin).

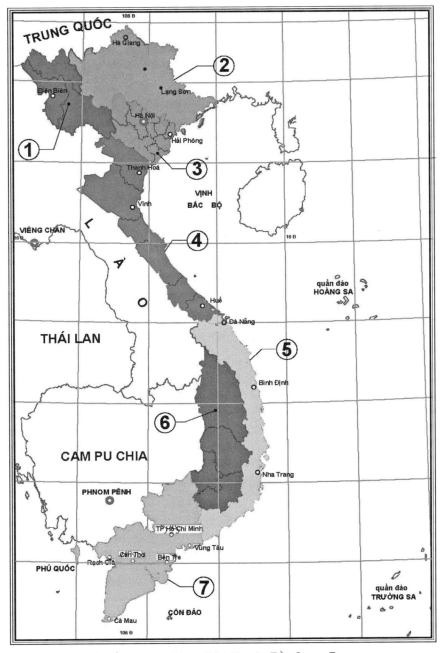

Bản đồ Việt Nam / Map of Viet Nam by Trần Quang Trung
① **Tây Bắc bộ**; ② **Đông Bắc bộ**; ③ **Trung và Nam Bắc bộ**; ④ **Bắc Trung bộ**;
⑤ **Duyên hải Nam Trung bộ**; ⑥ **Tây Nguyên**; ⑦ **Nam bộ**
① Western Region of Northern Viet Nam; ② Eastern Region of Northern Viet Nam;
③ Central and Southern Region of Northern Viet Nam; ④ Northern Region of Central Viet Nam;
⑤ Coastal Southern Region of Central Viet Nam; ⑥ Central Plateaux; ⑦ Southern Viet Nam

CLIMATE, WEATHER AND VIET NAM'S GEOGRAPHY 15

3. Viet Nam uses the Celsius thermometric scale, or Centigrade. To convert Centigrade temperatures to Fahrenheit, use the formula (°C x 9/5) + 32 = °F. Vice versa, use (°F − 32) x 5/9 = °C to convert Fahrenheit temperatures to Centigrade.

Bình minh trên bãi biển thành phố Nha Trang, Duyên hải Nam Trung Bộ.
Sunrise on the beach in the city of Nha Trang, Coastal Southern Region of Central Viet Nam.
Ảnh / Photo: Ngô Như Bình

Grammar and Usage Exercises

1. Use **ảnh hưởng** to complete the following sentences.

1.1. **Văn hoá và ngôn ngữ** (of the Coastal Southern Region of Central Viet Nam were powerfully influenced by the Champa culture and language).

1.2. **Tôi cho rằng** (his health problems influenced his decision to retire last year).

1.3. **Chị ấy** (has remained under the influence of her parents).

1.4. **Trong những thập niên 1930 và 1940,** (Vietnamese writers, poets, artists and composers came under the strong influence of European literature, poetry, painting and music).

1.5. **Các nhà khoa học đi đến kết luận rằng** (the high level of air pollution in the region has influenced the number of people who suffer from respiratory diseases). (use **không khí bị ô nhiễm** for "air pollution")

2. Use **do** to translate the following statements into Vietnamese.

2.1. Since the holiday falls on the weekend, employees will have three consecutive days off next week.

2.2. Since I have lost her email address, I am unable to contact her to invite her to give a talk at the conference.

2.3. As the deadline for submitting the results of our research is the 1st of next month, we have to work long hours now to complete the work. (use **làm việc nhiều hơn** for "to work long hours")

2.4. Climate change is becoming increasingly severe due to human activities.

2.5. As he was sick for two weeks and missed many class meetings last month, he is behind the other students. (use **không theo kịp những sinh viên khác** for "is behind the other students")

3. Use **khoảng** to translate the following statements.

3.1. The airplane will arrive around 11 pm.

3.2. The rent for such an apartment in Hà Nội would be about five million VN dong per month.

3.3. How much does a graduate of a prestigious university in Viet Nam earn? Fifteen million VN dong per month, approximately.

3.4. It takes roughly two hours to drive from Hà Nội to Hải Phòng, if the highway is not congested.

3.5. How much would the repairs to the motorbike roughly cost?

4. Fill in the blank with **lạnh**, **rét**, **rét đậm**, **rét hại**. Indicate the sentences where both **lạnh** and **rét** can be used with a slight difference in meaning.

4.1. **Chưa năm nào mùng một Tết _____ như năm nay.**

4.2. **Trong mùa đông năm nay, do vùng này chịu ảnh hưởng của mấy đợt _____**

và _____ nên nhiều cây ăn quả mới trồng bị chết.

4.3. **Đêm nay _____ lắm, đi ngủ phải mặc quần áo ấm và đi tất.**

4.4. **Một đợt không khi _____ sắp tràn về miền núi phía bắc.**

4.5. **Loài cá này là cá vùng nước _____ chứ không phải cá vùng biển nhiệt đới.**

CHAPTER TWO
Traveling in Viet Nam

NARRATIVE ONE

BÁO HÀ NỘI MỚI ONLINE NGÀY 14 THÁNG 12 NĂM 2023

Tour xe đạp trải nghiệm đêm
Thăng Long – Hà Nội

Hà Nội vừa khởi động tour xe đạp đêm Thăng Long – Hà Nội, với hành trình trải qua một loạt di tích văn hoá - lịch sử. Đây là một trong 15 sản phẩm du lịch đêm đặc trưng mà Sở Du lịch Hà Nội mới công bố.

Bà Phùng Thị Hoàng Anh, Giám đốc Công ti du lịch bền vững Việt Nam – VIETNAM S.T.I.D, đơn vị triển khai dự án này, cho biết: "Tour xe đạp đêm có 2 tuyến: tuyến 1 bắt đầu từ Hoàng Thành Thăng Long tối thứ 7 hằng tuần nếu đủ 10 khách trở lên; tuyến 2 khởi hành từ Bảo tàng Lịch sử Quốc gia tối chủ nhật hằng tuần nếu đủ 10 khách trở lên".

Hành trình tour xe đạp đêm được triển khai từ Bảo tàng Lịch sử Quốc gia đi qua Nhà hát Lớn, Nhà khách Chính phủ (thời Pháp thuộc là Bắc bộ phủ), Cửa Bắc, Cột cờ Hà Nội, phố đi bộ Ngũ Xã (phường Trúc Bạch, Ba Đình).

NARRATIVE ONE

NEWSPAPER HÀ NỘI MỚI ONLINE, DECEMBER 14, 2023

Experience Night Life on Thăng Long-Hà Nội Bike Tours

Hà Nội has launched a night bike tour called Thăng Long-Hà Nội. The routes take participants to numerous cultural and historic sites. It is one of 15 special night tours that the Hà Nội Department of Tourism recently announced.

Ms. Phùng Thị Hoàng Anh, Director of the Viet Nam Sustainable Tourism Company, which is implementing the project, said, "There are two routes for night bike tours. The first one begins at the Imperial Citadel of Thăng Long every Saturday night if ten or more participants have signed up, and the second one begins at the National Museum of History every Sunday night if ten or more participants have signed up."

The night bike tour that starts at the National Museum of History leads participants through Hà Nội Opera House, the Government Guest House (called the Northern Palace during French rule), the Northern Gate, the Hà Nội Flag Tower and Ngũ Xã Street for pedestrians (Trúc Bạch ward, Ba Đình district).

Vocabulary

trải nghiệm to experience

xe đạp bicycle

đêm night

khởi động to warm up; in this context: to start

hành trình trip, itinerary, route

trải qua to go through

một loạt a number of

di tích site

văn hoá culture

lịch sử history

sản phẩm product

đặc trưng characteristic of, typical of; in this context: special

sở a major ministry office in a city or province

công bố to announce publicly, make public

giám đốc director

công ti company, firm

đơn vị a unit; in this context: company

triển khai to implement, carry out

cho biết to let someone know, say

tuyến line; in this context: route

Hoàng Thành Thăng Long the Imperial Citadel of Thăng Long

hằng every
  hằng tuần every week, once a week

đủ enough, sufficient

trở lên from … (up)
  đủ 10 khách trở lên to have at least ten tourists

khởi hành to set out on a trip

bảo tàng museum

quốc gia national

nhà hát theater

nhà khách guest house

thời Pháp thuộc during the period of French rule

Bắc bộ phủ the Headquarters of the provisional government of the Democratic Republic of Viet Nam in 1945-1946 (the former palace of the French governor of Northern Viet Nam)

Cửa Bắc the Northern gate

cột cờ flagpole, flagstaff; in this context: flag tower

đi bộ to walk
  phố đi bộ a street for pedestrians (vehicles prohibited)

phường ward (a section of a district in a city)

Du khách tham gia tour xe đạp đêm tại Bắc bộ phủ.
Bicycle tourists in front of Bắc bộ phủ during a night tour. *(Ảnh / Photo: báo Hà Nội mới)*

Answer the following comprehension questions:

1. **Tour xe đạp đêm Thăng Long có mấy tuyến? Mỗi tuyến khởi hành từ đâu?**
2. **Tại sao mỗi tuyến phải có từ mười người trở lên?**
3. **Các tuyến đi qua những di tích lịch sử nào của thủ đô Hà Nội?**

NARRATIVE TWO

BÁO NHÂN DÂN ONLINE NGÀY 12 THÁNG 12 NĂM 2023

Quảng Bình: Hang Va và hang Nước Nứt tiếp tục mang đến những trải nghiệm khác biệt cho du khách

(trích bài của Hương Giang)

Các hang này được Hiệp hội hang động Hoàng gia Anh khảo sát và công bố năm 2000.

Hang Va dài 1,7km, chỉ cách cửa sau hang Sơn Đoòng khoảng 50m, thông với hang Nước Nứt. Điểm nhấn của hai hang động thông nhau này là những hồ nước ngầm trong vắt và hàng nghìn cột thạch nhũ hình tháp nón độc đáo, vô cùng kì thú như mọc từ dưới nước lên và không giống với bất kì thạch nhũ nào của các hang động khác ở Vườn quốc gia Phong Nha-Kẻ Bàng và trên thế giới.

Trong hang Nước Nứt, thạch nhũ và không gian có màu đỏ. Địa hình trong lòng hang tạo thành các khoang như ruộng bậc thang thu nhỏ. Hang rất kì ảo khi có ánh sáng vì trần hang là các đường lượn sóng trùng điệp.

Đơn vị khai thác tour là Oxalis cho biết: trải nghiệm khá thú vị ở tuyến này là từ cửa hang du khách lội 500m giữa lòng suối chảy trong hang. Đến cuối đoạn lội suối phải vượt qua được bức tường cao gần 15m với thiết bị chuyên dụng, sau đó được ngắm vòm hang rộng lớn của hang Nước Nứt và các hồ thạch nhũ trong hang Va. Du khách cũng có những trải nghiệm thú vị về phong cảnh rừng nguyên sinh và muông thú trong rừng.

Lối đi dựa vào đường mòn nhỏ có sẵn trong rừng và không xây dựng các công trình trên lộ trình nhằm bảo đảm tính tự nhiên, bảo vệ các giá trị sinh học đa dạng và tài nguyên thiên nhiên. Do vậy, tour thám hiểm Hang Va - hang Nước Nứt đón khách với sự hạn chế trong thời gian từ tháng 1 đến hết tháng 8.

NARRATIVE TWO

NEWSPAPER NHÂN DÂN ONLINE, DECEMBER 12, 2023

Quảng Bình Province: Va and Nước Nứt Caves Continue to Bring Exceptional Experiences to Tourists

Excerpts from an article by Hương Giang

These caves were surveyed and made public by the British Royal Caving Association in 2000.

Va Cave is 1.7 km long, located only about 50 m from the rear entrance to Sơn Đoòng Cave with openings to Nước Nứt Cave as well. The two connected caves are notable for their crystal clear underground lakes and thousands of unique cone-shaped stalactites and stalagmites that look exceptionally beautiful emerging from the water like trees growing from soil. They do not resemble any stalactites or stalagmites in the other caves of Phong Nha-Kẻ Bàng National Park or elsewhere in the world.

Inside Nước Nứt cave, the stalactites, stalagmites and environs are red. The terrain on the cave bed forms cavities similar to miniature terraced rice fields. The cave looks amazing when lit up since the cave ceiling features wave-like formations.

According to Oxalis, a company that conducts tours of the caves, one interesting experience during the tour is wading along a stream for 500 m. At the end of the stream, visitors climb over a wall that is almost 15 m high using specialized gear. Afterwards, they have a chance to gaze at the huge vault of Nước Nứt Cave and the stalagmite lakes in Va Cave. Tourists also enjoy other interesting experience such as seeing a virgin forest and its animals.

The road to the caves is a forest trail with no man-made structures on the route, in order to preserve authenticity and protect biodiversity and natural resources. Therefore, the tours exploring Va and Nước Nứt caves can have only a limited number of participants and take place from January through August.

TRAVELING IN VIET NAM   23

Vocabulary

hang cave

tiếp tục to continue

mang đến (cho) to bring

khác biệt distinctive, unusual, exceptional

hiệp hội association

động grotto

hoàng gia royal
 Hiệp hội Hang động Hoàng gia Anh the British Royal Caving Association

khảo sát to research, investigate, survey

cửa sau rear gate

thông với to have openings to

điểm nhấn point of interest

thông nhau to have openings to each other, connect or communicate

hồ lake

nước ngầm underground water

trong clear
 trong vắt crystal clear

hàng nghìn thousands of

cột pole

thạch nhũ stalactite or stalagmite

hình shape

tháp tower

nón Vietnamese conical palm hat
 hình tháp nón cone

độc đáo unique

vô cùng extremely

kì thú to be of extraordinary beauty

như as if

mọc to grow; in this context: to rise, emerge
 mọc từ dưới nước lên to emerge from the water

giống similar

bất cứ any

vườn quốc gia national park

không gian space; in this context: environs

địa hình terrain

lòng in this context: bed, bottom
 trong lòng hang on the cave bed, at the bottom of the cave

tạo thành to create, form

khoang cavity

ruộng rice field

bậc thang stair steps
 ruộng bậc thang terraced fields

thu nhỏ to reduce

kì ảo amazing, miraculous

ánh sáng light

trần ceiling

lượn to move in curves

sóng wave
 đường lượn sóng lines in the shape of waves

trùng điệp in this context: one after another

khai thác in this context: to execute, carry out

thú vị interesting

lội to wade

suối stream

cuối end

đoạn section

vượt qua to cross over; in this context: to climb over
bức a classifier
tường wall
  bức tường a wall
thiết bị equipment, gear
chuyên dụng special, specialized (made or used for one particular purpose)
ngắm to gaze at
vòm vault
phong cảnh scene
rừng forest, woods
nguyên sinh in this context: not affected by human activity
  rừng nguyên sinh virgin forest
muông thú (collective noun) animals
lối đi way, path
dựa vào to lean, rely
đường mòn trail
có sẵn available (not built)

xây dựng to build, construct
công trình project
lộ trình route
nhằm in order to, with a view to
bảo đảm in this context: to preserve
tính trait
tự nhiên nature; natural
  tính tự nhiên authenticity, genuineness
bảo vệ to protect
giá trị value
sinh học biology
đa dạng diverse
tài nguyên resource
thiên nhiên nature; natural
  tài nguyên thiên nhiên natural resources
thám hiểm to explore
sự a word used to turn a verb or adjective into a noun
hạn chế to limit, restrict
  sự hạn chế limitation, restriction

Hang Va Va Cave
Ảnh / Photo: Oxalis

Answer the following comprehension questions.

1. **Hang Va và hang Nước Nứt nằm ở đâu?**
2. **Các hang này được ai khảo sát và công bố? Vào năm nào?**
3. **Điểm nhấn của hai hang này là những gì?**
4. **Du khách có những trải nghiệm gì khi đến thăm hai hang này?**
5. **Tại sao người ta không xây dựng công trình mới trong hang?**

Grammar and Usage Notes

1. **Một trong** meaning "one of" is used before a plural noun or a number preceding a noun:

   Đấy là một trong những nhà hàng đặc sản ngon nhất ở Hà Nội. That is one of the best Vietnamese specialty restaurants in Hà Nội.

   Trường chọn một trong năm sinh viên giỏi nhất đại diện cho trường tại cuộc thi về tin học. The school chose one of the five best students to represent the school at computer science competition.

2. The word **mà** performs different grammatical functions. In Narrative Two, it functions as a relative pronoun and adverb and corresponds to the English relative pronouns *which*, *that*, *who*, *whom* and adverbs *where* and *when*. The use of **mà** as a relative pronoun in some cases differs from its English equivalents.

   (1) **Người mà tôi vừa mới giới thiệu với các bạn là giáo viên dạy chúng tôi môn lịch sử Việt Nam.** The person who(m) I just introduced to you is our Vietnamese history teacher.

   In this complex sentence, **mà** functions as the object of the verb **giới thiệu** in the subordinate relative clause. If the relative pronoun functions as the subject of the subordinate clause in English, **mà** cannot be used in Vietnamese:

   (2) **Người Ø vừa mới bước vào lớp là giáo viên dạy chúng tôi môn lịch sử Việt Nam.** The person *who* just entered the classroom is our Vietnamese history teacher. (The symbol Ø indicates the absence of **mà** which cannot be used as the subject of the clause in Vietnamese.)

   As in English, **mà** can be dropped altogether. For instance, **mà** may be absent from sentence (1):

   Người tôi vừa mới giới thiệu với các bạn là giáo viên dạy chúng tôi môn lịch sử Việt Nam. The person I just introduced to you is our Vietnamese history teacher.

   Mà can function as the relative adverb of time:

Ngày mà chúng tôi đến Hà Nội là ngày Quốc khánh mùng 2 tháng 9. The day *when* we arrived in Hà Nội was September 2nd, Viet Nam's Day of Independence.

and as the relative adverb of place:

Đó là thành phố mà bà ấy sinh ra và lớn lên. That is the town *where* she was born and grew up.

3. The determiner **hằng** with the meaning "every" is used before the following four nouns denoting time: **hằng ngày** "every day," **hằng tuần** "every week," **hằng tháng** "every month," **hằng năm** "every year":

   Hằng ngày lớp chúng tôi học từ 7 rưỡi sáng đến 11 giờ trưa. Our class meets every day from 7 to 11 am.

   Occasionally, **hằng** may be spelled as **hàng** with the same meaning. **Hàng** should not be confused with **hàng** used before a number, which is introduced in Grammar and Usage Note 6 below.

4. The adverbs **trở lên, trở xuống, trở đi** and **trở lại** contain the component **trở** preceding one of the four verbs of motion **lên, xuống, đi** and **lại. Trở lên** "and/ or higher, and up, minimum," **trở xuống** "and/or lower, and below" and **trở lại** "not exceeding, maximum" follow a number and refer to a level at which something increases or decreases. The preposition **từ** may be used before the number:

   Mỗi lớp ngoại ngữ chỉ nên có khoảng [từ] mười sinh viên trở lại. The size of a language class should not exceed ten students.

   Trở đi is used in the expression **từ nay trở đi** "from now on" and is placed at the beginning of a statement:

   Anh ấy hứa từ nay trở đi sẽ không bao giờ làm như thế nữa. He promised that from now on he would never do so.

5. Vietnamese uses a specific construction to convey what European languages convey using the passive voice. In Narrative Two, the sentence beginning **Hành trình tour xe đạp đêm được triển khai từ Bảo tàng Lịch sử Quốc gia** "The night bike tour that starts from (literally: that is carried out from) the National Museum of History" contains the construction **được triển khai**, which conveys the meaning of the passive phrase "is carried out." In this sentence, **Hành trình tour xe đạp đêm** is the subject on which the action **triển khai** is being performed; **triển khai** is the verb functioning as the predicate of the sentence and is linked to the subject by the passive marker **được**. The performer of the action is absent from the sentence; it is understood and can be restored: **Hành trình tour xe đạp đêm được Công ti Du lịch bền vững Việt Nam triển khai từ Bảo tàng Lịch sử Quốc gia** "The night bike tour that is carried out by the <u>Vietnamese Company</u>

of Sustainable Tourism starts from the National Museum of History." **Công ti Du lịch bền vững Việt Nam** is the performer of the action.

The passive marker **được** indicates an action being favorable or neutral from the speaker's point of view. There are two other passive markers: **bị** always refers to an action which is unfavorable in the speaker's opinion, and **do** places emphasis on the person who performs the action. For instance:

> **Tuần trước, thành phố nằm trên bờ biển miền Trung này bị tàn phá nặng nề.** This town in coastal Central Viet Nam was devastated last week.

As in the sentence with **được** given above, this sentence does not state the performer of the action. It can be restored:

> **Tuần trước, thành phố nằm trên bờ biển miền Trung này bị** <u>**cơn bão**</u> **tàn phá nặng nề.** This town in coastal Central Viet Nam was devastated by the <u>storm</u> last week.

If the passive voice is indicated by the passive marker **do**, the performer of the action must be stated:

> **Chiếc máy vi tính này do công ti Dell sản xuất.** This computer was manufactured by Dell company.

> **Công ti Dell** is the performer of the action.

6. **Hàng** is placed before five numbers **chục, trăm, nghìn / ngàn, vạn** and **triệu** to convey the meaning "several": **hàng chục** "dozens of," **hàng trăm** "hundreds of," **hàng nghìn / ngàn** "thousands of," **hàng vạn** "tens of thousands of," and **hàng triệu** "millions of." For instance:

> **Trong thời gian đại dịch Covid, hàng chục công ti du lịch đã phải đóng cửa.** During the Covid-19 pandemic, dozens of travel agencies went out of business (literally: had to be closed).

> **Từ khi mở cửa cho khách vào tham quan đến nay, Hoàng thành Thăng Long đã đón hàng nghìn khách du lịch.** Since the Imperial Citadel of Thăng Long opened to visitors, it has admitted thousands of tourists to the site.

7. **Như** in this narrative precedes a verb or verb phrase with the meaning "as if" or "like": **Hàng nghìn cột thạch nhũ hình tháp nón độc đáo, vô cùng kì thú như mọc từ dưới nước lên.** Thousands of cone-shaped stalagmites that look exceptionally beautiful emerging from the water like trees growing from soil.

Như may function as the predicate before a noun phrase to convey the meaning "to look like":

> **Khu Hoàng thành Thăng Long như một bảo tàng lịch sử về nhiều triều đại phong kiến.** The Imperial Citadel of Thăng Long is like a museum of history about many feudal dynasties.

Very often, the verbs **trông, giống** or **trông giống** are placed before **như** to put more emphasis on the imagination:

> **Khu Hoàng thành Thăng Long trông như / giống như / trông giống như một bảo tàng lịch sử về nhiều triều đại phong kiến.**

8. **Được** is a passive marker (see Grammar and Usage, Note 5, above). In Narrative Two, **được** as an auxiliary verb is used in front of a verb or verb phrase to convey the meaning "to have a chance or opportunity to do something," as in:

> **Du khách được ngắm vòm hang rộng lớn của hang Nước Nứt và các hồ thạch nhũ trong hang Va.** Tourists have a chance to gaze at the huge vault in Nước Nứt Cave and the stalactite lakes in Va Cave.

Được comes in front of the verb phrase **ngắm vòm hang rộng lớn**.

As an auxiliary verb, **được** can also be placed after a verb or at the end of a sentence to denote one's ability to do something. If the verb takes an object, **được** is inserted between the verb and its object, as in:

> **Du khách phải vượt qua được bức tường cao gần 15m với thiết bị chuyên dụng.** Visitors have to (be able to) climb over an almost fifteen-meter-high wall using specialized gear.

Được comes after the verb **vượt qua** and before its object **bức tường cao gần 15m**.

9. **Bức** is used as a classifier before a number of nouns: **bức tường** "a wall," **bức thư** "a letter," **bức tranh** "a painting," **bức ảnh** "a photo," **bức mành** "a bamboo curtain."

10. In formal Vietnamese, the preposition **nhằm** is used to indicate the purpose or goal of an action, as in Narrative Two:

> **[Người ta] không xây dựng các công trình trên lộ trình nhằm bảo đảm tính tự nhiên, bảo vệ các giá trị sinh học đa dạng và tài nguyên thiên nhiên.** The road to the caves is a forest trail with no man-made structures on the route, in order to preserve authenticity and protect biodiversity and natural resources.

11. The noun **tính** literally meaning "character, temper, nature" is used before another word to refer to a feature or trait of something; very often, the compound word containing **tính** is translated into English with one word, as in the narrative **tính tự nhiên** "authenticity." Some other examples: **tính nghệ thuật** "artistry," **tính trong sáng** "clarity, clearness," **tính chính xác** "precision, preciseness, exactness," **tính đàn hồi** "resilience."

Cultural Notes

1. **Thăng Long** is the former name of Hà Nội, meaning "the rising dragon" (Chinese: 升龍 \ 龙). It was founded in 1010 by the first king of the **Lý** dynasty (1010-1225) and was the first powerful feudal state of the nation called **Đại Việt** (Great Viet; Chinese: 大越). The name **Đại Việt** changed to **Việt Nam** in 1804. **Thăng Long** was the capital of **Đại Việt** almost continuously from 1010 through 1802.

2. **Hoàng thành Thăng Long** (the Imperial Citadel of Thăng Long) is a complex of palaces and buildings whose construction began before the foundation of the citadel in 1010 and continued until the 19th century. The citadel was discovered and unearthed by archeologists in 2001. The reconstruction work has been ongoing since then, and the site is now open to the public.

3. **Bảo tàng Lịch sử** (Museum of History) displays Viet Nam's most comprehensive collection of artifacts systematically representing Vietnamese history from the Paleolithic period to the August Revolution in 1945, when Viet Nam regained independence. From 1902 to 1957 the museum building housed the French School of the Far East (**Viện Viễn Đông bác cổ Pháp**; French: École Française d'Extrême-Orient), a renowned European research center for Asian studies.

Bảo tàng Lịch sử Museum of History *(Ảnh / Photo: Ngô Như Bình)*

Nhà hát Lớn Hà Nội Hà Nội Opera House
(Ảnh / Photo: Ngô Như Bình)

4. **Nhà hát Lớn** (Hanoi Opera House) was designed by French architects at the beginning of the 20th century and completed in 1911. The building was modeled after the Paris Opera House (French: Thêatre de l'Opéra, or Opéra de Paris). Hà Nội Opera House is widely regarded as one of the most beautiful European opera houses in Asia.

5. **Cửa Bắc** (Northern Gate) was one of the four gates of the Hà Nội citadel in the past. Today none are left standing, but the names of three remain as street names in contemporary Hà Nội: **phố Cửa Bắc**, **phố Cửa Đông** and **phố Cửa Nam**.

6. **Cột cờ Hà Nội** is a flag tower built in 1818 under the rule of Gia Long, the first emperor of the Nguyễn dynasty (1802-1945). The tower is 60 meters (197 feet) high and is one of the few historic sites in the city to survive the wars intact.

Cột cờ Hà Nội Hà Nội Flag Tower
(Ảnh / Photo: Ngô Như Bình)

Cửa vào một hang tại Vườn Quốc gia Phong Nha-Kẻ Bàng.
The entrance to a cave at Phong Nha-Kẻ Bàng National Park. *(Ảnh / Photo: Trần Thịnh Phát)*

7. **Quảng Bình** Province is situated in the Northern Region of Central Viet Nam (**Bắc Trung bộ**). It borders **Hà Tĩnh** Province in the north, **Quảng Trị** Province in the south, Laos (**Lào**) in the west and overlooks the Pacific Ocean in the east.

Phong Nha-Kẻ Bàng National Park in **Quảng Bình** Province is a UNESCO world heritage site. There are numerous caves and grottoes in the park. Three of them are mentioned in the narrative: **Va**, **Nướt Nứt** and **Sơn Đoòng**. **Sơn Đoòng** Cave is the largest cave in the world. After having discovered several caves and grottoes in the National Park in the late 1990s, the British Royal Caving Association learned about **Sơn Đoòng** Cave from a local resident in 2009, who during the rain had found shelter at the entrance to the cave almost twenty years earlier. With his help and guidance, members of the Association entered the cave and surveyed it. Their findings were published the same year.

Grammar and Usage Exercises

1. Use **một trong** to translate the following statements.

1.1. That is one of the best pho restaurants in Hà Nội. (use **nhà hàng phở** for "pho restaurants")

1.2. Do you know which of the two people is our tour guide? (use **người nào trong** for "which of")

1.3. I would like to buy one of these dictionaries but do not know which one to choose.

1.4. Their daughter has been admitted to one of the most famous universities.

1.5. The Lý dynasty was one of the most powerful feudal dynasties of Viet Nam. (use **triều Lý** for "Lý dynasty")

2. Use **mà** to combine the following sentences into one. The relative subordinate clause with **mà** replaces the demonstrative adjectives **này, ấy, đó** and **kia**. Watch out for sentences where **mà** cannot be used if it functions as the subject of the English subordinate clause.

Example:

Người ấy là giáo viên dạy chúng tôi môn lịch sử. Tôi vừa mới giới thiệu với các bạn người ấy. → Người mà tôi vừa mới giới thiệu với các bạn là giáo viên dạy chúng tôi môn lịch sử Việt Nam.

2.1. **Thành phố đó bị chiến tranh tàn phá nhưng đã được xây dựng lại ngay sau chiến tranh. Các bạn sắp đến thăm thành phố đó.**

2.2. **Đường cao tốc này là Quốc lộ 5. Đường cao tốc này nối Hà Nội với Hải Phòng.**

2.3. **Khách sạn kia tên là Hương Giang. Chúng tôi ở khách sạn kia trong những ngày đến thăm Huế.**

2.4. **Quyển sách này hay lắm. Tuần trước chị tặng tôi quyển sách này.**

2.5. **Ngày ấy là ngày mùng 4 tháng 7 năm 1776. Vào ngày ấy nước Mĩ trở thành một nước độc lập.**

3. Fill in the blanks with **hằng ngày, hằng tuần, hằng tháng** or **hằng năm.**

3.1. _____ **chúng tôi làm bài kiểm tra vào thứ sáu.**

3.2. _____ **ông ấy thức dậy vào lúc năm giờ sáng rồi ra công viên tập thể dục.**

3.3. **Vào ngày này** _____ **gia đình chúng tôi họp mặt để cúng giỗ ông cụ chúng tôi mất cách đây hơn 20 năm.**

3.4. _____ **chúng tôi lĩnh lương vào ngày làm việc cuối cùng.**

3.5. **Bà giáo sư Đại học Y đến bệnh viện khám cho bệnh nhân vào thứ ba** _____.

4. Change the active voice to the passive voice in the following sentences. Pay attention to the different meanings of the passive markers **được, bị** and **do**. Note that, when both **được** and **do** are possible, **do** puts more emphasis on the performer of the action.

Example:

Tuần trước, cơn bão tàn phá nặng nề thàng phố nằm trên bờ biển miền trung này. (bị) → Tuần trước, thành phố nằm trên bờ biển miền Trung này bị cơn bão tàn phá nặng nề.

4.1. **Công ti du lịch Đông Đô triển khai tour này vào năm ngoái.** (được / do)

4.2. **Năm 2001, các nhà khảo cổ phát hiện và bắt đầu khai quật Hoàng thành Thăng Long.** (được / do)

4.3. **Giám đốc công ti phê bình chúng tôi vì không hoàn thành dự án đúng thời hạn.** (bị)

4.4. **Trung tâm triển khai một chương trình nghiên cứu về lịch sử triều Nguyễn.** (được / do)

4.5. **Công ti ấy sản xuất chiếc xe ô tô chạy bằng điện đầu tiên.** (do)

4.6. **Trường đại học thành lập trung tâm nghiên cứu về châu Á học.** (được / do)

5. Fill in the blanks with **hàng chục, hàng trăm, hàng nghìn / ngàn, hàng vạn** or **hàng triệu.**

5.1. **_____ nhà khoa học nổi tiếng từ nhiều nước đến dự cuộc hội thảo quốc tế về biến đổi khí hậu.**

5.2. **Trong tháng này, công ti du lịch của chúng tôi đã tổ chức _____ tour xuyên Việt.**

5.3. **Các cột thạch nhũ ở trong hang này được hình thàng trong _____ năm.**

5.4. **_____ người đến sân vận động tham dự buổi hoà nhạc do ban nhạc trẻ mới nổi tiếng trình bầy.**

5.5. **Các nhà thờ trong thành phố đã thu hút _____ người đến dự lễ vào đêm Giáng sinh.**

6. Use **như** or **trông như, giống như, trông giống như** to complete the following sentences.

6.1. **Trời bỗng nhiên tối lại** (like it is going to rain).

6.2. **Mùa thu lá cây trong khu rừng chuyển sang màu vàng và màu đỏ** (like a painting in the museum).

6.3. **Người đứng phía bên kia đường** (like waving to us).

6.4. **Đàn chim bay trên trời** (like the shape of an arrow).

6.5. **Tôi nghe thấy** (like someone is knocking on the door).

7. Use **được** with the meanings "to have a chance or opportunity to do something" and "to be able to do something" to translate the following sentences. Pay attention to the position of **được**.

7.1. I have lost my keys so I am unable to enter my house.

7.2. We finally had an opportunity to attend the well-known professor's lecture on the Imperial Citadel of Thăng Long.

7.3. I was told that it is impossible to fix the machine.

7.4. Were you able to translate the article? – No, I wasn't.

7.5. I had a chance to admire [gaze at] the painting when it was displayed at the Hà Nội Museum of Fine Arts.

8. Use **nhằm** to complete the following statements.

8.1. **Trường nội trú được xây dựng ở vùng này** (with a view to assisting ethnic minorities in sending their children to school).

8.2. **Người ta xây dựng sân bay mới** (with a view to using it as an airport for domestic flights).

8.3. **Chính phủ khuyến khích người dân dùng xe chạy bằng điện** (with a view to protecting the environment).

8.4. **Chương trình giáo dục mới** (was designed with a view to raising students' interest in social sciences and humanities).

8.5. **Đường cao tốc vành đai** (was built with a view to reducing the traffic through downtown).

Ruộng bậc thang ở tỉnh Yên Bái Terraced rice fields in Yên Bái Province
(Ảnh / Photo: Đặng Ngọc Đức)

CHAPTER THREE
Traffic and Transportation

NARRATIVE ONE

BÁO NHÂN DÂN ONLINE NGÀY 28 THÁNG 12 NĂM 2023

Nút Ngã Tư Sở thông thoáng
sau khi được tổ chức lại giao thông
(trích bài của Quốc Toản)

Tình trạng phương tiện ùn tắc kéo dài từ Vành đai 2 trên cao đổ xuống, hay dòng phương tiện nối đuôi nhau nhích từng chút trên đường Trường Chinh đã giảm rõ rệt, đường sá thông thoáng hơn, phương tiện lưu thông đã thoát hơn.

Đây là kết quả đáng ghi nhận có được sau phương án điều chỉnh mới đây của Sở Giao thông vận tải Hà Nội.

Cụ thể, Sở Giao thông vận tải Hà Nội di dời cây xanh tại 4 đảo dẫn hướng, xén đảo dẫn hướng để tăng làn chờ cho các phương tiện (theo hướng từ Láng về Trường Chinh và ngược lại); mở lối quay đầu mới cho các phương tiện đi theo hướng Tây Sơn-Ngã Tư Sở-Tây Sơn; mở rộng lối quay đầu hướng Nguyễn Trãi-Ngã Tư Sở-Nguyễn Trãi.

Đơn vị chức năng cũng xén dải phân cách, mở rộng lối rẽ phải từ Nguyễn Trãi vào Trường Chinh và Trường Chinh sang Tây Sơn; tạo làn đường mới dưới gầm cầu Ngã Tư Sở cho các phương tiện đi thẳng từ Trường Chinh sang Láng.

Các phương tiện di chuyển từ Trường Chinh sang Láng đi vào làn mới mở dưới gầm cầu Ngã Tư Sở và di chuyển liên tục không dừng đèn đỏ. Các phương tiện đi từ Trường Chinh sang Nguyễn Trãi di chuyển như cũ.

Ngoài ra, phương tiện cũng có thể quay đầu tại đầu đường Trường Chinh ngay sát chân cầu vượt.

NARRATIVE ONE

NEWSPAPER NHÂN DÂN ONLINE, DECEMBER 28, 2023

Ngã Tư Sở Interchange is Free of Traffic Jams After Traffic Reorganization

Excerpts from an article by Quốc Toản

The traffic backups from Belt Road 2 down to city streets and the flow of vehicles inching after one another on Trường Chinh Street have significantly decreased. The roads are free of traffic jams, and the flow of vehicles moves more smoothly.

The impact of recent adjustments made by the City of Hà Nội's Department of Traffic and Transportation is noticeable.

In particular, the City Department of Traffic and Transportation removed trees from four navigation islands, trimmed the islands to create more waiting lanes for vehicles from Láng to Trường Chinh Street and in the opposite direction; opened a new U-turn lane for vehicles moving in the directions of Tây Sơn-Ngã Tư Sở-Tây Sơn; and widened the U-turn lane for vehicles moving in the directions of Nguyễn Trãi-Ngã Tư Sở-Nguyễn Trãi.

The team also reduced the center divider, widened the right-turn lanes from Nguyễn Trãi onto Trường Chinh and from Trường Chinh onto Tây Sơn; and built a new lane under Ngã Tư Sở bridge for vehicles moving from Trường Chinh straight ahead to Láng.

Vehicles moving from Trường Chinh onto Láng use this newly built lane and keep moving without stopping at the red light. Vehicles going from Trường Chinh onto Nguyễn Trãi move in the same way as they did before.

In addition, vehicles can make a U-turn at the beginning of Trường Chinh Street near the bottom of the overpass.

Vocabulary

nút in this context: a major road junction

ngã tư intersection

Ngã Tư Sở one of the largest intersections in Hà Nội

thông thoáng clear of heavy traffic

tình trạng situation, condition

ùn tắc to back up

kéo dài to extend

vành đai belt; in this context: a belt road or highway

đổ xuống in this context: to move down (speaking of traffic)

dòng flow, stream

phương tiện means; in this context: vehicle

dòng phương tiện flow of traffic

nối đuôi nhau to move one after another

nhích từng chút to inch

giảm to decrease

rõ rệt (reduplicative) obvious(ly), evident(ly)

lưu thông to move

thoát in this context: smoothly

đáng to be worth

ghi nhận to recognize, notice

có được to be achieved

phương án plan

điều chỉnh to adjust

cụ thể in this context: in particular

mới đây recent

vận tải transportation

di dời to move

đảo dẫn hướng navigation island

xén in this context: to cut out a part of the traffic circle to build a new lane for traffic

làn lane

làn chờ waiting lane

hướng direction

Láng and **Trường Chinh** are major streets in Hà Nội

ngược lại opposite; in this context: in the opposite direction

mở to open up

lối road

quay đầu to make a U-turn

chức năng function

đơn vị chức năng in this context: team from the Department of Traffic and Transportation

rẽ to turn

phải right

rẽ phải to turn right

tạo to create

dưới gầm cầu under the bridge

thẳng straight

đi thẳng to move straight ahead

di chuyển to move

liên tục continuous(ly), with no interruption

dừng to stop

đèn đỏ red light

như cũ as before, with no change

ngoài ra besides

38 CHAPTER THREE

đầu đường the beginning of a street
ngay right
sát close to, adjacent to

chân in this context: bottom (the lowest part) of a bridge or overpass
cầu vượt overpass

Answer the following comprehension questions.
1. Sở Giao thông vận tải Hà Nội điều chỉnh giao thông tại khu vực nào?
2. Những gì đã được áp dụng để giải quyết tình trạng ùn tắc tại khu vực này?

Vào giờ cao điểm, tình trạng ùn tắc đã cải thiện khá nhiều
Congestion in Hà Nội at rush hour has considerably improved. *(Ảnh / Photo: Quốc Toản)*

NARRATIVE TWO

BÁO HÀ NỘI MỚI ONLINE NGÀY 28 THÁNG 12 NĂM 2023

Thay đổi tâm lí ngại đi xe buýt

(trích bài của Nguyễn Văn Công)

Thói quen sử dụng phương tiện giao thông công cộng nói chung và xe buýt nói riêng cần được khuyến khích và lan toả rộng rãi. Trong những năm gần đây, xe buýt tại Hà Nội đã có những chuyển biến mạnh mẽ, góp phần thay đổi bộ mặt giao thông công cộng của Thủ đô theo hướng văn minh, hiện đại.

Tuy nhiên, năng lực vận tải của xe buýt vẫn chưa được khai thác triệt để, một số tuyến xe buýt còn vắng khách. Một trong những nguyên nhân khiến xe buýt còn chưa đạt được lượng hành khách như kì vọng phải kể đến là tâm lí, thói quen đi lại của người dân chưa thay đổi, nhiều người chưa thấy được lợi ích của việc đi xe buýt.

Đa số người dân Hà Nội vẫn có thói quen đi lại bằng phương tiện cá nhân. Hễ bước chân ra khỏi nhà là lên xe đi đến điểm cần đến, gần như không phải đi bộ. Bên cạnh đó, đặc thù đường phố ở Hà Nội nhiều ngóc ngách, phố nhỏ ngoằn ngoèo, hầu hết xe buýt không thể đi vào tận nơi, để đến được bến xe phải đi bộ vài trăm mét nên người dân vẫn ưu tiên đi xe máy.

Tại các nước có hệ thống giao thông công cộng phát triển, ngoài việc đầu tư cho hệ thống xe buýt hiện đại, đúng giờ của cơ quan chức năng thì người dân cũng tự giác thay đổi thói quen để tiếp cận xe buýt. Họ sẵn sàng đi bộ đến bến xe buýt, sắp xếp công việc một cách khoa học để không bao giờ bị lỡ chuyến. Đồng thời, đa số coi việc đi bộ tới điểm chờ xe buýt là một cách rèn luyện sức khoẻ.

Để tháo gỡ tâm lý ngại sử dụng xe buýt cần sự chung tay của cộng đồng, đặc biệt là các cơ quan truyền thông đại chúng nhằm truyền tải thông điệp về văn hoá giao thông, bảo vệ môi trường, lợi ích của hệ thống giao thông công cộng, từ đó giúp người dân dần thay đổi thói quen, vượt qua tâm lí e ngại để được thụ hưởng những tiện ích mà vận tải hành khách công cộng mang lại.

NARRATIVE TWO

NEWSPAPER HÀ NỘI MỚI ONLINE, DECEMBER 28, 2023

Overcoming Public Reluctance to Take the Bus
Excerpts from an article by Nguyễn Văn Công

The use of public transportation in general and buses in particular should be encouraged and widely adopted. In recent years, the Hà Nội bus system has seen rapid positive change, which has contributed to improving the public transportation system of the capital city in line with what a modern, advanced society should have.

Nevertheless, bus capacity has not been fully taken advantage of, and several bus lines still have few passengers. One reason the buses have not reached the expected number of passengers is that people's mindset and commuting habits remain unchanged. Many people have not realized the advantages of taking the bus.

Most Hà Nội residents are accustomed to using individual means of transportation. Whenever they go out, they take their car or motobike. Most do not walk. In addition, Hà Nội streets have many narrow, meandering alleys that buses are unable to enter. In order to reach a bus stop, people would have to walk hundreds of meters. As a result, they prefer riding their motorbikes.

In countries with well-developed public transportation systems, authorities have invested in modernizing the bus systems so they run on time, but people have also changed their habits to start using the bus. They are happy to walk to the bus stop, and try to rationally arrange their schedules so they don't miss the bus. Most also believe that walking to the bus stop is good exercise.

Everybody in the community should work together to overcome reluctance to take the bus. The mass media in particular should promote a culture of commuting and being environmentally friendly and aware of the advantages of using public transportation so that people will be less reluctant to take the bus and will benefit from the conveniences of public transportation.

TRAFFIC AND TRANSPORTATION

Vocabulary

thay đổi to change; in this context: to overcome, get rid of

tâm lí psychology, mindset

ngại to be reluctant to

thói quen habit

sử dụng to use, take a means of transportation

công cộng public

nói chung in general

nói riêng in particular

cần need

lan toả to spread

rộng rãi (reduplicative) wide(ly)

chuyển biến (to) change

mạnh mẽ (reduplicative) strong, powerful; in this context: rapid

góp phần to contribute to

bộ mặt look, appearance

văn minh civilized; civilization

hiện đại modern

năng lực capacity

khai thác to exploit; in this context: to make use of, take advantage of

triệt để consistent; in this context: to the full

vắng khách to have few customers; in this context: to have few passengers

nguyên nhân reason

khiến to cause

đạt to achieve

lượng amount, number

hành khách passenger

kì vọng to expect

phải must, to have to

kể đến to mention

người dân resident, people

lợi ích advantage

đa số majority

cá nhân individual

hễ ... là ... whenever ... [then] ...

lên xe to get on a means of transportation; in this context: to drive one's car or motorbike

gần như almost

bên cạnh đó besides, in addition, on top of that

đặc thù specific feature

đường phố (collective noun) streets

ngóc ngách (collective noun; reduplicative) alleys

ngoằn ngoèo (reduplicative) meandering, zigzagging, winding

hầu hết most of

tận as far as; in this context: as close as

vào tận nơi to come in as close to the location as possible

ưu tiên in this context: to prefer

hệ thống system

phát triển developed, advanced

ngoài in addition to

đúng giờ on time

tự giác self-imposed; in this context: to realize the necessity of doing something

tiếp cận to approach; in this context: to start using

sẵn sàng (reduplicative) to be ready, do something voluntarily, be happy to do something

sắp xếp to arrange

công việc work; in this context: things to do

một cách in a manner

khoa học science; in this context: reasonable

  một cách khoa học in a reasonable or rational manner

lỡ to miss

chuyến a trip

  lỡ chuyến in this context: to miss a bus

đồng thời at the same time

coi ... là to regard as, consider

điểm point; in this context: stop

  điểm chờ xe buýt a bus stop (literally: point where passengers wait for a bus)

cách way

rèn luyện to train

sức khoẻ health

  rèn luyện sức khoẻ to exercise

tháo gỡ to get rid of

chung tay to do something together

cộng đồng community

đặc biệt là especially

cơ quan office, organ

truyền thông media

đại chúng mass

  cơ quan truyền thông đại chúng mass media

truyền tải to send

thông điệp message

từ đó in this context: and then

vượt qua to overcome

e ngại to be reluctant to

thụ hưởng to take advantage of

tiện ích convenience

mang lại to bring

Answer the following comprehension questions.

1. **Vì sao năng lực vận tải của xe buýt vẫn chưa được khai thác triệt để?**
2. **Thói quen đi lại của đa số người dân Hà Nội là gì?**
3. **Đường phố Hà Nội có đặc điểm gì?**
4. **Người ta phải làm gì để khuyến khích người dân sử dụng hệ thống giao thông công cộng?**

Grammar and Usage Notes

1. The adjective **đáng** conveys the meaning "to be worth doing something" when preceding some verbs of feeling: **đáng yêu** "lovable," **đáng ghét** "hateful," **đáng buồn** "sad," **đáng thương** "pitiable"; verbs denoting praising or blaming: **đáng khen** "praiseworthy," **đáng trách** "blameworthy," **đáng chê** "blameworthy," **đáng tiếc** "regrettable"; and some other verbs: **đáng làm** "to be worth

doing," **đáng xem** "to be worth seeing / watching," **đáng đi thăm** "to be worth visiting," **đáng ghi nhận** "should get noticed or recognized."

2. In English, words such as *before* and *after* function as <u>prepositions</u> when placed before a noun or noun phrase: *before* his arrival, *after* his arrival; or as <u>conjunctions</u> when placed at the beginning of a clause of time: *Before* he arrives, he will give us a call. *After* he arrives, we will leave for the airport right away.

   In Vietnamese, words such as **trước**, **sau** and **trong** function only as <u>prepositions</u> placed before a noun or noun phrase: **trước giờ học** "before class / a class meeting," **sau giờ học** "after class / a class meeting," **trong giờ học** "during the class meeting." In order to say "before class begins" or "after class is over," Vietnamese adds **khi** to the prepositions to turn them into <u>conjunctions</u>: **trước khi giờ học bắt đầu** "before class begins," **sau khi giờ học kết thúc** "after class is over." Not only are **trước khi, sau khi, trong khi** and **khi** used as conjunctions in a sentence, they are also used before a verb or verb phrase:

   > **Sau khi thi có thể nghỉ mấy ngày trước khi bắt đầu học kì tiếp theo.** After taking final exams students can take a few days off before starting the next semester.

   In this sentence, **thi** and **bắt đầu** are verbs and should be used after **sau khi** and **trước khi** respectively. Neither **sau thi** nor **trước bắt đầu** is possible.

3. **Ngoài ra** meaning "additionaly, in addition" is a parenthetic word which links what has just been said to another event that is going to be spoken of. It may start a paragraph as in Narrative One, where it links the last two paragraphs to each other:

   > ... **Các phương tiện đi từ Trường Chinh sang Nguyễn Trãi di chuyển như cũ. Ngoài ra, phương tiện cũng có thể quay đầu tại đầu đường Trường Chinh ngay sát chân cầu vượt.**
   > ... Vehicles which move from Trường Chinh Street to Nguyễn Trãi Street keep moving as before the adjustments were made. In addition, vehicles can make a U-turn at the beginning of Trường Chinh Street near the bottom of the overpass.

   The preposition **ngoài** [... **ra**] "in addition to" is introduced in Note 8 below.

4. The words **nói chung** and **nói riêng** placed at the end of two statements form a semantically related pair, which is equivalent to the English pair *in general, in particular*. For instance:

   > **Các thành phố lớn của Việt Nam nói chung, Hà Nội nói riêng đang cố gắng khuyến khích người dân sử dụng các phương tiện giao thông công cộng.**
   > Viet Nam's large cities in general and Hà Nội in particular are encouraging people to take public transportation.

Nói chung in this pair should not be confused with the expression **nói chung** meaning "in general, generally speaking," which precedes a statement and is separated from the statement by a comma:

> **Nói chung, giao thông công cộng ở Hà Nội trong những năm gần đây được cải thiện rõ rệt.** In general, public transportation in Hà Nội has significantly improved in recent years.

5. The verb **khiến** means "to cause someone or something to do something or to be in a particular state; to lead someone or something to a particular state or condition." It is chiefly used in formal Vietnamese. For example:

> **Anh ấy thi trượt khiến bố mẹ buồn.** He failed the exam, which made his parents sad.

In informal Vietnamese, the verb **làm cho** is used instead:

> **Anh ấy thi trượt làm cho bố mẹ buồn.**

6. The conjunction **hễ [cứ]** introduces a subordinate clause to denote the habit of the subject, which is followed by the main clause that contains **là** referring to the automatic result of the habit. **Hễ [cứ]** precedes the predicate of the subordinate clause, and the component **cứ** is optional. **Là** is placed at the beginning of the main clause before the subject, if the subject is present. If the subordinate and main clauses have the same subject, it is mentioned just once. Narrative Two has a sentence using this conjunction with no subject:

> (1) **Hễ bước chân ra khỏi nhà là lên xe đi đến điểm cần đến.** Whenever people in Hà Nội go out, they take their car or motobike.

The subject **người dân Hà Nội** "people in Hà Nội" has already been mentioned before and is understood here.

This sentence may contain the subject in two ways:

> (2) **Người dân Hà Nội hễ [cứ] bước chân ra khỏi nhà là lên xe đi đến điểm cần đến.**

> (3) **Hễ [cứ] bước chân ra khỏi nhà là người dân Hà Nội lên xe đi đến điểm cần đến.**

In (2) the subject **người dân Hà Nội** precedes **hễ cứ** in the subordinate clause. In (3) the subject appears before the verb **lên xe**, which is the predicate of the main clause.

7. The preposition **tận** conveys the emphatic meaning of place "all the way to" or the meaning of time "right up to," "until." Very often, **đến** is used before **tận** to show more emphasis. Some examples:

Họ ra tận cổng đón khách. They came all the way out to the gate to meet the guests.

Chúng tôi lội qua suối, nước lên đến tận đầu gối. We waded across the stream, and the water was up to our knees.

Sự kiện ấy tôi còn nhớ đến tận bây giờ. I remember the event even now [until now].

Chị ấy thức đến tận một giờ đêm viết báo cáo. She stayed until 1 am to write the report.

8. The preposition **ngoài ... [ra]** meaning "in addition to" is used to add another object to the verb. The word **còn** is used before the verb phrase:

    Hôm nay, ngoài Hoàng thành Thăng Long [ra], chúng tôi còn đi thăm Quốc tử giám. Today, in addition to the Imperial Citadel of Thăng Long, we also visited Royal College.

    Ngoài can be used to add an event to another one, as in the narrative:

    Ngoài việc đầu tư cho hệ thống xe buýt hiện đại, đúng giờ của cơ quan chức năng thì người dân cũng tự giác thay đổi thói quen để tiếp cận xe buýt. In addition to the authorities' investing in modernizing the bus system, which should work in a timely manner, people also realize the necessity of changing their habits in order to start taking the bus.

9. The component **một cách** is used before a bisyllabic adjective to form an adverb of manner: **một cách chậm chạp** "slowly," **một cách nhanh chóng** "quickly," **một cách tự tin** "confidently," **một cách công khai** "openly." It cannot be used before a monosyllabic adjective.

10. In addition to functioning as the passive marker (Chapter Two, Grammar and Usage Note 5), **bị** is also used before another verb to refer to an event which unfavorably affects the subject, as in the narrative:

    Họ sẵn sàng đi bộ đến bến xe buýt, sắp xếp công việc một cách khoa học để không bao giờ bị lỡ chuyến. They are happy to walk to the bus stop and try to rationally arrange their schedules so they don't miss the bus.

    Bị lỡ chuyến "to miss a bus" is unfavorable in the speaker's opinion. With this function, **bị** is grammatically optional. However, without **bị**, the verb phrase does not convey any emphasis on the unfavorable feature of the action or event.

Cultural Notes

1. **Bộ** (ministry, department) is the highest level of the government office in a given area. For example, **Bộ Giao thông vận tải** "Ministry of Traffic and Transportation," **Bộ Giáo dục và đào tạo** "Ministry of Education and Training," **Bộ Y tế** "Ministry of Health." **Sở** refers to an office at a lower level in a province (**tỉnh**) or a city directly reporting to the central government (**thành phố trực thuộc Trung ương**). **Bộ Giao thông vận tải** has **sở giao thông vận tải** in 63 provinces and 5 cities directly reporting to the central government.

2. The Vietnamese government has heavily invested in public transportation and subsidizes fares to encourage people to use it. Buses are the primary means of public transportation in big cities. The bus fare nationwide in 2024 is 7,000 VN dong (about 30 cents). Residents over age 60 and children under age 6 ride free.

   Hà Nội's first elevated metro line (**Đường sắt đô thị Hà Nội**) opened in 2021. It connects the Đống Đa and Hà Đông districts. A single ticket ranges from 8,000 to 15,000 VND (0.33 to 0.63 USD in 2024) depending on the distance, and 30,000 VND ($1.24 USD) for a day pass. A monthly pass is priced at 200,000 VND ($8.24 USD). Residents over age 60 and children under 6 ride free.

Máy bán vé tại ga Suối Tiên trên truyền đường sắt đô thị Thành phố Hồ Chí Minh
Ticket vending machines in Hồ Chí Minh Metro's Suối Tiên Station *(Ảnh / Photo: Ngô Như Bình)*

Một đoàn tàu tại ga Suối Tiên A train at Suối Tiên Station
(Ảnh / Photo: Ngô Như Bình)

The bus is the only means of public transportation in Hồ Chí Minh City at present. The fare is the same as in Hà Nội. Two Hồ Chí Minh City metro lines (**Đường sắt đô thị Thành phố Hồ Chí Minh**) are being constructed, combining underground metro, tram and monorail services. The first line is scheduled to open in late 2024.

3. Major streets in Viet Nam's large cities have crosswalks for pedestrians. However, most car and motorbike drivers ignore them, so pedestrians should exercise extreme caution when crossing where there is no traffic light.

Grammar and Usage Exercises

1. Fill in the blanks with the following verbs so that the sentences make sense: **yêu, trách, mừng, đi thăm, ghi nhận, buồn, thương, tiếc, xem, khen**. Indicate the sentences where more than one verb can be used.

1.1. **Việc anh ấy làm thật đáng** _____.

1.2. **Câu chuyện kết thúc đáng** _____.

1.3. **Cô bé trông đáng** _____ **quá!**

1.4. **Đáng** _____ **là đội bóng mà chúng tôi là cổ động viên bị thua.**

1.5. **Hoàn cảnh của bà ấy thật đáng** _____.

1.6. **Việc giải quyết được tình trạng ùn tắc ở nút giao thông Ngã Tư Sở đáng** _____.

1.7. **Khu di tích lịch sử ấy đáng** _____.

1.8. **Thành tích bảo vệ xuất sắc luận án tiến sĩ của chị ấy thật đáng** _____.

1.9. **Bộ phim mới của đạo diễn ấy dở lắm, không đáng** _____ **đâu.**

1.10. **Tin ông ấy đã bình phục sau cơn bệnh nặng rất đáng** _____.

2. Fill in the blanks with **trước, trước khi, sau, sau khi, trong, trong khi, khi.** Indicate the sentences where more than one of them are possible.

2.1. _____ **giờ học, sinh viên nói chuyện với nhau về trận đấu bóng rổ tối hôm qua.**

2.2. _____ **học ngữ pháp của bài, tôi thường học từ mới.**

2.3. **Anh ấy thường nghe nhạc** _____ **ngồi trên tàu điện ngầm.**

2.4. _____ **buổi họp, chúng tôi bàn về chương trình tham quan Đồng bằng sông Cửu Long.**

2.5. **Tôi sẽ ghé đón anh** _____ **đến đón anh ấy.**

2.6. _____ **những ngày ở thăm Đà Nẵng, tôi đã đến thăm Bảo tàng điêu khắc Chăm một ngày.**

2.7. **Tôi học được rất nhiều** _____ **làm việc cho công ti tư vấn ấy.**

2.8. _____ **chuyến đi thăm Hoàng thành Thăng Long, chúng tôi được giới thiệu về lịch sử các triều đại phong kiến Việt Nam.**

3. Complete the following sentences.

3.1. **Cơ quan chức năng điều chỉnh hướng đi của xe. Ngoài ra, một số làn đường** _____

3.2. **Công ti du lịch này tổ chức hai tour xe đạp đi thăm một số nơi trong thành phố. Ngoài ra, công ti còn tổ chức một số tour** _____

3.3. **Vườn Quốc gia Phong Nha – Kẻ Bàng được UNESCO công nhận là di sản văn hoá thế giới. Ngoài ra, Thánh địa Mĩ Sơn ở tỉnh Quảng Nam** _____

3.4. **Trong chuyến đi sắp tới, chúng tôi sẽ đi thăm Hà Nội và Huế. Ngoài ra, chúng tôi cũng sẽ** _____

3.5. **Đợt không khí lạnh này gây ra gió mùa đông bắc ở vùng Đồng bằng sông Hồng. Ngoài ra, miền Trung cũng** _____

4. Complete the following sentences containing the pair **nói chung, nói riêng.**

4.1. **Môi trường các thành phố ở Việt Nam nói chung,** _____ **nói riêng bị ô nhiễm nghiêm trọng.**

4.2. **Du khách rất thích thú khi đi thăm các di tích lịch sử của thủ đô nói chung,** _____ **nói riêng.**

4.3. **Việc chuyển đổi sang năng lượng tái tạo nói chung,** _____ **nói riêng là một nhu cầu cấp thiết.**

4.4. **Thành phố có hệ thống giao thông công cộng nói chung,** _____ **nói riêng rất tiện lợi.**

4.5. **Các nguồn năng lượng truyền thống nói chung,** _____ **nói riêng đang ngày càng cạn kiệt.**

5. Complete the following sentences containing the pair **hễ [cứ]** ... **là** ...

5.1. **Hễ cứ có tiền là bạn tôi** (spends on traveling).

5.2. **Hễ cứ vào hiệu sách là tôi** (buy at least one book).

5.3. **Hễ cứ mưa to là khu phố này** (is flooded).

5.4. **Hễ cứ đến Cần Thơ là chúng tôi** (stay at that hotel).

5.5. **Hễ cứ nghe bản nhạc là tôi** (think of my grandmother who loved this musical work).

6. Use **đến tận** to translate the following statements.

6.1. He accompanied us all the way to the bus stop.

6.2. Thăng Long was the name of the city from 1010 until 1831, when Emperor Minh Mạng changed the name to Hà Nội.

6.3. National Highway 1 runs from Viet Nam's border with China to Cà Mau Province, which is the country's southernmost province. (use **cực nam** for "southernmost")

6.4. It was raining hard until this morning.

6.5. Trần Hưng Đạo Street in Sài Gòn, which is one of the longest streets in the city, runs from District One right up to District Five in Chợ Lớn.

7. Use **ngoài** ... **ra** to complete the following statements.

7.1. **Ngoài tiếng Việt ra, bạn tôi còn** _____

7.2. **Ngoài đường vành đai 1 ra, Hà Nội còn có** _____

7.3. **Ngoài Vườn Quốc gia Phong Nha-Kẻ Bàng ra, tỉnh Quảng Bình còn có** _____

7.4. **Ngoài dân ca quan họ Bắc Ninh ra, chương trình ca nhạc dân tộc còn giới thiệu** _____

7.5. **Trong số các phương tiện giao thông công cộng, ngoài xe buýt ra, Hà Nội còn có** _____

Một bến xe buýt tại trung tâm Hà Nội A bus stop in downtown Hà Nội *(Ảnh / Photo: Ngô Như Bình)*

8. Fill in the blanks with the following adverbs of manner: **một cách chậm chạp, một cách tự tin, một cách nhanh chóng, một cách thành thạo, một cách công khai.**

8.1. **Tình trạng ùn tắc giao thông được cải thiện** _____.

8.2. **Họ nói về chuyện ấy** _____.

8.3. **Sau khi tập, mệt quá nên anh ấy bước ra khỏi khu thể thao** _____.

8.4. **Chị ấy là chuyên gia trong lĩnh vực này nên trình bày vấn đề** _____.

8.5. **Người thợ chữa chiếc máy hỏng** _____.

9. Translate the following statements using **bị**, which implies an event unfavorable from the speaker's point of view.

9.1. He got seriously sick and was hospitalized for a few days. (use **bị** for "got seriously sick")

9.2. We left home too late and missed our flight. (use **bị** for "missed the flight")

9.3. At rush hour, the traffic at this major intersection in the city usually backs up for a kilometer. (use **bị** for "backs up")

9.4. When wading across the stream, I fell down a couple of times. (use **bị** for "fell down")

9.5. He had a fever and did not go to class yesterday. (use **bị** for "had a fever")

CHAPTER FOUR

Food and Drink

NARRATIVE ONE

BÁO TUỔI TRẺ ONLINE NGÀY 25 THÁNG 3 NĂM 2023

Trong 9 kiểu uống cà phê phổ biến ở Đông Nam Á, Việt Nam có 4

(trích bài của Uyên Phương)

Theo chuyên trang ẩm thực Taste Atlas, trong số 9 loại cà phê phổ biến nhất khu vực Đông Nam Á, Việt Nam có 4 loại là sữa chua cà phê, cà phê trứng, cà phê đen và cà phê sữa.

Tại Việt Nam, cà phê là thức uống bình dân được tất cả mọi người từ khắp mọi miền đất nước yêu thích. Đối với người Việt Nam, cà phê không chỉ là một thức uống, mà nó còn là một nét văn hoá, một thói quen và một lối sống của mọi người.

Kể từ khi người Pháp mang hương vị độc đáo này đến Việt Nam lần đầu tiên vào thế kỉ 19, nhà nhà, người người đều xem nó như một phần không thể thiếu trong cuộc sống của mình.

Bên cạnh cà phê đen và cà phê sữa đá thì gần đây cà phê trứng cũng dần trở nên phổ biến và được biết đến rộng rãi hơn.

NARRATIVE ONE

NEWSPAPER TUỔI TRẺ ONLINE, MARCH 25, 2023

Of the nine most common ways of drinking coffee in Southeast Asia, Viet Nam has four
Excerpts from an article by Uyên Phương

According to the food culture magazine Taste Atlas, of the nine most common ways of drinking coffee in Southeast Asia, Viet Nam has four, namely coffee with yogurt, coffee with egg, black coffee and coffee with condensed sweetened milk.

In Viet Nam, coffee is a popular drink that people from all regions of the country are fond of. To the Vietnamese, coffee is not only a drink, but also a feature of their culture, everyday routine and lifestyle.

Since the French first brought this uniquely flavored drink to Viet Nam in the nineteenth century, the Vietnamese (literally: every family, everybody) regards coffee as an essential part of their life.

In addition to black coffee and coffee with condensed sweetened milk and ice, coffee with egg has recently become popular and widely accepted.

Vocabulary

kiểu way, manner
Đông Nam Á Southeast Asia
chuyên trang in this context: a section in the magazine Taste Atlas
sữa chua yogurt
trứng egg
sữa milk
đen black
thức uống drink
bình dân in this context: affordable for ordinary people
khắp all over
mọi every
  khắp mọi miền all the regions
đất nước country
yêu thích to love and desire
đối với for, to
không chỉ ... mà còn ... not only ... but also ...
nét feature
lối sống lifestyle

tất cả mọi người everybody
kể từ khi since
hương vị flavor, taste
lần đầu tiên for the first time
thế kỉ century
nhà nhà every family, every household
người người everybody
đều emphatic marker for the plural
xem ... như ... to regard as, consider
phần part
thiếu to lack
  không thể thiếu should be available
cuộc sống life
bên cạnh besides
đá ice (for drinks)
gần đây recently
trở nên to become
được biết đến to be known

Cà phê trứng
Coffee with egg
(Ảnh / Photo: Istock)

54 CHAPTER FOUR

Sữa chua cà phê Coffee with yogurt *(Ảnh / Photo: Istock)*

Answer the following comprehension questions.

1. Việt Nam có những loại cà phê nào trong số 9 loại cà phê phổ biến nhất Đông Nam Á?
2. Ai mang cà phê đến Việt Nam? Vào khi nào?
3. Loại cà phê nào ở Việt Nam gần đây trở nên phổ biến?

NARRATIVE TWO

BÁO THANH NIÊN ONLINE NGÀY 08 THÁNG 12 NĂM 2023

Cơm tấm đêm 115.000 / dĩa bán tới 3 giờ sáng ở TP HCM: sao khách không nói mắc?

(trích bài của Cao An Biên)

Không mấy xa lạ, đó là quán cơm tấm đêm của chị em dì Bảy (58 tuổi), nằm trước một con hẻm trên đường Nguyễn Tri Phương (Q.10), là điểm đến quen thuộc của nhiều "cú đêm" ở TP HCM. Trời chập tối, quán cơm tấm của dì Bảy lên đèn. Quầy đồ ăn được sắp xếp trông hấp dẫn, mùi sườn nướng toả ra thơm nức mũi. Mới mở bán, nhưng quán ăn đã đều đặn khách ghé mua.

Tôi để ý thấy nhiều người tới đây chọn món cơm tấm sườn cây giá 115.000 đồng, nhiều người gọi thêm bì, chả ăn cùng nên giá của mỗi dĩa cơm là 125.000 đồng khiến tôi có phần ngạc nhiên. Bởi khách vui vẻ ăn mà không ai chê mắc.

"Ở đây, giá bao nhiêu cũng có. Từ phần cơm 35.0000 đồng đến phần cơm 200.000 đồng, đều có thể chiều khách", người anh họ phụ bán ở quán dì Bảy cười nói.

Dì Bảy đứng quầy, tay nhanh thoăn thoắt làm những dĩa cơm theo đúng yêu cầu của khách, như thể đã quen thuộc với công việc này từ lâu. Người phụ nữ cho biết làm nhanh là phải, bởi bà đã ngót nghét chục năm gắn bó với công việc này.

Tò mò, tôi hỏi về giá dĩa cơm 115.000 đồng: "Giá cao vậy, sao khách vẫn ăn món này đông vậy dì?" Bà chủ cười hiền, tâm sự rằng tiền nào của nấy, không phải ngẫu nhiên khi quán bán phần cơm với giá này. Chính miếng sườn chất lượng, được ướp và nướng theo công thức riêng của quán là điểm "mấu chốt" và cũng là bí quyết để khách vui vẻ trả mức giá đó.

NARRATIVE TWO

NEWSPAPER THANH NIÊN ONLINE, DECEMBER 8, 2023

Broken rice priced at 115,000 VN dong per plate and sold until 3 a.m. in Hồ Chí Minh City: Why don't customers complain about the high price?

Excerpts from an article by Cao An Biên

There's a popular eatery that sells broken rice late at night, run by Aunt Bảy, age 58, and her sister. It is located in front of an alley on Nguyễn Tri Phương Street (District 10) and frequented by many night owls in Hồ Chí Minh City. Twilight falls and Aunt Bảy's eatery turns on the lights. The food stall is arranged to catch the eye. Delicious aromas waft from the barbecued ribs. Although the eatery opened recently, it already has a large number of frequent customers.

I notice that quite a few customers order spareribs priced at 115,000 dong. Many of them add pork skin and grilled egg to the order, bringing the total to 125,000 dong, which surprises me. The customers really enjoy the food and never complain about the price.

"Our eatery offers food at a wide variety of prices, from a plate of rice for 35,000 dong to a plate of rice for 200,000 dong. We try our best to please our customers," says Aunt Bảy's cousin, who assists her in cooking and selling the food.

Aunt Bảy stands at the stall preparing customers' orders quickly and skill-fully. Apparently, she has been accustomed to this kind of work for a long time. She tells me that she is supposed to cook fast, as she has been doing this job for nearly ten years.

I am curious about the price, 115,000 dong for a plate of rice: "The price is so high. Why do many customers order the dish?" The owner gently smiles and shares her thoughts, saying that the worth of a thing is what it will bring. There is a good reason her eatery charges that price. Her exellent recipe for marinating and barbecuing spareribs, more than anything, is the "key point" and secret to why customers are happy to pay that price for a plate of rice.

FOOD AND DRINK 57

Dì Bảy nói rằng khách ăn sau 1 giờ đêm thường là những người đi chơi khuya về hay người có công việc đặc thù phải bắt đầu một ngày mới sớm. Dù bán giờ lạ, nhưng quán vẫn đều đặn khách nên chủ quán quyết định duy trì giờ bán này suốt những năm qua.

"Mệt thì có mệt nhưng mà tôi bán quen khung giờ này rồi. Khách ăn đông, khen ngon, hài lòng là mình thấy vui", cười tươi, dì Bảy tâm sự. Đêm đêm, quán ăn dì Bảy vẫn sáng đèn, đón khách tới rạng sáng hôm sau.

Cơm tấm sườn cây, bì, chả Broken rice with spareribs, pork skin and grilled egg
(Ảnh / Photo: Cao An Biên)

Aunt Bảy says that customers who come for a meal after 1 a.m. typically have just attended a late entertainment event or have a job which begins very early in the morning. Although the hours are uncommon, the eatery has many frequent customers, which is why she decided to keep these same hours throughout recent years.

"Of course, I get tired. But I've gotten used to these hours. We have a good number of customers who are sastified with the tasty food, which makes me happy," Aunt Bảy cheerfully smiles, sharing her feelings. At night, the lights at Aunt Bảy's eatery stay on to welcome customers till dawn the next day.

Vocabulary

cơm tấm broken rice

đĩa (Sài Gòn dialect) plate (Hà Nội dialect: **đĩa**)

khách customer

mắc (Sài Gòn dialect) expensive (Hà Nội dialect: **đắt**)

không mấy not very

xa lạ unfamiliar, not well known

quán small shop, eatery

dì aunt (mother's sister)

con classifier for an alley

hẻm (Sài Gòn dialect) alley (Hà Nội dialect: **ngõ**)

Q. 10 = quận 10 District 10

điểm đến destination

quen thuộc (với) to be familiar

cú owl
  cú đêm a night owl

chập tối twilight, dusk
  trời chập tối twilight falls

lên đèn to turn on lights

quầy stand, stall

đồ ăn food

sắp xếp to display

hấp dẫn attractive, eye-catching

mùi smell, fragrance, aroma

sườn rib

nướng to bake, barbecue; baked, barbecued

toả ra to give off

thơm nức mũi (idiom) delicious-smelling
  mùi sườn nướng toả ra thơm nức mũi delicious aromas are wafting from the barbecued ribs

đều đặn (reduplicative) in this context: continuously

ghé to stop by

để ý thấy to notice

món dish

sườn cây sparerib

giá price

gọi to order food in a restaurant
  gọi thêm to add to one's order

bì pork skin

chả in this context: **chả trứng** grilled egg

ngạc nhiên to be surprised

FOOD AND DRINK 59

bởi short form of **bởi vì** because

vui vẻ (reduplicative) in this context: to be happy to enjoy something

không ai nobody, no one

chê in this context: to complain

bao nhiêu cũng … an emphatic construction (see Grammar and Usage below)

phần portion

họ component referring to the child of one's aunt or uncle
  anh họ cousin (son of one's aunt or uncle)

phụ (Sài Gòn dialect) to help (Hà Nội dialect: **giúp**)

nhanh thoăn thoắt quickly and skillfully

yêu cầu to require, request
  theo đúng yêu cầu to fully meet the requirements

như thể as if, apparently

phụ nữ (formal) woman

là phải (idiom) as expected

ngót nghét (reduplicative; informal) almost

gắn bó to be attached to; in this context: to remain devoted to

tò mò (reduplicative) curious

hiền gentle

tâm sự to share one's thoughts or feelings

tiền nào của nấy (saying) the worth of a thing is what it will bring

ngẫu nhiên by accident, accidentally
  không phải ngẫu nhiên not by accident

chính (emphatic marker) just, right

miếng a piece

chất lượng quality; in this context: to be of high quality

ướp to marinate

công thức recipe

riêng separate, private
  công thức riêng one's own recipe

mấu chốt key
  điểm mấu chốt key point

bí quyết trade secret

khuya late night

đặc thù specific

lạ unusual

đều đặn khách in this context: the restaurant's food is in demand

quyết định to decide

suốt throughout
  suốt những năm qua throughout recent years

mệt to be tired

nhưng mà (informal) = **nhưng**
  mệt thì có mệt nhưng mà … of course I get tired but …

quen to get accustomed to

khung giờ in this context: work hours

khách ăn đông to have a lot of customers (speaking of a restaurant)

khen ngon to be happy with the food's quality (literally: to praise the tasty food)

hài lòng to be satisfied

là mình thấy vui it makes me happy

tươi cheerful
  cười tươi to smile cheerfully

đêm đêm every night

sáng đèn lights are on

đón in this context: to welcome

rạng sáng dawn, daybreak, sunrise

tới rạng sáng hôm sau till dawn of the next day

Answer the following comprehension questions.

1. **Những ai thường đến ăn ở quán cơm tấm đêm của chị em dì Bảy?**

2. **Khách hàng chọn món ăn nào?**

3. **Quán cơm bán những phần cơm giá bao nhiêu?**

4. **Giá một số phần cơm cao nhưng tại sao khách hàng không chê đắt?**

5. **Tại sao dì Bảy thấy vui mặc dù mệt vì quán của dì bán từ tối hôm trước cho đến rạng sáng hôm sau?**

Grammar and Usage Notes

1. The preposition **đối với** is placed after an adjective or adverb and before a noun or pronoun to indicate the person a statement refers to. It is translated into English as "for" or "to." For example:

   Cái túi này hơi nặng đối với tôi. This bag is pretty heavy for me.

   The preposition **đối với** can be placed at the beginning of the sentence. In that case, the prepositional phrase with **đối với** is separated from the rest of the sentence by a comma:

   Đối với tôi, cái túi này hơi nặng.

   Another example containing **đối với** from Narrative One:

   Đối với người Việt Nam, cà phê không chỉ là một thức uống, mà nó còn là một nét văn hoá, một thói quen và một lối sống của mọi người. To the Vietnamese, coffee is not only a drink, but also a feature of their culture, daily routine and lifestyle.

2. The construction **không chỉ ... mà còn ...** is equivalent to the English construction *not only ... but also ...*:

   Cà phê không chỉ là một thức uống, mà nó còn là một nét văn hoá, một thói quen và một lối sống của mọi người. Coffee is not only a drink, but also a feature of their (Vietnamese people's) culture, daily routine and lifestyle.

   In this sentence, **không chỉ** and **mà còn** are placed before the verb **là**, and the subject **nó** is inserted between **mà** and **còn**. The subject may be left out: ... **mà còn là một nét văn hoá** ... Generally speaking, **không chỉ** and **mà còn** are used before the verb or adjective which is the predicate of the sentence. Some other examples:

FOOD AND DRINK 61

Bạn tôi không chỉ học giỏi mà còn đá bóng rất hay. My friend is not only a good student, but also a great soccer player (literally: not only studies well, but also plays soccer very well).

Mùa hè ở vùng này không chỉ nóng mà còn ẩm. The summer in this region is not only hot, but also humid.

3. Some monosyllabic nouns are reduplicated to indicate the plural, as in the first narrative: **nhà nhà** "every family or household," **người người** "everybody." Nouns denoting times of day can also be reduplicated: **sáng sáng** "every morning," **trưa trưa** "every noon or afternoon," **chiều chiều** "every late afternoon or evening," **tối tối** "every evening." Narrative Two has the reduplicative **đêm đêm** meaning "every night."

4. **Thiếu** is a transitive verb meaning "to lack, not to have enough": **thiếu tiền** "to lack money," **thiếu thời gian** "to not have enough time," **thiếu tự tin** "to lack confidence," **thiếu kinh nghiệm** "to lack experience, be inexperienced." **Thiếu** can be used after the negation **không** to refer to a large amount of something:

Khu phố ấy không thiếu nhà hàng châu Á. That area does not lack for Asian restaurants.

Không thể thiếu [được] is an idiomatic expression referring to something which is necessary or is an essential part of something, as in the first narrative:

Nhà nhà, người người đều xem nó như một phần không thể thiếu trong cuộc sống của mình. The Vietnamese (literally: every family, everybody) regards it (coffee) as an essential part of their life.

The idiom **thiếu gì** meaning "[there's] a lot" is commonly used in conversational Vietnamese. For example:

A: **Ở Việt Nam hình như không có cà phê arabica.** It seems to me that there's no arabica coffee in Viet Nam.

B: **Thiếu gì.** There's a lot.

5. The word **đều** originally meaning "equal(ly)" is used before the predicate to put emphasis on the plurality of the part placed at the beginning of a sentence, which can be:

(1) the subject of the sentence:

Mọi người trong gia đình tôi đều uống cà phê vào sáng sớm. Everybody in my family drinks coffee in the early morning.

(2) the object of the verb that is fronted:

Các loại cà phê ấy tôi đều đã nếm thử rồi. I have tried all those kinds of coffee.

Note that, when both the subject and object are in the plural, the part which is placed at the beginning of the sentence is emphasized. For instance, if the subject of the sentence above is **chúng tôi** meaning "we," the subject comes first to be emphasized:

Chúng tôi đều đã nếm thử các loại cà phê ấy rồi. We all have tried those kinds of coffee.

(3) the adverbial of place or time that comes at the beginning of the sentence:

Ở miền Bắc, miền Trung và miền Nam người ta đều trồng cà phê. Coffee is grown (literally: people grow coffee) in Northern, Central and Southern Viet Nam.

Cả mùa hè và mùa đông người Hà Nội đều thích uống cà phê sữa đá. People in Hà Nội like to drink coffee with sweetened milk and ice both in the summer and in the winter.

6. The word **con** originally meaning "child" is used as a classifier for animals, birds and fish: **con chó** "dog," **con chim** "bird," **con cá** "fish." It is also the classifier for some other nouns, which should be memorized: **con sông** "river," **con thuyền** "boat," **con tàu** "ship," **con dao** "knife," **con đường** "road, way," **con số** "digit," **con tem** "stamp," **con mắt** "eye," **con người** "human being." In Narrative Two, **con** is used as a classifier before the noun **hẻm**: **con hẻm** "alley." This is characteristic of the Sài Gòn dialect, as **ngõ**—the Hà Nội equivalent of **hẻm**—is not used with any classifier.

7. **Bởi** in the narrative is the short form of the conjunction **bởi vì** "because," which is used in the subordinate clause of reason. There are three conjunctions with this meaning: **bởi vì, tại vì** and **vì**. **Vì** is the most common conjunction used in any register of speech. **Bởi vì, tại vì, bởi** and **tại**, the short form of **tại vì**, are used in informal Vietnamese. For example:

Hôm qua chúng tôi không đi tham quan một số di tích lịch sử của thành phố vì / bởi vì / tại vì / bởi / tại trời mưa suốt cả ngày. We did not go to visit several of the city's historic sites yesterday because it was raining the whole day.

The subordinate clause of reason can come first. In that case, the main clause begins with the conjunction of result **cho nên** or its short form **nên**.

Vì / bởi vì / tại vì / bởi / tại hôm qua trời mưa suốt cả ngày nên chúng tôi không đi tham quan một số di tích lịch sử của thành phố.

The question words for a clause of reason are **vì sao, tại sao** and **sao**. **Sao** is used in informal Vietnamese.

Vì sao / Tại sao / Sao hôm qua các bạn không đi thăm một số di tích lịch sử của thành phố? Why didn't you visit several of the city's historic sites yesterday?

Notice that the questions words **vì sao, tại sao** and **sao** refer only to the reason. In English, the question word "why" means both "for what reason" and "for what purpose." The question word **để làm gì** meaning "for what purpose" is introduced in Chapter Five, Grammar and Usage note 3.

8. **Cũng** following a question word is used in an emphatic construction with the meaning "all, every." In the narrative, the sentence **Ở đây, giá bao nhiêu cũng có** means "At our restaurant, we offer food at a whole range (literally: all kinds) of prices." This construction puts emphasis on different parts of a sentence.

   (1) The subject is stressed as follows:

   ai / noun + **nào** + **cũng** + object:

   Ai / du khách nào cũng muốn đến thăm Văn Miếu. Everyone / All the tourists want to visit the Temple of Literature.

   (2) the object is stressed as follows:

   ai / noun + **nào** / **gì** + subject + **cũng** + predicate

   Ở công ti này, ai / người nào cô ấy cũng quen. She knows everybody at this company.

   Việc gì anh ấy cũng có thể làm được. He can do all kinds of jobs.

   Note that the stressed object of the sentence is fronted.

   (3) the adverb of place and time is stressed as follows:

   noun + **nào** / **bao giờ** / **đâu** + subject + **cũng** + predicate

   Tuần nào chị ấy cũng đến tập ở khu thể thao ít nhất hai lần. Every week she works out at the athletic center at least twice.

   Bao giờ anh ấy cũng sẵn sàng giúp chúng tôi. He is ready to help us out at any time (literally: at all times).

   Ở đâu chúng tôi cũng thấy có bãi biển đẹp. We saw beautiful beaches everywhere.

   Note that the stressed adverbs of place and time are fronted.

9. **Chính** precedes a part of the sentence to put emphasis on that part. The narrative has the sentence **Chính miếng sườn chất lượng [...] là điểm "mấu chốt" và cũng là bí quyết để khách vui vẻ trả mức giá đó.** "In particular, the high quality spareribs are the key point and our secret for making customers happy to pay the price." **Chính** precedes the subject **miếng sườn chất lượng** to put emphasis on it. Another example where **chính** precedes the subject:

   (1) **Chính tôi giới thiệu anh với họ.** It was me who introduced you to them.

   Chính may precede

64 CHAPTER FOUR

(2) the predicate **là**:

Chị ấy chính là người ngày nào cũng đến văn phòng đầu tiên. Every day she is the person who comes to the office first.

(3) the object:

Chúng tôi muốn đến thăm chính bảo tàng này. We would like to visit just this museum.

(4) the adverbials or clauses of reason and purpose; **là** may be inserted between **chính** and the adverbial or clause:

Chính [là] vì độ ẩm quá cao nên vùng này không trồng được cà phê. The very high humidity is the main reason coffee cannot be grown in this area.

Lễ hội văn hoá ẩm thực được tổ chức chính [là] để giới thiệu với du khách đặc sản của Huế. The food culture festival is held specifically to introduce Huế's specialties to tourists.

10. The conjunction **rằng** is used to link a noun clause to the main clause. **Là** also performs this function but is used in informal Vietnamese. This conjunction is the equivalent of the English *that*. The narrative has two sentences containing the conjunction **rằng**:

Bà chủ cười hiền, tâm sự rằng tiền nào của nấy. The owner of the restaurant gently smiles and tells me that the worth of a thing is what it will bring.

Dì Bảy nói rằng khách ăn sau 1 giờ đêm thường là những người đi chơi khuya về. Aunt Bảy says that customers who come for a meal after 1 a.m. typically have just attended a late night entertainment event.

11. The subordinate clause of concession contains the conjunctions **tuy**, **mặc dù** or **dù**. The main clause that follows the subordinate clause has **nhưng** at the beginning and **vẫn** between the subject and the predicate, as in the narrative:

Dù bán giờ lạ, nhưng quán vẫn đều đặn khách nên chủ quán quyết định duy trì giờ bán này suốt những năm qua. Although the restaurant's hours are unusual, the number of customers who frequent it has been stable, and therefore the owner decided to keep the same hours throughout recent years.

If the main clause is fronted, **nhưng** is left out, but **vẫn** remains:

Quán vẫn đông khách dù bán giờ lạ. Although the restaurant's hours are unusual, the number of customers who frequent it has been stable.

Some other examples:

Mặc dù hôm ấy trời mưa nhưng vẫn đông du khách tham gia tour xe đạp đêm Thăng Long – Hà Nội. Although it rained that day, a lot of tourists participated in the Thăng Long–Hà Nội night bike tour.

With the other sequence of clauses:

Vẫn đông du khách tham gia tour xe đạp đêm Thăng Long – Hà Nội mặc dù hôm ấy trời mưa.

Tuy bận nhiều việc nhưng anh ấy vẫn thường xuyên tập thể thao. Although he is very busy, he exercises regularly.

With the other sequence of clauses:

Anh ấy vẫn thường xuyên tập thể thao tuy bận nhiều việc.

12. The construction adjective + **thì có** + the same adjective + **nhưng** conveys the meaning of concession with the emphasis on the fact denoted by the adjective. **Nhưng** begins the main clause, as in the sentence in the narrative:

    Mệt thì có mệt nhưng mà tôi bán quen khung giờ này rồi. Of course, I get tired. [There's no question about that.] But I've gotten used to these hours.

Some other examples:

Xa thì có xa nhưng chuyến đi thật thú vị. Of course, it was very far away, but the trip was really enjoyable.

Khó thì có khó nhưng không thể không làm việc ấy. Of course, it is hard, but the job should be done.

Cultural Notes

1. Coffee was brought to Viet Nam by the French in the mid-nineteenth century. The first coffee plantation was established in Northern Viet Nam in 1888. In the early twentieth century, coffee plantations were founded in Nghệ An and Quảng Trị Provinces in the Northern Region of Central Viet Nam and Đắk Lắk and Lâm Đồng in the Central Plateaux. Both arabica and robusta are grown on the plantations. Viet Nam is the world's second largest coffee exporter after Brazil.

Cà phê phin Filtered coffee
(Ảnh / Photo: Ngô Như Bình)

Nowadays, coffee shops use coffee makers to brew coffee for customers. Some small cafés, however, still serve coffee in a filter as they did half a century ago, which is called **cà phê phin**. A cup with a filter on top containing coffee and hot water is brought to the table. Coffee drips slowly through the filter down to the cup. If the customer orders **cà phê sữa**, condensed sweetened milk is poured into the bottom of the cup, and coffee drips onto the milk.

Cà phê sữa
Coffee with condensed sweetened milk
(Ảnh / Photo: Ngô Như Bình)

2. When in Viet Nam, tourists from all over the world want to try authentic Vietnamese food, which, true to its reputation, is delicious and inexpensive. **Phở** is probably the most popular dish, often served for breakfast. Some **phở** restaurants serve it for lunch and dinner as well. Other common breakfasts are a bowl of **cháo** (rice poridge) or **bún** (fresh rice noodles) or a plate of **xôi** (steamed glutinous rice). There is a wide variety of **cháo**, **bún** and **xôi** dishes. European breakfast is also popular in the big cities.

Those who have lunch at work typically go out for a plate of **cơm tấm** (see Narrative Two) or **cơm văn phòng** (literally: lunch for office) at a very reasonable price. The main meal is eaten at home in the evening.

French and Chinese cuisine have been popular in Viet Nam for a long time. Today, more and more Vietnamese are eating at Japanese, Korean and Italian restaurants, or at American fast food restaurants.

3. **Cơm tấm** originated in the Mekong River Delta. People in Sài Gòn modified the dish by adding many ingredients, which made **cơm tấm Sài Gòn** well known. Since the country was reunified in 1975, **cơm tấm** has become popular throughout Viet Nam. A single plate offers everything you could want in a homestyle meal, including rice, meat (pork, chicken, beef or spareribs), grilled egg, pork skin, fried onion, cooked vegetables, fresh salad and pickled vegetables (carrot, cucumber, Vietnamese daikon, green papaya). A plate of **cơm tấm** is served with a small bowl of fish sauce mixed with water, sugar, vinegar, lime, chili pepper, black pepper, garlic and many other spices.

Cây cà phê trổ hoa trên nương cà phê tỉnh Đắk Lắk. A blossoming coffee tree on a coffee plantation in Đắk Lắk Province. *(Ảnh / Photo: Trần Quang Trung)*

Grammar and Usage Exercises

1. Use **đối với** to translate each of the following sentences twice. First, place the prepositional phrase **đối với** at the end of the sentence; then, invert the order of the first part of the sentence and the prepositional phrase. Pay attention to the comma, which separates the fronted prepositional phrase from the other part of the sentence.

1.1. This coffee with sweetened milk is too sweet for me.

1.2. The color of this shirt is a bit dark for me.

1.3. These noodles in the Quảng Nam style (**mì Quảng**) are really spicy for me.

1.4. To wake up at 5 a.m. would be too early for the kids.

1.5. This New Year rice cake is too big for us. We can't finish it. (use **bánh chưng** for "New Year rice cake")

2. Complete the following statements containing the pair **không chỉ … mà còn …**

2.1. **Người Việt Nam không chỉ uống cà phê phin mà còn** _____

2.2. **Lễ hội ẩm thực không chỉ được tổ chức ở Hà Nội mà còn** _____

2.3. **Tại lễ hội ẩm thực, du khách không chỉ thưởng thức các món đặc sản của Việt Nam mà còn thưởng thức** _____

2.4. **Du khách không chỉ tham gia tour xe đạp đêm Thăng Long – Hà Nội mà còn** _____

2.5. **Các công ti Nhật Bản không chỉ đầu tư vào công nghiệp ô tô mà còn** _____

3. Fill in the blanks with the following reduplicatives: **chiều chiều, nhà nhà, sáng sáng, đêm đêm, trưa trưa.**

3.1. **Những người lớn tuổi** _____ **ra công viên tập thể dục từ rất sớm.**

3.2. _____ **đường phố trở nên vắng xe vì nhiều người ăn cơm trưa ở nơi làm việc.**

3.3. **Nhà hàng ấy** _____ **mở cửa đến tận 1 giờ vì nhiều người đi chơi khuya về đến ăn.**

3.4. **Ngày Lễ Độc lập,** _____ **đều treo cờ.**

3.5. **Mùa hè người Hà Nội** _____ **thích lên hồ Tây chơi vì ở đấy mát mẻ.**

4. Use **thiếu** to translate the following sentences.

4.1. She is an unexperienced driver, so I will drive you to the airport. The roads from here to the airport are busy at rush hour and also confusing to her. (use **đông xe** for "busy" and **rắc rối dễ nhầm** for "confusing")

4.2. Coffee is an essential part of a Vietnamese breakfast.

4.3. The streets in the city are narrow and often congested; therefore, two-wheel vehicles are extremely important for delivering farm products and seafood from wholesale markets to retail grocery stores.

4.4. A: I guess we won't find a French restaurant in this neighborhood.
B: There are a lot of French restaurants here.

4.5. At the food culture festival, there are many specialties of ethnic minorities.

5. Add the word **đều** to the following sentences. Change the word order where necessary. Indicate the sentences where either the subject or the object can be emphasized. Pay attention to the word order in those sentences.

5.1. **Công ti ấy có văn phòng ở Hà Nội và Sài Gòn.**

5.2. **Chúng tôi đã nếm thử các món đặc sản ấy.**

5.3. **Du khách đi thăm các di tích lịch sử của Hà Nội.**

5.4. **Đường cao tốc này đông xe vào ngày thường** (weekdays) **và thứ bảy chủ nhật.**

5.5. **Tất cả các bài có phần ngữ pháp và cách dùng từ.**

5.6. **Khu vực Tây Bắc bộ và Đông Bắc bộ chịu ảnh hưởng của đợt không khí lạnh.**

5.7. **Tôi cần từ điển Anh-Việt và từ điển Việt-Anh.**

5.8. **Trong tháng này, người ta tổ chức lễ hội ẩm thực ở Hà Nội và Huế.**

5.9. **Những chiếc xe 3-4 bánh tự chế chở hàng cồng kềnh không đảm bảo tiêu chuẩn an toàn kĩ thuật bị cảnh sát phạt nặng.**

5.10. **Bạn tôi thích uống cà phê sữa nóng và cà phê sữa đá.**

FOOD AND DRINK 69

6. Combine the following pairs of sentences to make a complex sentence, first with the subordinate clause of reason (1), and then with the subordinate clause of result (2). Invert parts of the sentences where necessary.

Example:

(1) **Hôm qua chúng tôi không đi tham quan một số di tích lịch sử của thành phố vì / bởi vì / tại vì / bởi / tại trời mưa suốt cả ngày.**

(2) **Vì / bởi vì / tại vì / bởi / tại hôm qua trời mưa suốt cả ngày nên chúng tôi không đi tham quan một số di tích lịch sử của thành phố.**

6.1. **Nhà hàng ấy đông khách. Các món đặc sản rất ngon.**

6.2. **Nhiều người nước ngoài ở Việt Nam không thích uống cà phê robusta. Họ quen uống cà phê arabica.**

6.3. **Tây Bắc bộ chịu ảnh hưởng của bộ phận không khí lạnh chậm hơn Bắc Trung bộ. Bộ phận không khí lạnh di chuyển về hướng đông.**

6.4. **Sự chuyển đổi sang năng lượng xanh không chỉ là một lựa chọn mà là một nhu cầu cấp thiết. Các nguồn năng lượng truyền thống như dầu mỏ, than đá và khí tự nhiên đang dần cạn kiệt.**

6.5. **Nút Ngã Tư Sở giao thông thông thoáng hơn. Sở Giao thông vận tải Hà Nội mới đây đã điều chỉnh giao thông tại khu vực này.**

7. Use the emphatic construction with **cũng** introduced in Note 8 to answer the following questions. Pay attention to word order.

Example: **Cô ấy quen ai ở công ti này?** → **Ở công ti này, ai cô ấy cũng quen.**

7.1. **Du khách muốn đi thăm những di tích lịch sử nào của thủ đô Hà Nội?**

7.2. **Bang nào của Mĩ có cộng đồng người Việt Nam** (Vietnamese community)?

7.3. **Người Việt Nam trồng lúa ở những tỉnh nào của Đồng bằng sông Cửu Long?**

7.4. **Ai trong số các bạn có thể giúp họ?**

7.5. **Vùng này có mưa vào mùa nào?**

8. Use the emphatic **chính** to translate the following statements.

8.1. Doctor Nhung is the person who treated my child at Sài Gòn Children's Hospital. (Use **chính** for "Doctor Nhung.")

8.2. I called the tour guide to find out the route for the night bike tour scheduled for Sunday. (Use **chính** for "the tour guide.")

8.3. We study Vietnamese to learn about Viet Nam. (Use **chính** for "to learn about Viet Nam.")

8.4. This is the book I have been looking for for a while. (Use **chính** for "is the book …")

8.5. Today it is raining, windy and chilly because of the northeast wind. (Use **chính** for "because of …")

9. Use **rằng** or **là** to translate the following statements. Note that **rằng** is more formal than **là**.

9.1. The group of tourists from Japan informed the travel agency that their flight will be landing at Nội Bài Airport tomorrow at 8:15 pm.

9.2. He told me that he doesn't like the job.

9.3. I remember that I have read the novel, but I don't remember its title.

9.4. We all are aware that the transition to clean energy will provide us with a sustainable solution without damaging the environment.

9.5. I noticed that the town where I lived during college had changed a lot.

10. Use **tuy, mặc dù** or **dù** to combine the following sentences into complex sentences with the subordinate clause of concession. First place the subordinate clause first (1), and then place the main clause first (2). Remember to use **nhưng** and **vẫn** where they are necessary.

Example:

(1) **Mặc dù hôm ấy trời mưa nhưng vẫn đông du khách tham gia tour xe đạp đêm Thăng Long – Hà Nội.**

(2) **Vẫn đông du khách tham gia tour xe đạp đêm Thăng Long – Hà Nội mặc dù hôm ấy trời mưa.**

10.1. **Giá các món đặc sản ở nhà hàng khá đắt. Khách đến ăn rất đông.**

10.2. **Hôm nay trời nắng. Trời khá lạnh vì gió mạnh.**

10.3. **Bây giờ không phải giờ cao điểm** (rush hour). **Đường cao tốc bị tắc.**

10.4. **Bà ấy bị ốm. Bà ấy đi làm vì không có ai thay.**

10.5. **Ngã tư này xe không được quay đầu. Một số xe quay đầu nên bị cảnh sát phạt.**

11. Use the construction adjective + **thì có** + the same adjective + **nhưng** to complete the following sentences, and then translate the first parts of the sentences into English.

11.1. **Món đặc sản này ngon thì có ngon nhưng** (a bit expensive).

11.2. **Trời nóng thì có nóng nhưng** (it becomes cooler when a light breeze comes from the ocean).

11.3. **Bến xe buýt xa thì có xa nhưng** (we should take the bus instead of driving because the streets are congested at rush hour).

11.4. **Muộn thì có muộn nhưng** (we should finish this job today).

11.5. **Bộ phim hay thì có hay nhưng** (too long).

CHAPTER FIVE

Shopping

NARRATIVE ONE

BÁO LAO ĐỘNG ONLINE NGÀY 30 THÁNG 12 NĂM 2023

Hàng hoá Tết tấp nập về các chợ TP HCM
(trích bài của Ngọc Lê – Thanh Chân)

Tại các chợ sỉ, chợ đầu mối TP HCM, hàng Tết bắt đầu tấp nập đổ về, các mặt hàng phong phú, đa dạng. Năm nay, giá các sản phẩm không tăng nhiều so với mọi năm, các tiểu thương cũng nhập hàng vừa đủ để đáp ứng nhu cầu của người dân.

Lượng hàng về chợ tăng cao

Chợ Bình Tây (Quận 6) là khu chợ sỉ bánh kẹo lớn nhất TP HCM. Những ngày cuối năm 2023, không khí mua bán tại đây trở nên nhộn nhịp hơn. Lượng hàng hoá các loại với số lượng lớn tập kết về phục vụ tối đa nhu cầu người tiêu dùng.

Ông Trương Phát – tiểu thương chợ Bình Tây – chia sẻ: "Gần Tết, người dân đến chợ mua sắm tấp nập hơn. Hàng hoá về chợ ngày một tăng, so với tháng trước tăng khoảng 50-60% tập trung ở các mặt hàng bánh kẹo, mứt, đồ khô".

Thời điểm này, tại 3 chợ đầu mối Bình Điền, Hóc Môn và Thủ Đức lượng hàng hoá khá dồi dào, giá cả bình ổn. Các tiểu thương cũng kì vọng sức mua sẽ tăng trong dịp cao điểm mua sắm cuối năm.

"Chúng tôi vẫn đảm bảo nguồn hàng về chợ 4-5 tấn/đêm, đặc biệt vào những ngày cuối năm lượng hàng hoá càng tăng cao. Tuy tình hình kinh tế khó khăn nhưng tôi hi vọng sức mua sẽ tăng vào những ngày gần Tết" – chị Lương Hằng – tiểu thương ngành hàng thuỷ hải sản – cho hay.

NARRATIVE ONE

NEWSPAPER LAO ĐỘNG ONLINE, DECEMBER 30, 2023

Deliveries of New Year Products to Hồ Chí Minh City Markets Are Booming

Excerpts from an article by Ngọc Lê – Thanh Chân

Wholesale and outlet markets in Hồ Chí Minh City are overflowing with goods for the New Year holiday, and diverse items are abundant. This year, retail prices have not risen as much as in previous years. Small vendors have ordered just enough to meet their customers' needs.

Amount of products delivered to markets increases markedly

Bình Tây market (District 6) is the largest wholesale market for cookies and candies in Hồ Chí Minh City. On the last days of 2023, the market is [becoming] bustling. A large amount of widely varied goods have been delivered to the market to meet consumer demand.

Mr. Trương Phát, a small vendor at Bình Tây, said, "The New Year is approaching and more and more people are coming to the market to do their shopping. The amount of goods delivered to the market is increasing day by day. There is an increase of about 50-60% compared to last month, mostly for cookies, candies, sugar-coated dried fruits and dried foods."

Currently, the amount of goods at the three outlet markets, Bình Điền, Hóc Môn and Thủ Đức, is plentiful and prices are stable. Small vendors also expect customer purchasing power to increase at the peak of end-of-year shopping.

"We try to keep the quantity of products delivered to the markets steady at four to five tons per night, and even higher on the last days of the year. Although the economy has encountered considerable difficulties, we still hope that purchasing power will rise when we are closer to the Lunar New Year," said Ms. Lương Hằng, a small vendor of freshwater and saltwater seafood.

Theo đại diện các chợ đầu mối, lượng hàng về chợ đang dần bước vào cao điểm. Dự kiến vào thời điểm cận Tết, lượng hàng nhập về các chợ tăng khoảng 80% so với ngày thường, lên đến 13.000 – 15.000 tấn/ngày.

Đảm bảo chất lượng hàng hoá, an toàn thực phẩm

Theo Sở Công Thương TP HCM, lượng nông sản cung ứng thị trường thành phố thông qua 3 chợ đầu mối đạt bình quân 7.600 tấn/ngày, gồm 800 tấn thịt gia súc, gia cầm, 1.200 tấn thuỷ hải sản, 5.600 tấn rau củ quả.

Để đảm bảo an toàn thực phẩm và phòng, chống ngộ độc thực phẩm ở thời điểm trước và trong dịp Tết, Ban An toàn Thực phẩm TP HCM đã đề nghị các quận, huyện và TP Thủ Đức chủ động xây dựng kế hoạch chi tiết, tổ chức triển khai các biện pháp bảo đảm an toàn thực phẩm phòng, chống ngộ độc thực phẩm trên địa bàn.

Không khí mua bán tại các chợ sỉ, chợ đầu mối nhộn nhịp.
Wholesale and outlet markets are bustling. *(Ảnh / Photo: Ngọc Lê)*

According to the representatives of outlet markets, deliveries are about to peak. The quantity of goods delivered to outlet markets right before the New Year holiday is estimated to increase by 80% compared to the rest of the year and reach 13,000 to 15,000 tons per day.

Guaranteed quality and food safety

According to the City's Department of Industry and Commerce, the amount of agricultural products supplied to market via the three outlet markets has reached an average of 7,600 tons per day, including 800 tons of livestock and poultry meat, 1,200 tons of seafood, and 5,600 tons of fruits and vegetables.

In order to ensure food safety and prevent (and combat) food poisoning before and during the Lunar New Year holiday, the Food Safety Committee of Hồ Chí Minh City has requested that districts and Thủ Đức City take the initiative to make detailed plans and implement measures for food safety and the prevention of food poisoning in their locations.

Vocabulary

sỉ wholesale

hàng = hàng hoá goods

tấp nập (reduplicative) to bustle; bustling; booming; very active

đổ về in this context: to be delivered in large amounts

phong phú plentiful, abundant

tiểu thương in this context: seller

nhập hàng in this context: to order goods

vừa đủ just enough

đáp ứng to meet someone's need or demand

nhộn nhịp (reduplicative) to bustle; bustling

số lượng amount, number

tập kết về in this context: to be gathered (about goods)

phục vụ to serve

tối đa in this context: best

người tiêu dùng consumer

ngày một tăng to increase day by day

so với to compare; compared to

% = phần trăm percent

tập trung in this context: typically, especially

bánh kẹo cookies and candies

đồ khô dried foods

thời điểm moment

dồi dào (reduplicative) plentiful

bình ổn stable

dịp in this context: period

cao điểm peak

dịp cao điểm mua sắm cuối năm the peak shopping period at the end of the year

đảm bảo to guarantee

tấn metric ton

đặc biệt special; especially

hi vọng to hope

ngành area, field

hàng thuỷ hải sản freshwater and saltwater seafood

cho hay to say, tell

đại diện to represent; representative

bước vào cao điểm to reach a peak

dự kiến to estimate

cận = gần near, close

ngày thường in this context: at other times of the year

Công Thương = công nghiệp và thương nghiệp industry and trade

cung ứng to supply, provide

thông qua via, through

bình quân average

gồm to include

gia súc livestock

gia cầm poultry

rau củ quả (collective noun) fruits and vegetables (literally: vegetables, edible roots, fruits)

phòng to prevent

chống to fight

ngộ độc poisoning

ban committee

76 CHAPTER FIVE

đề nghị to request

quận district in the urban areas

huyện district in the rural areas

chủ động to take the initiative

kế hoạch plan

chi tiết detail; detailed

biện pháp measure

bảo đảm = đảm bảo to guarantee

Answer the following comprehension questions.

1. **Vào thời điểm cuối năm, lượng hàng hoá tại ba chợ đầu mối như thế nào? Tiểu thương kì vọng gì?**

2. **Lượng hàng hoá nhập về các chợ tăng bao nhiêu so với ngày thường?**

3. **Ban An toàn Thực phẩm TP HCM đề nghị các quận, huyện và TP Thủ Đức làm gì?**

NARRATIVE TWO

BÁO HÀ NỘI MỚI ONLINE NGÀY 01 THÁNG 01 NĂM 2024

Hà Nội: Trung tâm thương mại thu hút khách dịp nghỉ Tết Dương lịch

(trích bài của Thanh Hiền)

Với lợi thế dịch vụ đa dạng, vừa có chỗ vui chơi, xem phim, vừa là nơi mua sắm và ăn uống nên các trung tâm thương mại luôn là địa điểm thu hút khách trong dịp nghỉ lễ, Tết.

Ghi nhận tại một số địa điểm như: AEON Mall Long Biên, AEON Mall Hà Đông, Vincom Mega Mall Times City, Ocean Park, Royal City, Lotte, trong 3 ngày của kì nghỉ Tết Dương lịch, nhìn từ bãi xe đã thấy sự quá tải.

Đại diện Trung tâm Bách hoá tổng hợp và siêu thị AEON Mall Hà Đông cho biết: ngoài các hoạt động du lịch, dịp nghỉ này, nhiều người dành thời gian cùng gia đình tới mua sắm tại các trung tâm thương mại. Ước tính lượng khách đến AEON Mall Long Biên và AEON Mall Hà Đông tăng 120% - 130% so với cùng kì năm ngoái.

Đại diện các siêu thị BRG/Hapro Mart, MM Mega Market Việt Nam cũng cho biết: vào kì nghỉ lễ, nghỉ Tết nhu cầu mua sắm của người dân tập trung vào các mặt hàng thiết yếu, thực phẩm tươi sống. Riêng những siêu thị có khu vực vui chơi, ăn uống thu hút càng đông khách hơn. Vì vậy, các đơn vị đều chủ động làm việc trực tiếp với nhà cung cấp để tăng cường nguồn cung cấp hàng hoá; đồng thời, thực hiện các chương trình như giảm giá đến 50%, mua nhiều lợi nhiều, nhân điểm tích luỹ cho hơn 1.000 sản phẩm và bố trí thêm nhân viên phục vụ.

Bên cạnh đó, doanh nghiệp áp dụng chương trình "khoá giá" đối với hơn 10.000 sản phẩm hàng tiêu dùng để kích cầu tiêu dùng, nhờ đó thu hút lượng lớn khách đến mua sắm.

78 CHAPTER FIVE

NARRATIVE TWO

NEWSPAPER HÀ NỘI MỚI ONLINE, JANUARY 1, 2024

Hà Nội: Shopping Malls Attract Customers on Solar New Year Holiday
Excerpts from an article by Thanh Hiền

Shopping malls have the advantage of offering a wide of variety of services. There are entertainment areas and movie theaters as well as shopping areas and food courts. That is why customers are attracted to shopping malls on holidays, including the Solar New Year holiday.

At malls such as AEON Mall Long Biên, AEON Mall Hà Đông, Vincom Mega Mall Times City, Ocean Park, Royal City and Lotte, just look at the parking lot and you will realize how overcrowded they are on the three days of Solar New Year.

According to the spokesperson of the AEON Mall Hà Đông Center of Department Stores and Supermarkets, many people spend time with their families at shopping centers over the holiday, in addition to visiting tourist attractions. The number of customers at AEON Mall Long Biên and AEON Mall Hà Đông is estimated to increase by 120 to 130% compared to the same period last year.

Spokespeople for the BRG/Hapro Mart and MM Mega Market Việt Nam supermarkets also noted that during the New Year and other holidays, people's needs focus on essential goods and fresh foods. Shopping centers with entertainment and food areas attract more customers. For that reason, shopping centers are dealing directly with suppliers to increase the amount of products, hiring extra employees, and offering promotional programs such as 50% price cuts, buy-more-pay-less sales, and bonus points for more than 1,000 items.

In addition, businesses are implementing "price locks" for more than 10,000 consumer goods in order to stimulate consumer demand.

Theo ghi nhận, các hệ thống bán lẻ đã tăng cường phương tiện vận chuyển nhằm bổ sung hàng hoá kịp thời, hỗ trợ khách hàng dịp cao điểm này. Dù các hệ thống bán lẻ đã tăng cường thêm quầy thanh toán nhưng khách vẫn chờ khoảng 15-20 phút mới đến lượt.

Trong khi các chương trình khuyến mãi, giảm giá đối với các mặt hàng thiết yếu thu hút được lượng lớn khách hàng, thì tại các cửa hàng thời trang, giày dép, phụ kiện… dù đã triển khai nhiều chương trình "giảm giá sập sàn" với mức giảm sâu chưa từng có, nhưng vẫn không thu hút được nhiều khách hàng.

Trung tâm thương mại Tràng Tiền Plaza tại Hà Nội.
Shopping Center Tràng Tiền Plaza in Hà Nội. *(Ảnh / Photo: Ngô Như Bình)*

It is obvious that retailers have already increased delivery to supply their customers with products in a timely manner during this peak shopping period. Although retailers have added more checkout counters, customers have to wait in line about 15 to 20 minutes to pay.

However, while promotional programs and price cuts for essential products attract a large number of customers, clothing, shoe and accessory stores are unable to attract customers despite "sharp price drop" programs offering unprecedented discounts.

Vocabulary

trung tâm center

thương mại commerce
  trung tâm thương mại shopping center, shopping mall

thu hút to attract

Tết Dương lịch Solar New Year

lợi thế advantage

vừa ... vừa ... both ... and ...

vui chơi to entertain; entertainment

xem phim to watch a movie

luôn always

địa điểm place, location

lễ holiday

bãi xe in this context: parking lot

quá tải to be overcrowded

bách hoá tổng hợp department store

hoạt động activity

dành thời gian to save time for, devote time to

ước tính to estimate

so với cùng kì năm ngoái compared to the same period last year

thiết yếu essential

tươi fresh

sống live

càng even more

đơn vị in this context: retailer

nhà cung cấp supplier, provider

thực hiện to implement

mua nhiều lợi nhiều the more you buy, the less you pay

nhân to multiply

tích luỹ to accumulate
  nhân điểm tích luỹ to accumulate bonus points

bố trí to deploy

nhân viên employee

khoá giá to lock the price

kích cầu to stimulate consumer demand

bán lẻ to retail; retailer

vận chuyển to transport, deliver

bổ sung to add

kịp thời timely; in a timely manner

hỗ trợ to assist

quầy thanh toán checkout counter

lượt turn
  chờ khoảng 15-20 phút mới đến lượt to wait in line about 15 to 20 minutes to pay

thời trang fashion

giày dép (collective noun) shoes

phụ kiện clothing accessories

giảm giá sập sàn a deep price cut (literally: the price drops so sharply that it breaks the floor of the store)

mức level, extent

chưa từng có it has never happened
mức giảm sâu chưa từng có the deepest price cut so far

Answer the following comprehension questions.

1. **Lợi thế của các trung tâm thương mại là gì?**

2. **Vào kì nghỉ lễ, nghỉ Tết, nhu cầu mua sắm của người dân tập trung vào những mặt hàng nào?**

3. **Các cửa hàng thu hút khách hàng bằng những cách nào?**

Grammar and Usage Notes

1. Reduplicatives

A reduplicative is a word whose components have a phonetic resemblance to each other.

The phonetic resemblance may be whole or partial. Whole resemblance occurs when the syllables of a word exactly reduplicate each other. Narrative One in Chapter Four has two reduplicatives with whole resemblance: **nhà nhà** and **người người**. Narrative Two in Chapter Four has one reduplicative with whole resemblance: **đêm đêm**. (See Chapter Four, Grammar and Usage Note 3.)

There are various types of partial resemblance. Narratives in this chapter have the following reduplicatives with *initial consonant resemblance*: **nhộn nhịp** (nh – nh) and **dồi dào** (d – d). In Chapter Two, Narrative One has **độc đáo** (đ – đ). In Chapter Three, Narrative One has **rõ rệt** (r – r); Narrative Two has **ngóc ngách** and **ngoằn ngoèo** (ng – ng) and **sẵn sàng** (s – s). In Chapter Three, Narrative Two has **rộng rãi** (r – r); In Chapter Four, Narrative Two has **vui vẻ** (v – v), **thoăn thoắt** (th – th), **ngót nghét** (ng – ng / ngh) and **đều đặn** (đ – đ).

Partial resemblance may also refer to the *resemblance of nuclear vowels* such as **tò mò** (ò – ò) in Narrative Two of Chapter Four; or to the *resemblance of nuclear vowels and finals* such as **tấp nập** (ấp – ập) in Narrative One of this chapter.

A noun reduplicative with whole resemblance of the syllables denotes the plural: **nhà** (family, household) → **nhà nhà** (every family or household); **người** (person) → **người người** (everybody); **đêm** (night) → **đêm đêm** (every night).

A noun reduplicative with partial resemblance is usually a collective noun: **bạn** (friend) → **bạn bè** (friends).

An adjective reduplicative with partial resemblance denotes something more abstract compared with the base adjective: **mới** (new) → **mới mẻ** (not known or experienced before).

2. Phrases with **so với** are the equivalent of the English phrase "compared to / with." Narrative One has the following sentence:

> **Năm nay, giá các sản phẩm không tăng nhiều so với mọi năm.** This year, the price of consumer products has not increased much compared to previous years.

Another example:

> **Thời tiết nóng ẩm của mùa hè ở đây không thấm vào đâu so với mùa hè ở Việt Nam.** The summer heat and humidity here are nothing compared to the summer in Viet Nam.

3. The conjunction **để** meaning "in order to" introduces a clause of purpose. Narrative One has the following sentence:

> **Các tiểu thương cũng nhập hàng vừa đủ để đáp ứng nhu cầu của người dân.** Small retailers have also stocked just enough goods to meet the needs of their customers.

Another example:

> **Chúng tôi ra khỏi nhà sớm để không bị nhỡ chuyến xe buýt.** We left home early so we wouldn't miss the bus.

When the emphasis is on action carried out to serve a purpose, a subordinate clause with **để** comes before the main clause. Narrative One in this chapter has the following sentence:

> **Để đảm bảo an toàn thực phẩm và phòng, chống ngộ độc thực phẩm ở thời điểm trước và trong dịp Tết, Ban An toàn Thực phẩm TP HCM đã đề nghị các quận, huyện và TP Thủ Đức chủ động xây dựng kế hoạch chi tiết ...** In order to ensure food safety and prevent food poisoning before and during the Lunar New Year holiday, the Food Safety Committee of Hồ Chí Minh City has requested that districts and Thủ Đức City take the initiative to make detailed plans...

When actions in the main and subordinate clauses are performed by the same subject of the sentence, the conjunction **để** may be left out in conversational Vietnamese:

> **Tối qua anh ấy vào trung tâm thành phố xem một buổi hoà nhạc tại công viên.** He came downtown to attend a concert held in a park last night.

SHOPPING 83

To ask about purpose, use **để làm gì?**, which is placed at the end of the question:

Tối qua anh ấy vào trung tâm thành phố để làm gì? Why (For what purpose) did he come downtown last night?

Note that Vietnamese differentiates questions about cause (**vì sao? tại sao? sao?**) from questions about purpose (**để làm gì?**), whereas English does not. The English "why?" may refer either to cause or to purpose, which is clear only from the context. The question word for cause changes the meaning of the question:

Tại sao tối qua anh ấy vào trung tâm thành phố? Why did he come downtown last night? implies that he was not supposed to go downtown last night, maybe because he had a lot of work to do at home, or because downtown at night is not safe.

Another example:

A: **Chị mua từ điển *để làm gì*?** Why (For what purpose) did you buy a dictionary?

B: **Tôi mua từ điển để đọc báo Việt Nam.** I bought a dictionary to read Vietnamese newspapers.

A: ***Tại sao* chị mua quyển này? Quyển này từ chưa cập nhật, không dùng đọc báo Việt Nam được đâu.** Why did you buy this dictionary? This one doesn't have updated vocabulary, so you can't use it to read Vietnamese newspapers.

4. Vietnamese has two verbs meaning "to become": **trở nên** and **trở thành**, which are not interchangeable in most cases. **Trở nên** is used before an adjective. Narrative One has the following sentence:

Những ngày cuối năm 2023, không khí mua bán tại đây trở nên nhộn nhịp hơn. On the last days of 2023, the market (literally: the shopping atmosphere here) became busier than usual.

Trở thành is used before a noun. In Chapter Two, Exercise 2 has the following sentence:

Đấy là ngày mùng 4 tháng 7 năm 1776. Vào ngày ấy nước Mĩ trở thành một nước độc lập. It was the 4th of July, 1776. On that day, America became an independent country.

5. **Vừa ... vừa ...** with the meaning "both ... and ..." or "at the same time" is used to emphasize the combination of two or more

5.1. verbs functioning as predicates:

84 CHAPTER FIVE

Bạn tôi thích vừa lái xe vừa nghe nhạc rất to. My friend likes listening to loud music when he drives (literally: at the same time as driving).

5.2. adjectives functioning as predicates:

Các mặt hàng rau củ quả ở chợ vừa dồi dào vừa đa dạng. Fruits and vegetables in the market are both plentiful and diverse.

5.3. link verbs **là**:

Bà ấy vừa là bác sĩ tại bệnh viện vừa là giảng viên tại trường đại học y. She is both a doctor at the hospital and a faculty member at medical school.

5.4. adjectives modifiying a verb:

Ông ấy nói vừa nhanh vừa khó hiểu. He speaks both fast and inarticulately.

Note that both adjectives should be either "favorable" as in 5.2, or "unfavorable" as in 5.4. **Vừa ... vừa ...** cannot combine a "favorable" with an "unfavorable" adjective.

6. The word **đã** performs many functions. Narrative Two has the following sentence:

Tại một số trung tâm thương mại, nhìn từ bãi xe đã thấy sự quá tải. At some shopping malls, just look at the parking lot and you will realize how overcrowded they are.

In this sentence, **đã** with the meaning "already" is placed before a verb and implies that a second action comes immediately after the first one, usually faster than the speaker expected.

Another example:

Mấy tuần nữa đã đến Giáng sinh. Christmas arrives in just a few weeks.

7. The conjunction **trong khi ... thì ...** corresponding to the English conjunction "while" is used to denote a contrast. For instance:

Trong khi nhiều cửa hàng có các chương trình khuyến mãi, giảm giá đối với các mặt hàng thiết yếu thu hút được lượng lớn khách hàng, thì các cửa hàng thời trang vẫn vắng khách. While many stores attract a large number of customers due to promotion programs and price cuts for essential items, fashion boutiques are not crowded.

Another example:

Trong khi Sài Gòn lúc nào cũng nóng ẩm thì Đà Lạt quanh năm mát mẻ dễ chịu. While Sài Gòn is always hot and humid, Đà Lạt is pleasantly cool year round.

Cultural Notes

1. It is becoming less common for Vietnamese households to go to the market every day to buy food, as they once did. Young Vietnamese families do their grocery shopping once a week or once every other week. However, on the way home from work, they may stop by a small market for fresh vegetables to cook for dinner.

   People save up for shopping at the end of the year, and more importantly, to prepare for the Lunar New Year. At this time of year, supermarkets offer deep price cuts and coupons to encourage customers to make as many purchases as possible.

   Vietnamese buy enough food before the Lunar New Year to last for at least ten days. This is because all food markets, supermarkets, stores, shops, restaurants and eateries close from New Year's Eve (**ngày 30 tháng chạp** "the 30th of December by the lunar calendar," although a lunar December in some years may have only 29 days) through the 10th of lunar January. Some stores, restaurants and eateries close through the 15th of lunar January, called **rằm tháng giêng** "the full-moon day of lunar January."

   Outlet and wholesale food markets (**chợ đầu mối** and **chợ bán sỉ**) are a favorite destination for buying fruits, vegetables and other foods due to their low prices and the quality and freshness of their products.

2. The number of big box stores like **AEON Mall, Vincom Mega Mall, Ocean Park, Lotte Mart, BRG/Hapro Mart, MM Mega Market, Co-op Supermarket** and **Siêu thị điện máy Nguyễn Kim** in Viet Nam's large cities has steadily increased over the last two decades. They offer a wide variety of products and focus on large sales volumes. Some offer everything people need for their homes, from clothing and appliances to toys, electronics and groceries. Their prices are very competitive. In addition, they have well-designed rewards systems, including smart savings cards, to attract customers.

   Nevertheless, many households still grocery shop every day, and this allows small stores—many of which are locally owned—to keep their doors open. It takes a customer just a few minutes to walk to a small store in their neighborhood to buy food as well as various household goods.

   Online shopping is also a growing trend in Viet Nam. People buy many products online and have them shipped to their homes by truck and motorbike. The latter are extremely popular for transporting goods to customers since they can navigate congested streets in the big cities. Motorbikes deliver almost everything, including small- and medium-sized pieces of furniture.

Some people still prefer paying cash, but more and more customers are paying with credit and debit cards.

Grammar and Usage Exercises

1. Fill in the blank with a monosyllabic word or a reduplicative.

1.1. **đêm** or **đêm đêm**

_____ người ta nghe thấy nhiều tiếng kêu của thú rừng trong khu rừng gần đấy.

_____ nay khối không khí lạnh sẽ gây ra gió đông bắc ảnh hưởng đến khu vực Tây Bắc bộ và Đông Bắc bộ.

1.2. **mới** or **mới mẻ**

Quyển sách _____ của bà ấy xuất bản năm ngoái. Quyển sách đem lại một cái nhìn _____ về vai trò của người phụ nữ trong xã hội.

1.3. **nhà** or **nhà nhà**

Vào những ngày trước Tết, _____ đều bắt đầu mua sắm cành hoa đào, hoa mai trang hoàng nhà cửa.

Họ mới bán ngôi _____ để đi đến nơi khác làm ăn sinh sống.

1.4. **bạn** or **bạn bè**

_____ giúp họ rất nhiều trong những năm tháng khó khăn. Một người _____ trong số ấy vẫn thường xuyên đến thăm họ, khiến họ cảm động.

1.5. **sáng** or **sáng sáng**

_____ nay anh ấy ra khỏi nhà rất sớm vì công ti có một cuộc họp quan trọng.

_____ nhiều người ra công viên tập thể dục hay khiêu vũ.

2. Use **so với** to translate the following sentences.

2.1. Winter this year is not snowy compared to the last two years.

2.2. Compared to many people, she is quite wealthy. (use **khá giả** for "wealthy")

2.3. Today's quiz is easy compared to the last one.

2.4. Our observations show a 20% increase in buying power compared to last year.

2.5. Compared to our small apartment, his house feels like a palace. (use **cung điện** for "palace")

3. Complete the following statements with the conjunction of purpose **để**.

3.1. **Tôi mua quyển từ điển để** _____

3.2. **Trung tâm thương mại mở rộng bãi xe để** _____

3.3. **Người dân tấp nập đi mua sắm để** _____

3.4. **Cảnh sát giao thông phạt nặng xe ba bánh chở hàng cồng kềnh để** _____

3.5. **Thành phố Hà Nội tổ chức lễ hội văn hoá ẩm thực để** _____

4. Use the verbs **trở nên** and **trở thành** to translate the following sentences.

4.1. Ten years after graduating from medical school, she became a well-known doctor in the area of food safety.

4.2. We arrived in Hà Nội in May and soon became used to the hot and humid weather there.

4.3. Wholesale and outlet markets have become very busy these days. (Lit. The shopping atmosphere at wholesale and outlet markets has become bustling these days).

4.4. His parents wanted him to become a lawyer, but he applied to a technology university instead.

4.5. When it starts getting dark, the weather becomes cooler.

5. Complete the following sentences.

5.1. **Hôm nay vừa lạnh vừa** (rains).

5.2. **Miền duyên hải Nam Trung bộ vừa có khí hậu mát mẻ vừa** (has many beautiful white sand beaches).

5.3. **Ông ấy vừa là nhà văn vừa là** (a European literature professor at a university).

5.4. **Chị ấy vừa nói vừa** (smiling).

5.5. **Họ làm việc vừa giỏi vừa** (fast).

6. Use **đã** to translate the following sentences.

6.1. It rained heavily for three hours and some areas in the city have already been flooded (**ngập**).

6.2. We will take final exams for second semester (**thi học kì hai**) in just two weeks.

6.3. We left Hà Nội in the early morning and two hours later we had already reached Hạ Long Bay.

6.4. The supermarket stocked (**dự trữ**) a lot of fruits and vegetables a few days ago and by today has already sold out (**bán hết**).

6.5. Our get-together (**buổi gặp mặt**) went very well and we didn't notice that it was already 11 pm.

7. Complete the following statements.

7.1. **Trong khi các siêu thị ở trung tâm thành phố đông khách thì cửa hàng cửa hiệu ở ngoại thành _____**

7.2. **Trong khi các mặt hàng thời trang có nhiều chương trình giảm giá thì các mặt hàng thiết yếu _____**

7.3. **Trong khi đường vào trung tâm thành phố vào giờ cao điểm thường xuyên bị tắc thì đường ra khỏi trung tâm thành phố _____**

7.4. **Trong khi số xe máy chạy bằng điện bán ra tăng nhanh thì số xe máy chạy bằng xăng _____**

7.5. **Trong khi bờ biển miền Trung năm nào cũng bị bão thì bờ biển miền Nam _____**

CHAPTER SIX

Economics, Investment and Employment

NARRATIVE ONE

BÁO LAO ĐỘNG ONLINE NGÀY 03 THÁNG 3 NĂM 2024

Những ngân hàng có lãi suất cao nhất khi gửi tiết kiệm 6 tháng

(trích bài của Tuyết Lan)

Dẫn đầu là BaoVietBank niêm yết lãi suất cao nhất kì hạn 6 tháng ở mức 4,8%/năm khi khách hàng gửi tiền online, lĩnh lãi cuối kì. Khách hàng lĩnh lãi định kì hàng tháng chỉ nhận lãi suất ở mức 4,72%/năm.

Cake by VPBank đang niêm yết lãi suất kì hạn 6 tháng ở mức 4,7%/năm khi khách hàng gửi tiền có kì hạn, lĩnh lãi cuối kì. Ngoài ra, ngân hàng này đang niêm yết lãi suất cao nhất ở mức 5,2%/năm khi khách hàng gửi tiền từ 12-36 tháng, lĩnh lãi cuối kì.

HDBank niêm yết lãi suất cao nhất kì hạn 6 tháng ở mức 4,8%/năm khi khách hàng gửi tiền online, lĩnh lãi cuối kì. Ở điều kiện thường, HDBank niêm yết lãi suất cao nhất ở mức 5,7%/năm khi khách hàng gửi tiền 18 tháng.

Lãi suất tiết kiệm NamABank kì hạn 6 tháng đang niêm yết ở mức 4,5%/năm khi khách hàng gửi tiền online, lĩnh lãi cuối kì. Hiện mức lãi suất cao nhất NamABank đang niêm yết là 5,7%/năm ở kì hạn 18-36 tháng.

Bạn có thể tính nhanh tiền lãi gửi ngân hàng qua công thức sau:

tiền gửi lãi suất (%)/12 tháng số tháng gửi = tiền lãi

NARRATIVE ONE

NEWSPAPER LAO ĐỘNG ONLINE, MARCH 3, 2024

The Banks Offering the Highest Interest Rates for Six-Month Terms
Excerpts from an article by Tuyết Lan

Leading is BaoVietBank, which posted the highest annual rate, 4.8% for a 6-month term if customers deposit online and collect the interest at maturity. The annual rate for customers who receive monthly interest is 4.72%.

Cake by VPBank posted an annual rate of 4.7% for a 6-month term if customers collect interest at maturity. Additionally, the bank posted an annual rate of 5.2% for a 12- to 36-month term if customers collect interest at maturity.

HDBank posted an annual interest rate of 4.8% for a 6-month term if customers deposit online and collect interest at maturity. The bank posted an annual rate under common conditions of 5.7% for an 18-month term.

NamABank posted an annual interest rate of 4.5% if customers deposit online and collect interest at maturity. The annual interest rate posted by NamABank is 5.7% for an 18- to 36-month term.

You can use the following formula to quickly calculate the interest on money deposited in a bank:

deposited amount interest rate (%) for 12-month term 6 months = interest

Ví dụ, bạn gửi 2 tỉ đồng vào Ngân hàng A, với lãi suất 4,8% ở kì hạn 6 tháng. Tiền lãi bạn nhận được ước tính như sau:

2 tỉ đồng 4,8% 12 tháng 6 tháng = 48 triệu đồng

Như vậy, trước khi gửi tiết kiệm, bạn nên so sánh lãi suất tiết kiệm giữa các ngân hàng, lãi suất giữa các kì hạn với nhau để hưởng tiền lãi cao nhất.

Lối vào khu nhà có một số ngân hàng trong đó có BaoVietBank tại trung tâm Hà Nội.
Entrance to an office building housing several banks including BaoVietBank.
(Ảnh / Photo: Ngô Như Bình)

For example:

You have deposited 2 billion dong in A Bank which offers an annual interest rate of 4.8% for a 6-month term. You will collect the following interest:

2 billion dong 4.8% for 12-month term 6 months = 48 million dong

That being said, before depositing money in a savings account, you should compare the interest rates offered by different banks and for different terms to take advantage of the highest interest rate.

Vocabulary

ngân hàng bank

lãi suất interest rate

gửi in this context: to deposit

tiết kiệm savings
 gửi tiết kiệm to deposit in savings

dẫn đầu to lead, be in first place

niêm yết to post, put up

kì hạn term

mức rate

lĩnh to collect, receive

lãi interest

cuối kì at maturity

định kì in this context: monthly

điều kiện condition

thường in this context: common, ordinary
 ở điều kiện thường under common conditions

tính to calculate

công thức formula

ví dụ for example

như sau as follows

như vậy that being said

so sánh to compare

hưởng in this context: to take advantage of

Answer the following comprehension questions.

1. **Ngân hàng nào niêm yết lãi suất gửi tiết kiệm cao nhất?**

2. **Lĩnh lãi cuối kì và lĩnh lãi định kì khác nhau thế nào?**

3. **Tại sao lãi suất lĩnh lãi cuối kì cao hơn lãi suất lĩnh lãi định kì hằng tháng?**

NARRATIVE TWO

BÁO THANH NIÊN ONLINE NGÀY 06 THÁNG 3 NĂM 2024

Hơn 100 doanh nghiệp Ấn Độ đến Kiên Giang tìm hiểu hợp tác đầu tư
(trích bài của Xuân Lam)

Tại TP Rạch Giá, đại diện hơn 100 doanh nghiệp (DN) thuộc các lĩnh vực xây dựng, kĩ thuật, nông nghiệp, chế biến thực phẩm, dệt may, hoá chất, công nghệ thông tin, du lịch của Ấn Độ và hơn 50 DN của Kiên Giang tham dự Hội nghị Xúc tiến thương mại đầu tư Ấn Độ – Kiên Giang.

Ông Madan Mohan Sethi, Tổng Lãnh sự Ấn Độ tại TP HCM cho biết các thành phố của Ấn Độ sẽ là thị trường nhộn nhịp, năng động và mong muốn các DN của hai nước trao đổi, tìm hiểu và liên kết hợp tác kinh doanh phát triển song phương.

Các doanh nghiệp Ấn Độ tìm hiểu sản phẩm của Kiên Giang
Representatives of Indian companies view products from Kiên Giang Province
(Ảnh / Photo: Xuân Lam)

NARRATIVE TWO

NEWSPAPER THANH NIÊN ONLINE, MARCH 6, 2024

More Than One Hundred Companies from India Come to Kiên Giang Province to Consider Investing
Excerpts from an article by Xuân Lam

In Rạch Giá City, representatives of more than one hundred companies from India spanning the construction, technology, food processing, textile, chemical, information technology and tourism industries as well as more than fifty companies from Kiên Giang Province participated in the Indian-Kiên Giang conference on trade and investment.

Mr. Madan Mohan Sethi, the Indian Consul General in Hồ Chí Minh City, said that Indian cities are a busy and dynamic market and are looking forward to establishing relationships with Vietnamese companies aimed at mutual development.

ECONOMICS, INVESTMENT AND EMPLOYMENT   95

Theo ông Nguyễn Thanh Nhàn, Phó chủ tịch UBND tỉnh Kiên Giang, mặc dù tỉnh có 20 khu, cụm công nghiệp, 54 dự án đầu tư trực tiếp nước ngoài (FDI) với tổng vốn đăng kí đầu tư hơn 2,76 tỉ USD nhưng đến nay chưa có dự án nào từ Ấn Độ. Các mặt hàng chủ lực của tỉnh như gạo, thuỷ sản, giày da… xuất khẩu qua khoảng 50 thị trường quốc gia và vùng lãnh thổ (vào cuối năm 2022). Kim ngạch xuất nhập khẩu vẫn chưa tương xứng với tiềm năng giữa Ấn Độ và Kiên Giang. Do đó, Kiên Giang hi vọng thông qua hội nghị này sẽ thúc đẩy xúc tiến thương mại với các DN của Ấn Độ.

Trong dịp này, 4 đơn vị của Kiên Giang gồm: Công ti CP Thái Bình Kiên Giang, Công ti CP Thương mại Kiên Giang, Hiệp hội Du lịch Kiên Giang và Trường ĐH Kiên Giang đã kí kết biên bản ghi nhớ hợp tác với các đối tác Ấn Độ.

Vocabulary

tìm hiểu to learn about; in this context: to consider investing

hợp tác to cooperate; cooperation

chế biến to process

dệt may (collective noun) textiles

hoá chất (collective noun) chemicals

thông tin information
　công nghệ thông tin information technology

hội nghị conference

lãnh sự consul
　tổng lãnh sự consul general

năng động dynamic

mong muốn to wish

trao đổi to exchange

liên kết to coordinate

kinh doanh to do business

song phương bilateral

cụm cluster
　cụm công nghiệp a cluster of plants and factories

đầu tư trực tiếp nước ngoài foreign direct investment (FDI)

tổng total

vốn capital

đăng kí to register, sign up
　tổng vốn đăng kí đầu tư total registered investment capital

mặt hàng product

chủ lực in this context: main, major

giày da (collective noun) shoes

xuất khẩu to export

lãnh thổ territory
　vùng lãnh thổ a territory that belongs to or is controlled by the government of a country

kim ngạch turnover

nhập khẩu to import

According to Mr. Nguyễn Thanh Nhàn, Deputy Chair of Kiên Giang People's Committee, although Kiên Giang has twenty industrial parks and fifty-four FDI (foreign direct investment) projects with total registered capital of more than $2.76 billion, there are no projects from India. As of the end of 2022, the province's major products such as rice, seafood and shoes had been exported to about fifty countries and territories. The import and export turnover is not yet commensurate with the potential of India and Kiên Giang Province. Therefore, Kiên Giang hopes that this conference will encourage its companies to establish trade relationships with Indian counterparts.

During the conference, four companies from Kiên Giang—Thái Bình Kiên Giang Joint Stock Company, Kiên Giang Joint Stock Commercial Company, Kiên Giang Tourist Association and Kiên Giang University—signed a memorandum of cooperation with Indian counterparts.

tương xứng (với) commensurate (with), proportionate (to)

dịp occasion
  trong dịp này on this occasion

CP = cổ phần share
  công ti CP joint-stock company

ĐH = đại học university, college

kí kết (reduplicative) to sign

biên bản protocol

ghi nhớ to memorize
  biên bản ghi nhớ memorandum

đối tác partner, counterpart

Answer the following comprehension questions.

1. **Bao nhiêu doanh nghiệp tham dự Hội nghị Xúc tiến thương mại đầu tư Ấn Độ – Kiên Giang?**

2. **Tổng lãnh sự Ấn Độ tại TP HCM nói gì về thị trường Ấn Độ?**

3. **Ấn Độ đầu tư vào bao nhiêu dự án đầu tư trực tiếp nước ngoài tại Kiên Giang?**

Grammar and Usage Notes

1. The use of commas (**phẩy / phảy**) and dots (**chấm**) with numbers in Vietnamese differs from English. In Vietnamese, commas are not used as thousands separators. For instance, the number "one hundred thousand" in English has a comma separating the first set of three digits from the second: 100,000

whereas Vietnamese uses either a space or a dots to separate the thousands: 100 000 or 100.000. The number is pronounced **một trăm nghìn / ngàn**.

English denotes the decimal by a point: 4.8%, while Vietnamese uses a comma to denote the decimal: 4,8%, pronounced **bốn phẩy / phảy tám phần trăm**; **phẩy / phảy** is "comma" and **phần trăm** is "percent."

Note that "zero" is "**không**" in Vietnamese. For example:

4,08% = **bốn phẩy / phảy không tám phần trăm**

0,08% = **không phẩy / phảy không tám phần trăm**

0,008% = **không phẩy / phảy không không tám phần trăm**

2. The Vietnamese verbs for "to add," "to subtract," "to multiply" and "to divide" are **cộng, trừ, nhân** and **chia** respectively.

The verbs **cộng** "to add" and **nhân** "to multiply" take the preposition **với**, and the result follows **bằng** or **là**:

10 + 10 = 20 is read **mười cộng với mười bằng / là hai mươi** "ten added to ten is twenty."

10 × 10 = 100 is read **mười nhân với mười bằng / là một trăm** "ten multiplied by ten is one hundred."

The verb **trừ** "to subtract" takes the preposition **đi**, and the result follows **còn** or **bằng**. In informal Vietnamese, the preposition **đi** may be omitted:

10 − 5 = 5 is read **mười trừ [đi] năm còn / bằng năm** "five subtracted from ten is five."

The verb **chia** "to divide" takes the preposition **cho**, and the result follows **bằng**:

10 ÷ 5 = 2 should be **mười chia cho năm bằng hai** "ten divided by five is two."

Minus (negative) is **âm**, for instance: -11°C is **âm mười một độ C**; 3 − 5 = -2 is **ba trừ [đi] năm còn / bằng âm hai**.

3. Modal verbs are used to express necessity, obligation, desire, possibility or ability, such as the English verbs *need, should, must, have to, ought to, want, may, can*.

The last sentence of Narrative One contains the modal verb **nên** meaning "should":

Như vậy, trước khi gửi tiết kiệm, bạn <u>nên</u> so sánh lãi suất tiết kiệm giữa các ngân hàng, lãi suất giữa các kì hạn với nhau để hưởng tiền lãi cao nhất. That being said, before depositing money in a savings account, you *should* compare the savings interest rates offered by different banks and for different terms to get the highest interest rate.

The modal verb **nên** used to give advice in this sentence is different from the conjunction of result **nên** meaning "therefore," which is introduced in Chapter One, Grammar and Usage Note 2.

In Chapter Three, Narrative Two contains the modal verb **phải** meaning "must, to have to":

Hễ bước chân ra khỏi nhà là lên xe đi đến điểm cần đến, gần như không phải đi bộ. Whenever they go out, they take their car or motobike. They do not *have to* walk.

The first sentence of the same Narrative uses another modal verb, **cần**, meaning "should, need":

Thói quen sử dụng phương tiện giao thông công cộng nói chung và xe buýt nói riêng cần được khuyến khích và lan toả rộng rãi. The use of public transportation in general and buses in particular *should* be encouraged and widely adopted.

The modal verbs **muốn** and **có thể** have been used in examples and exercises in previous chapters as well. We will look at the use of each of these verbs.

3.1. **Nên** meaning "should, ought to" is used to give advice:

Anh nên cố gắng làm việc chăm chỉ hơn. You should try to work harder.

3.2. **Phải** is used to express:

(1) strong obligation:

Cuộc họp ngày mai rất quan trọng. Tất cả các bạn phải đến dự. Tomorrow's meeting is very important. You all must attend it.

(2) external obligation:

Đường phố ngập lụt do trận mưa to ngày hôm qua, hôm nay học sinh phải nghỉ học. The streets are flooded due to yesterday's heavy rain, so today students have to stay home.

(3) advice that is stronger than expressed by **nên**:

Anh phải cố gắng làm việc chăm chỉ hơn. You should try to work harder (otherwise you will get into trouble).

3.3. **Cần** is used for the necessity of an action that must be done:

Tôi cần gặp chị ấy. I need to see her.

In the negative **không cần** is usually followed by **phải**:

Chị không cần phải trả lời câu hỏi ấy. You needn't answer that question.

Like the English verb "to need," **cần** can be used as a notional verb before a direct object:

> **Tôi cần tờ báo Hà Nội mới hôm nay có bài về đầu tư nước ngoài.** I need today's Hà Nội Mới Newspaper, which has an article about foreign investment.

3.4. **Muốn** meaning "to want, would like" is used before another verb:

> **Hè này chúng tôi muốn đi du lịch vào miền Duyên hải Nam Trung bộ.** We want to travel to the Coastal Southern Region of Central Viet Nam this summer.

Unlike the English "to want," the Vietnamese **muốn** does not take a direct object. It should be used before another verb:

> Do you *want more coffee*? **Các bạn có muốn uống thêm cà phê nữa không?**

However, if the object is the subject of a sentence following the verb **muốn**, it can be placed right after the verb **muốn**:

> **Tôi muốn chị ấy dịch bài báo này cho chúng tôi.** We want her to translate this article for us.

chị ấy dịch bài báo này cho chúng tôi is grammatically a complete sentence, in which **chị ấy** functions as the subject.

3.5. **Có thể** is used to express

(1) possibility:

> **Mùa này ở Huế có thể mưa nhiều lắm.** This season in Huế can be very rainy.

(2) ability of the subject to do something:

> **Người Mĩ này có thể nói bốn thứ tiếng châu Á.** This American can speak four Asian languages.

(3) permission:

> **Anh có thể dùng điện thoại di động của tôi gọi điện cho chị ấy.** You can use my cellphone to call her.

4. In Chapter Five, Grammar and Usage Note 1 introduces reduplicatives. Now we will look at another function of reduplicatives.

The last sentence of Narrative Two above has the verb phrase **kí kết biên bản ghi nhớ hợp tác** meaning "to sign a memorandum of cooperation." The verb **kí kết** is a reduplicative with **kí** as the base verb, which can be used alone: **kí biên bản ghi nhớ hợp tác** is grammatically correct and conveys the same meaning. However, in formal writen Vietnamese, a reduplicative is used to maintain phonetic symmetry. As all the other words of the phrase are bisyllabic, the whole phrase would sound better if the verb is also bisyllabic, provided there is a reduplicative verb with the same meaning. Some other examples of phonetic symmetry: **thời tiết ấm** vs. **thời tiết ấm áp** "warm weather;" **giá ổn định** vs. **giá cả ổn định** "stable prices;" **chuyển biến mạnh** vs. **chuyển biến mạnh mẽ** "rapid positive change."

Cultural Notes

1. Banks

   As of 2023, Viet Nam has roughly sixty banks. There are four types of banks: (1) State Bank of Viet Nam (**Ngân hàng Nhà nước Việt Nam**); (2) commercial banks owned by the Vietnamese government (**ngân hàng thương mại do Nhà nước làm chủ sở hữu**); (3) joint-stock commercial banks (**ngân hàng thương mại cổ phần**); (4) branches of foreign banks in Viet Nam (**chi nhánh ngân hàng nước ngoài tại Việt Nam**).

   (1) State Bank of Viet Nam is an institution at the level of a ministry (**cơ quan ngang bộ**) responsible for regulating the size of Viet Nam's money supply, the availability and cost of credit and the foreign-exchange value of Viet Nam's currency. To a certain extent, its functions are similar to the functions of the U.S. Federal Reserve System.

   (2) Viet Nam has four commercial banks owned by the Vietnamese government: Bank for Agriculture and Rural Development, LLC (**Ngân hàng Nông nghiệp và Phát triển nông thôn**); Construction Bank, LLC (**Ngân hàng Xây dựng**); Ocean Bank, LLC (**Ngân hàng Đại dương**) and Global Petro Bank, LLC (**Ngân hàng Dầu khí Toàn cầu**).

Máy rút tiền tự động cạnh lối vào một ngân hàng ở Hà Nội
An ATM at the entrance to a bank in Hà Nội *(Ảnh / Photo: Ngô Như Bình)*

ECONOMICS, INVESTMENT AND EMPLOYMENT

(3) There are more than thirty joint-stock commercial banks whose financial activities are regulated by the Vietnamese government.

(4) A large number of foreign banks have branches in Viet Nam, including Bank of America (USA), Citibank (USA), Wells Fargo (USA), Deutsche Bank (Germany), HSBC (UK), Standard Chartered (UK), Sumitomo Mitsui (Japan), Commonwealth Bank (Australia), Bank of China (China), Woori Bank (South Korea), Shinhan Bank (South Korea), Scotiabank (Canada), Union Bank of Taiwan (Taiwan), UOB (Singapore), BNP Paribas (France).

The government has continuously improved the banking system. However, a number of bank frauds have been committed in recent years. In April 2024, the former chairwoman of property developer Vạn Thịnh Phát Holdings Group was found guilty of fraudulently taking more than 304 trillion dong ($12.5 billion) from Saigon Joint Stock Bank (**Ngân hàng Thương mại Cổ phần Sài Gòn** – SCB), one of the largest privately owned commercial banks in Viet Nam. The actions of the chairwoman and her accomplices resulted in damages of 677 trillion dong ($27 billion) to SCB, according to VnExpress.

2. FDI (**đầu tư trực tiếp nước ngoài**)

The 6th Congress of the Vietnamese Communist Party held in Hà Nội in December 1986 pointed out the serious mistakes leading to the socioeconomic crisis that began in the late 1970s. The Congress initiated a policy of renovation (**đường lối đổi mới** or **chính sách đổi mới**), which outlined significant reforms to pull the country out of the crisis. The policy shifted Viet Nam from a centrally planned economy (**nền kinh tế quan liêu bao cấp**) to a market economy (**nền kinh tế thị trường**). A year later, the Vietnamese government passed the Foreign Investment Law (**Luật đầu tư nước ngoài tại Việt Nam**), which allowed overseas companies to establish their businesses in Viet Nam. The law was amended in 1990, 1992 and 1996 to adjust to the growing economic ties between Viet Nam and other countries.

Viet Nam is regarded as a country that has maintained a stable, safe environment for foreign investment. In 2023, the total amount of FDI in Viet Nam was $36.6 billion, an increase of 32.1% compared to 2022. The USA, Singapore, China and South Korea were among the largest investors in Viet Nam. Disbursement (**giải ngân**) of FDI in 2023 reached $23.2 billion, a year-on-year increase of 3.5% and the highest level of disbursement in the last seven years. Of projects funded with FDI, 64.2% are focused on information technology, electronics, microchips, semiconducting materials, manufacturing and processing industries, according to Nhân Dân Newspaper.

Grammar and Usage Exercises

1. Read out the following numbers in Vietnamese.

   (1) 3,099; (2) 1.408,06; (3) 5,75%; (4) 0,005%; (5) 101,025%

2. Read out the following math problems and answers in Vietnamese.

   (1) $58,91 + 6,05 = ?$

   (2) $17 - 40 = ?$

   (3) $39 \times 46,07 = ?$

   (4) $60 \div 5 = ?$

   (5) $(71°F - 32) \times 5 \div 9 = ? °C$

   (6) $(37°C \times 9 \div 5) + 32 = ? °F$

3. Use the modal verbs given in parentheses to translate the following sentences.

3.1. You should exercise more to lose some weight. (**nên**)

3.2. You are going to travel to Viet Nam. You should practice speaking Vietnamese every day to be able to interact (**giao tiếp**) with Vietnamese when you are in Viet Nam. (**phải** expressing strong advice)

3.3. You really must see the doctor about that pain in your chest. (**phải** expressing strong advice)

3.4. We told him what he must do. (**phải**)

3.5. Must we go now? – No, you don't have to. (**phải**; **không phải**)

3.6. We've missed the train. Now we have to wait pretty long for the next one. (**phải**)

3.7. We need a new Vietnamese-English dictionary to read Vietnamese newspapers and magazines. (**cần**)

3.8. You needn't go there right now. You can go tomorrow morning. (**cần**; **có thể**)

3.9. We would like to talk to them about this matter. (**muốn**)

3.10. (in a clothing store) I don't want this shirt. It's too small for me. Could you show me another one? (**muốn**; **có thể**)

3.11. We are behind schedule. Our company's president would like us to work through the Lunar New Year to fill customers' orders. (**muốn**)

3.12. In April, the temperature in Sài Gòn may rise to 38°C. (**có thể**)

3.13. Can we sit at this table? – No, you can't. It's already been reserved for a group of four people. (**có thể**; **không thể**)

ECONOMICS, INVESTMENT AND EMPLOYMENT 103

CHAPTER SEVEN
Housing

NARRATIVE ONE

BÁO HÀ NỘI MỚI ONLINE NGÀY 09 THÁNG 3 NĂM 2024

Cung không đủ cầu, chung cư tăng giá đột biến
(trích bài của Khánh An)

Những tháng đầu năm 2024, giá các căn hộ chung cư vị trí trung tâm hay vùng ven của thành phố Hà Nội đều ghi nhận mức tăng đột biến. Các chuyên gia nhận định không có yếu tố bất thường bởi nguyên nhân cơ bản nhất vẫn là cung không đáp ứng đủ cầu.

Mức tăng giá không chỉ diễn ra với các căn chung cư mới mà còn với cả các chung cư đã qua sử dụng. Trên một số trang thông tin bất động sản hiện nay, giá giao dịch các căn hộ thuộc dự án mới đưa vào sử dụng tại huyện Thanh Trì là 3-5 tỉ đồng; dự án cũ hơn cũng lên đến 2,5-3 tỉ đồng một căn hộ 65m^2. Tương tự, tại quận Hoàng Mai, giá bán căn hộ tại những dự án cũ 35-48 triệu đồng/m^2. Chung cư cũ tại huyện Hoài Đức có giá "mềm hơn" cũng lên tới 35-42 triệu đồng/m^2.

Theo dữ liệu nghiên cứu của Hội Môi giới bất động sản Việt Nam, chỉ số giá căn hộ tại thành phố Hà Nội đầu năm 2024 đã tăng khoảng 38 điểm phần trăm so với năm 2019 và liên tục tăng trên cả thị trường sơ cấp và thứ cấp.

NARRATIVE ONE

NEWSPAPER HÀ NỘI MỚI ONLINE, MARCH 9, 2024

Condo Demand Exceeds Supply, Causing Sharp Price Increase

Excerpts from an article by Khánh An

In the first months of 2024, the prices for condos in downtown Hà Nội and its outskirts have sharply increased. Experts say this is nothing unusual and the main reason is that supply does not meet demand.

Prices have increased not only for new units, but also for previously owned ones. Real estate websites currently indicate that prices for new condos in Thanh Trì District are between 3 and 5 billion dong, while for previously owned condos they have risen to 2.5 to 3 billion dong for a 65 m² unit. Similarly, in Hoàng Mai District, the prices for previously owned condos are 35 to 48 million dong per square meter. Prices for condos in Hoài Đức District were lower but have also increased to between 35 and 42 million dong per square meter.

According to data from the Vietnamese Association of Real Estate Brokers, the price index for condos in Hà Nội at the beginning of 2024 has increased by roughly 38 percentage points compared to 2019 and continues rising in both primary and secondary markets.

Vocabulary

cung supply

cầu demand

chung cư apartment building; an apartment

đột biến sudden, unexpected

căn hộ condo unit

vùng ven suburbs, outskirts

nhận định to appraise, assess

yếu tố factor

cơ bản main

diễn ra to happen

trang thông tin website

bất động sản real estate

giao dịch to transact; transaction

thuộc (về) to belong to; in this context: to be part of

m² = mét vuông square meter

tương tự similar(ly)

mềm soft; in this context: inexpensive

dữ liệu data

môi giới broker
  môi giới bất động sản real estate broker

chỉ số index

điểm phần trăm percentage point

thị trường sơ cấp primary market

thị trường thứ cấp secondary market

Answer the following comprehension questions.

1. **Nguyên nhân giá các căn hộ chung cư tăng đột biến vào những tháng đầu năm 2024 là gì?**

2. **Chung cư loại nào tăng giá?**

3. **Hãy tìm huyện Hoài Đức trên bản đồ Hà Nội rồi giải thích tại sao chung cư cũ tại Hoài Đức giá rẻ hơn so với chung cư tại quận Hoàng Mai?**

Khu chung cư Udic Westlake (quận Tây Hồ)
Udic Westlake apartment buildings in Tây Hồ District, Hà Nội *(Ảnh / Photo: Nguyễn Quang)*

NARRATIVE TWO

BÁO SÀI GÒN GIẢI PHÓNG ONLINE NGÀY 25 THÁNG 3 NĂM 2024

Thành phố mới Bình Dương – đô thị trẻ đang tăng tốc để trở nên "đáng sống"
(trích bài của Long Bình)

Người dân tại các đô thị lớn ngày càng có xu hướng dịch chuyển ra các vùng lân cận để tận hưởng không gian sống trong lành nhưng vẫn đầy đủ tiện ích. Xu hướng dịch chuyển này càng mạnh mẽ ở nơi có kết nối thuận tiện với trung tâm thành phố. Thành phố mới Bình Dương – đô thị vệ tinh phía Nam đất nước – đang trở thành tâm điểm của làn sóng chuyển cư.

Bình Dương có lợi thế là cửa ngõ của TP HCM, thuộc vùng kinh tế trọng điểm phía Nam, đã và đang là điểm sáng về phát triển kinh tế trong suốt 2 thập niên vừa qua. Năm 2023, Bình Dương ghi nhận thu hút được 1,5 tỉ vốn FDI, luỹ kế đến nay đứng thứ 2 cả nước chỉ sau TP HCM và bình quân thu nhập đầu người tại đây đạt 8,076 triệu đồng/tháng, vượt xa Hà Nội và TP HCM. Điểm nổi bật khác của tỉnh chính là môi trường sống trong lành với mật độ phủ xanh toàn tỉnh đạt 17,4m²/người, trong khi TP HCM đạt 2m²/người.

Thành phố mới Bình Dương là trung tâm chính trị, kinh tế, văn hoá và tài chính của Bình Dương, là cửa ngõ kết nối với các tỉnh lân cận trong khu vực. Dự án được phát triển theo mô hình TOD (Transport Oriented Development) – phát triển đô thị tích hợp đầu mối giao thông công cộng – và là nơi giao thoa của nhiều tuyến giao thông huyết mạch, cùng hai tuyến metro trong tương lai không xa.

Thành phố mới được qui hoạch xây dựng nhiều phân khu như: khu trung tâm hành chính; khu văn phòng cho thuê, nhà hàng – khách sạn cao cấp; khu trung tâm hội nghị, triển lãm quốc tế, trường đại học; các khu phục vụ cộng đồng như quảng trường, công viên, hồ sinh thái, nhà trẻ, bệnh viện; khu trung tâm tài chính, ngân hàng.

NARRATIVE TWO

NEWSPAPER SÀI GÒN GIẢI PHÓNG ONLINE, MARCH 25, 2024

Bình Dương New Town – A Young Urban Area Rapidly Developing to Become "Livable"
Excerpts from an article by Long Bình

Residents of large cities increasingly tend to move to nearby suburbs to enjoy healthy environments that are at the same time full of conveniences. The trend is more noticeable in areas which have a direct transportation link to downtown. Bình Dương New Town—a sattelite city in Southern Viet Nam—is becoming the most popular location for this new wave of migration.

Bình Dương has the advantage of being the gateway to Hồ Chí Minh City, which is the most important economic zone in Southern Viet Nam and has been a rising star of economic development over the last two decades. In 2023, Bình Dương attracted $1.5 billion in FDI, second only to Hồ Chí Minh City. Bình Dương's avarage income per capita has reached 8.076 million dong per month, much higher than Hà Nội and Hồ Chí Minh City. Another notable point is the healthy environment, with 17.4 square meters of tree cover per resident in the entire province, compared to 2 square meters in Hồ Chí Minh City.

Bình Dương New Town is forecast to become the political, economic, cultural and financial center of Bình Dương Province, a gateway connected to nearby provinces in the region. The design is modeled on Transport Oriented Development (TOD). It is the crossroads of a number of arterial routes and will have two metro lines in the near future.

The town is composed of several districts, such as an administrative center; rented office buildings; high-end hotels and restaurants; a convention center, international exhibition hall and colleges; community amenities such as town squares, parks, eco-lakes, kindergartens and hospitals; and a financial and banking district.

HOUSING 109

Với định hướng rõ ràng: thành phố đáng sống là một thành phố thông qua việc qui hoạch tốt nhằm cung cấp một môi trường sống sôi động, hấp dẫn và an toàn cho người dân sống, làm việc và giải trí. Những năm qua, giới chức Bình Dương luôn nỗ lực để xây dựng Thành phố mới Bình Dương là trung tâm kinh tế – hành chính mới với những điểm nhấn văn hoá – xã hội năng động, thời thượng và là nơi "đáng sống" với những quyết sách, hướng đi đúng đắn nhằm đem lại hiệu quả thiết thực.

Một số khu chung cư mới xây dựng ven sông Sài Gòn, Thành phố Hồ Chí Minh
New apartment buildings along the Sài Gòn River in Hồ Chí Minh City *(Ảnh / Photo: Ngô Như Bình)*

The New Town was designed with a straightforward goal: to be a livable town; that is, a well-designed town with a lively, attractive and safe environment for its residents to live, work and relax in. In recent years, the authorities of Bình Dương have made every effort to develop the town into a new economic and administrative center with dynamic, contemporary cultural and social points of interest, and to make it a "livable" town with decisive policies and appropriate management aimed at tangible results.

Vocabulary

đô thị urban area; in this context: city

tăng tốc to gain / gather / pick up speed

đáng sống livable

xu hướng trend, inclination, tendency
  có xu hướng to have an inclination / tendency

dịch chuyển to move

tận hưởng to take advantage of, enjoy

không gian space; in this context: atmosphere

trong lành fresh, clean and healthy

kết nối to connect, link

thuận tiện convenient

vệ tinh satellite

tâm điểm center; in this context: most popular location

làn sóng wave

chuyển cư migration

cửa ngõ in this context: gateway, access

kinh tế economy; economic

trọng điểm in this context: most important

điểm sáng in this context: a rising star

thập niên decade

luỹ kế accumulation

đứng thứ hai to be in second place

đầu người per capita
  bình quân thu nhập đầu người the average income per capita

vượt xa to surpass considerably

điểm nổi bật a notable point

mật độ density

phủ to cover
  mật độ phủ xanh toàn tỉnh the tree density of the entire province

chính trị politics; political

tài chính finance; financial

mô hình model

tích hợp to integrate

đầu mối junction
  đầu mối giao thông công cộng public transportation junction

giao thoa in this context: crossroad

tuyến giao thông huyết mạch arterial route

tương lai future

qui hoạch to design

phân khu district, section

HOUSING 111

hành chính administration; administrative

văn phòng office

cho thuê to rent out; for rent

cao cấp in this context: high-end, five-star

trung tâm hội nghị convention center

triển lãm exhibition

quảng trường square

sinh thái ecology

 hồ sinh thái eco-lake

nhà trẻ kindergarten

định hướng to orient; orientation

sôi động lively

giải trí to relax; entertainment

giới chức in this context: authorities

nỗ lực to make every effort

thời thượng in this context: contemporary, trending

quyết sách decisive policy

hướng đi direction

đúng đắn appropriate

thiết thực practical, actual

Answer the following comprehension questions.

1. **Tại sao người dân tại các đô thị lớn có xu hướng dịch chuyển ra các vùng lân cận?**

2. **Tại sao có thể nói Bình Dương là điểm sáng về phát triển kinh tế trong suốt 2 thập niên vừa qua?**

3. **Thành phố mới được qui hoạch xây dựng như thế nào?**

4. **Thành phố đáng sống là một thành phố như thế nào?**

Grammar and Usage Notes

1. m^2 = **mét vuông** square meter

Viet Nam uses the metric system for weight, capacity, length, area and volume. Narrative One includes some area measurements. Let's look at length and area in the metric system.

Length

1 kilometer (**ki-lô-mét** or **cây số**) = 0.62 mile

1 meter (**mét**) = 39.37 inches

1 centimeter (**xăng-ti-mét** or **phân**) = 0.01 meter = 0.39 inch

millimeter (**mi-li-mét** or **li**) = 0.001 meter = 0.039 inch

Area

1 square kilometer (**ki-lô-mét vuông** or **cây số vuông**) = 1,000,000 square meters = 0.39 square mile

Thành phố mới Bình Dương Bình Dương New Town *(Ảnh / Photo: Bùi Việt Hưng)*

    1 hectare (**héc-ta**) = 10,000 square meters = 2.47 acres
    1 square meter (**mét vuông**) = 10.7639 square feet = 1.196 square yards
    1 square centimeter (**xăng-ti-mét vuông**) = 0.0001 square meter = 0.16 square inch

    An apartment with an area of 65 m^2 has an area of 699.6536 ft^2.

2. The word **căn** is the classifier for residential houses in general, for instance: **căn nhà**. The word **căn hộ** means a condo or an apartment. Very often, **căn** is used alone. In this case, whether it refers to a house or an apartment depends on the context. In the sentence from Narrative One **Mức tăng giá không chỉ diễn ra với các căn chung cư mới mà còn với cả các chung cư đã qua sử dụng**, **căn** means a condo. In the sentence **Họ đang tìm mua một căn ở xa trung tâm**, it is only clear from a context whether the meaning is "They are looking for a house far from downtown" or "They are looking for a condo far from downtown."

3. The noun **lợi thế** with the meaning "advantage" is chiefly used in the phrase **có lợi thế** "to have an advantage." It takes the preposition **về** meaning "advantage of":

    Văn phòng công ti có lợi thế về vị trí thuận lợi. The company's office has the advantage of a convenient location.

It also takes the preposition **so với** "compared to, over":

> **Văn phòng công ti có lợi thế về vị trí thuận lợi so với các công ti khác.** The company's office has the advantage of a convenient location compared to other companies.

Có lợi thế may be followed by the verb **là**, as in Narrative Two:

> **Bình Dương có lợi thế là cửa ngõ của TP HCM.** Bình Dương has the advantage of being a convenient gateway to Hồ Chí Minh City.

Another example:

> **Ứng cử viên cho chức vụ trưởng phòng thí nghiệm có lợi thế là có bằng tiến sĩ trong lĩnh vực chuyên môn mới này.** The candidate for the position of lab director has the advantage of being a Ph.D. in this new area of study.

4. In formal written Vietnamese, the two tense markers **đã** and **đang** are used together in the phrase **đã và đang** to stress the continuity of something that began in the past and is going on at the moment of speaking, as in Narrative Two:

> **Bình Dương đã và đang là điểm sáng về phát triển kinh tế trong suốt 2 thập niên vừa qua.** Bình Dương was and continues to be a rising star of economic development through two recent decades.

Another example:

> **Các nhà máy điện vùng này đã và đang thực hiện cam kết về bảo vệ môi trường.** The power plants in this region have been consistently committed to protecting the environment.

5. In Narrative Two, the noun **mô hình** is used in the phrase **theo mô hình** meaning "to be modeled on / after." In most cases, the phrase needs a verb as the predicate. For instance:

> **Dự án được phát triển theo mô hình TOD.** The development of the project was modeled on Transportation Oriented Development.

The verb **phát triển** in the passive voice is the predicate of the sentence.

Another example:

> **Trường đại học đầu tiên của Việt Nam theo mô hình giáo dục đại học châu Âu do người Pháp thành lập tại Hà Nội vào năm 1906.** The first Vietnamese college modeled after the European higher education system was established by the French in Hà Nội in 1906.

The passive-voice clause **do người Pháp thành lập** is the predicate of the sentence.

Cultural Notes

1. The English term "real estate" has two equivalents in Vietnamese: **bất động sản** and **địa ốc**, which are interchangeable. For instance, both **thị trường bất động sản** and **thị trường địa ốc** convey the meaning "housing market."

   In general, there are four types of real estate in Viet Nam: 1) private house = **nhà ở riêng lẻ** or **nhà riêng**; 2) condominium **chung cư**; 3) public housing = **nhà ở xã hội** provided by the government or other organizations at affordable prices for low-income families or individuals; 4) official residence = **nhà ở công vụ** built and owned by the government for individuals working in public service; these residences are used for living, hosting guests, other functions related to public service. They serve as both a home and a place of official duties.

   Viet Nam's housing market encountered serious difficulties in the last decade because supply considerably surpassed demand, and most recently because of the Covid-19 pandemic. The government has held a number of conferences and meetings where officials from different ministries, representatives of private real estate companies and individual investors suggested solutions to the housing crisis.

   These days, the housing market shows good signs of recovery for several reasons. First, economic growth has been stable since the pandemic, which stimulates demand for housing. Second, the government has heavily invested in infrastucture construction, which creates new urban areas and industrial parks. People who live in new towns and work in industrial parks need housing. Third, Viet Nam's population is becoming younger and incomes are rising, which leads to increasing demand for housing. Fourth, Viet Nam continues to attract foreign investment, including in real estate. In 2023, Hồ Chí Minh City received total FDI of $5.9 billion, an increase of 49% compared to 2022. Total FDI in Hà Nội in 2023 was $2.9 billion, the highest in three years.

2. In 2023, Hồ Chí Minh City provided work permits to 16,000 foreign specialists and workers. In Hà Nội, around 10,00 foreign specialists and workers received work permits. The demand for studios and one-, two- and three-bedroom apartments in Viet Nam's two largest cities has sharply increased, which has caused rents to rise.

   In Metropole apartment building in Thủ Đức (Hồ Chí Minh City), for example, the rent for a two-bedroom apartment is 40 million dong (≈$1,600) per month. At Vinhomes Tân Cảng apartment buildings in Hồ Chí Minh City, rent is currently (April 2024) 17.5 million dong (≈$700) for a one-bedroom apartment, 20 million (≈$800) for a two-bedroom apartment, and 30 million dong (≈$1,200) for a three-bedroom apartment, a 10% increase over last year, according to Thanh Niên newspaper.

3. Bình Dương Province borders Hồ Chí Minh City to the south and southwest. Its provincial center Thủ Dầu Một is 30 kilometers from Hồ Chí Minh City on Highway 13. Bình Dương has the sixth largest population in Viet Nam (about 2.5 million people), half of whom are migrants from other regions of Viet Nam. Bình Dương is the only province in Viet Nam with five cities: Thủ Dầu Một, Bến Cát, Dĩ An, Tân Uyên and Thuận An.

Economic growth in Bình Dương has been steady for three decades. The province has roughly 30 industrial parks, which have attracted more that $7 billion of FDI since 2016. Japan is the largest investor in Bình Dương. Its products are exported to more than 80 countries and territories. The USA, EU, Japan and ASEAN are its most important trade partners. The province houses seven universities and colleges, including the Vietnamese-German University (Vietnamesisch-Deutsche Universität), which is located in Bến Cát City.

Grammar and Usage Exercises

1. Use the word **lợi thế** or phrase **có lợi thế** to translate the following sentences.

1.1. This solar panel manufacturing project has the advantage of being less expensive than other projects.

1.2. The advantage of this small college is its campus life.

1.3. When applying for this job, his previous experience in computer science gave him a big advantage over other applicants.

1.4. Being able to speak Spanish is a great advantage on a trip to Central and South America.

1.5. His height is a big advantage in basketball.

2. Use the phrase **đã và đang** to translate the following sentences.

2.1. Viet Nam-US relations have improved continuously since they were normalized in 1995.

2.2. The city has consistently invested in public housing for low-income families.

2.3. Since the Vietnamese economy shifted to a market economy in the late 1980s, the economic growth rate (**tốc độ phát triển kinh tế**) has steadily increased.

2.4. Climate change has continuously increased global temperatures.

2.5. The two companies have enjoyed friendly competition (**có quan hệ cạnh tranh lành mạnh**) since their founding.

3. Use the phrase **theo mô hình** to translate the following sentences.

3.1. The streets and houses in this area of Hà Nội were modeled after French architecture. (use **được thiết kế** as the verb predicate)

3.2. The curricula (**chương trình học**) of the Vietnamese-German University in Bình Dương Province were modeled on the German higher education system. (use **được thiết kế** as the verb predicate)

3.3. The design of the church was modeled after Gothic architecture. (use **được thiết kế** as the verb predicate)

3.4. After the French seized Sài Gòn, the town was demolished and its new urban design was modeled on French cities. (use **được thiết kế** as the verb predicate)

3.5. The Viet Nam Academy of Science and Technology (**Viện Hàn lâm Khoa học và Công nghệ**) and Viet Nam Academy of Social Sciences (**Viện Hàn lâm Khoa học Xã hội**), founded in 2012, were modeled after academies of sciences in the former Soviet Union and other Eastern European socialist countries. (use **được thành lập** as the verb predicate)

CHAPTER EIGHT

Health Care

NARRATIVE ONE

BÁO TUỔI TRẺ ONLINE NGÀY 29 THÁNG 3 NĂM 2024

Cảnh báo đột quị ở người trẻ
(trích bài của Dương Liễu)

Gần đây, Trung tâm đột quị bệnh viện Bạch Mai liên tục quá tải cấp cứu bệnh nhân đột quị.

PGS TS Mai Duy Tôn, giám đốc Trung tâm, cảnh báo tình trạng đột quị ở người trẻ. Ngày 21.3, một ca trực đêm trung tâm đã tiếp nhận 6 bệnh nhân đột quị cấp cứu đều là người trẻ, trong đó người nhiều tuổi nhất là 45 tuổi và trẻ nhất là 32 tuổi.

Với những ca đột quị trẻ thời gian gần đây, ông Tôn khuyến cáo người trẻ cần cẩn trọng với nguy cơ đột quị, một bệnh lí trước đây thường gặp ở người cao tuổi hiện đang có xu hướng trẻ hoá. Đặc biệt, những bệnh nhân có bệnh lí nền như tim mạch, huyết áp, tiểu đường… cần quản lí tốt, tránh những biến chứng nguy hiểm đến sức khoẻ.

Để phòng tránh nguy cơ đột quị, ông Tôn khuyến cáo người trẻ nên quan tâm đến sức khoẻ của bản thân, thường xuyên tập luyện, vận động, kiểm soát cân nặng, từ bỏ thói quen hút thuốc và thói quen ăn uống không lành mạnh. Cần tầm soát các yếu tố gây nguy cơ đột quị như các bệnh lí tim mạch, huyết áp, mỡ máu, tiểu đường.

Khi có một trong các biểu hiện của đột quị như giảm thị lực, yếu tay chân, nói ngọng / nói khó, đau đầu, chóng mặt… cần đưa người bệnh đến ngay các đơn vị điều trị đột quị để được chẩn đoán và điều trị kịp thời.

NARRATIVE ONE

NEWSPAPER TUỔI TRẺ ONLINE, MARCH 29, 2024

Alerting Young People to Stroke
Excerpts from an article by Dương Liễu

Recently, the Stroke Center at Bạch Mai Hospital has continuously been overwhelmed by the number of stroke patients in need of urgent care.

[In an interview with Newspaper Tuổi Trẻ] Associate Professor Dr. Mai Duy Tôn, director of the Center, alerted young people to the risk of stroke. During one night shift on March 21, the Center admitted six patients with stroke who needed urgent care. The oldest was 45 years old, and the youngest was 32 years old.

Speaking of stroke cases among young people in recent years, Mr. Tôn advised young people to be aware of the risk of stroke, which previously was common mostly among the elderly. In particular, he said, patients with underlying conditions such as heart disease, high blood pressure and diabetes should keep their illnesses under control to avoid dangerous complications.

In order to prevent the danger of stroke, Mr. Tôn advised young people to take care of their health, exercise regularly, be physically active, control their weight, quit smoking and give up unhealthy foods. It is necessary to carry out systematic screenings for factors that increase the risk of stroke, such as heart disease, high blood pressure, high triglyceride levels and diabetes.

When a patient experiences one of the symptoms of stroke, such as blurred vision, weakness of the limbs, lisping, difficulty speaking, headache, or dizziness, they should immediately be taken to a hospital or a center specializing in stroke to be examined, diagnosed and treated in a timely manner.

HEALTH CARE 119

Vocabulary

cảnh báo to alert, warn

đột quỵ stroke

cấp cứu emergency; to provide urgent care

bệnh nhân patient

PGS = phó giáo sư associate professor

TS = tiến sĩ Ph.D., doctor

tiếp nhận to admit

trực đêm to be on night shift (duty)

ca case

khuyến cáo to advise

cẩn trọng cautious

bệnh lí pathology; in this context: disease, illness

nền in this context: underlying
bệnh lí nền underlying conditions

tim heart

mạch pulse

tim mạch in this context: heart disease

huyết áp blood pressure; in this context: high blood pressure

tiểu đường diabetes

quản lí in this context: to keep under control

tránh to avoid

biến chứng complication

phòng to protect

phòng tránh to avoid

bản thân oneself

tập luyện to exercise

vận động to be physically active

cân nặng weight

từ bỏ to quit, give up

hút thuốc to smoke

ăn uống không lành mạnh to have an unhealthy diet

tầm soát to carry out a screening or systematic examination

gây to cause

mỡ máu blood lipids; in this context: high triglyceride level

biểu hiện in this context: symptom

thị lực vision

nói ngọng to lisp, mispronounce

nói khó to have difficulty speaking

đau đầu to have a headache

chóng mặt to feel dizzy

người bệnh patient

đơn vị in this context: clinic, hospital

điều trị to treat, cure

chẩn đoán to diagnose

Answer the following comprehension questions.

1. **Giám đốc Trung tâm đột quỵ Bệnh viện Bạch Mai cảnh báo điều gì?**

2. **Bệnh nhân có những bệnh lí nền nào cần cẩn trọng?**

3. **Bác sĩ khuyến cáo người trẻ nên làm gì?**

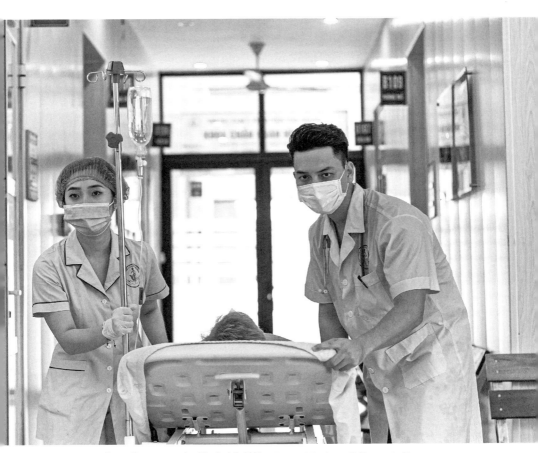

On call at a care facility in Hà Nội. *(Photo: Julia Anne @Shutterstock)*

NARRATIVE TWO

BÁO THANH NIÊN ONLINE NGÀY 29 THÁNG 3 NĂM 2024

WHO mở rộng mạng lưới phát hiện và theo dõi SARS-CoV-2
(trích bài của Liên Châu)

Các loại virus Corona đã nhiều lần chứng minh nguy cơ bùng phát và đại dịch. Covinet là mạng lưới toàn cầu về virus Corona vừa được Tổ chức Y tế thế giới (WHO) công bố nhằm theo dõi, đánh giá sớm và chính xác về SARS-CoV-2 cũng như các loại virus Corona.

WHO cho biết Covinet được thiết lập với chức năng điều phối hoạt động chuyên môn cũng như năng lực toàn cầu nhằm phát hiện, theo dõi, đánh giá sớm và chính xác về SARS-CoV-2, MERS-CoV cũng như các loại virus Corona mới có ảnh hưởng quan trọng đối với sức khoẻ cộng đồng. Covinet là mạng lưới các phòng thí nghiệm toàn cầu chuyên môn phát hiện và nghiên cứu virus Corona ở người, động vật và môi trường. Covinet hiện mở rộng thêm mạng lưới phòng thí nghiệm tham chiếu Covid-19 của WHO, bao gồm 36 phòng thí nghiệm đặt tại 21 nước.

Trước đây, mạng lưới phòng thí nghiệm tập trung vào SARS-CoV-2, loại virus gây ra Covid-19. Đến nay, mạng lưới này sẽ xử lí nhiều loại virus Corona hơn, bao gồm MERS-CoV và các loại virus Corona tiềm năng mới.

Theo WHO, trong cuộc họp mới đây nhất tại Genève ngày 26-27.3, đại diện các phòng thí nghiệm đã hoàn thiện kế hoạch hành động giai đoạn 2024-2025 nhằm giúp các nước thành viên của WHO được trang bị tốt hơn để phát hiện sớm, đánh giá rủi ro và ứng phó với các thách thức sức khoẻ liên quan đến virus Corona.

Dữ liệu của Covinet sẽ định hướng các công việc của Nhóm tư vấn kĩ thuật của WHO về sự tiến hoá của virus SARS-CoV-2 gây dịch Covid-19 cũng như các nhóm khác; các khuyến nghị về thành phần vắc xin phòng, chống dịch liên quan đến những biến đổi, sự lưu hành của virus; đóng góp cho các chính sách phòng, chống dịch toàn cầu dựa trên những thông tin và bằng chứng khoa học mới nhất.

NARRATIVE TWO

NEWSPAPER THANH NIÊN ONLINE, MARCH 29, 2024

WHO Expands Network to Detect and Follow Up on SARS-CoV-2 Cases

Excerpts from an article by Liên Châu

Coronavirus strains have proven they are able to break out and cause a pandemic. CoViNet is a global network for coping with coronavirus that has just been founded by the World Health Organization (WHO) to quickly detect and assess SARS-CoV-2 as well as other coronavirus strains.

WHO stated that CoViNet was established to coordinate global professional activities aimed at detecting, following up on and precisely assessing SARS-CoV-2 and MERS-CoV, as well as new coronavirus strains with a considerable impact on community health. CoViNet is a global network of labs focused on detecting and researching coronavirus in human beings, animals and the environment. CoViNet has already extended the network of labs that process Covid-19 data collected by WHO. The network consists of 36 labs located in 21 countries.

Previously, the network focused on SARS-CoV-2, which caused Covid-19. At present, the network also conducts research on other coronavirus strains, including MERS-CoV and new potential coronavirus strains.

According to WHO, at a recent meeting in Geneva on March 26 and 27, representatives of the labs completed a plan for 2024 to 2025 to provide WHO members with better equipment for detecting, estimating the risks of, and coping with challenges caused by coronavirus in a timely manner.

CoViNet's data will inform the activities of the WHO Technology Consulting Group regarding the evolution of SARS-CoV-2 and other strains; guide development of vaccines to prevent and battle an epidemic related to the spread of the changing virus; and contribute to global policies for preventing and battling the epidemic using the most recent scientific information and evidence.

HEALTH CARE 123

Tại Việt Nam, theo Bộ Y tế, virus Corona là một họ virus lớn, có thể gây bệnh cho cả động vật và con người. Ở người, virus Corona có thể gây ra một loạt bệnh, từ cảm lạnh thông thường đến các tình trạng bệnh nặng như hội chứng hô hấp cấp tính nặng (SARS-CoV) năm 2002, hội chứng hô hấp Trung Đông (MERS-CoV) năm 2012.

Vocabulary

mạng lưới network

theo dõi to follow

chứng minh to prove

bùng phát to flare up, break out

toàn cầu global

y tế health care

thế giới world

đánh giá to appraise

chính xác exact, precise

loại type, sort, strain

thiết lập to establish

điều phối in this context: to coordinate

chuyên môn expertise, specialty

phòng thí nghiệm lab

giám sát in this context: to examine and detect

động vật animal

tham chiếu to compare, correlate

đặt in this context: to be established

tập trung (vào) in this context: to focus on

hoàn thiện to perfect

hành động action

trang bị to equip

ứng phó to cope with

tư vấn to consult; consulting

tiến hoá to evolve; evolution

khuyến nghị to recommend; recommendations

thành phần composition

lưu hành in this context: to be communicated, spread

dựa trên to (be) base(d) on

bằng chứng proof, evidence

Bộ Y tế Health Ministry

họ family (group of related animals, plants, etc.)

cảm lạnh cold (illness)

thông thường common

hội chứng syndrome

hô hấp respiration; respiratory

cấp tính acute

nặng (speaking of disease, illness) serious, severe

Trung Đông Middle East

In Viet Nam, coronavirus is a large virus family that causes diseases both in humans and animals, according to the Health Ministry. Coronavirus has caused a number of diseases in humans, such as common cold and more serious illnesses including acute respiratory syndrome (SARS-CoV) in 2002 and Middle East respiratory syndrome (MERS-CoV) in 2012.

Answer the following comprehension questions.

1. **Covinet là gì?**
2. **Covinet có nhiệm vụ gì?**
3. **Virus Corona có thể gây ra ở người những bệnh gì?**

Grammar and Usage Notes

1. The Chinese loanword **bệnh nhân** is interchangeable with the word **người bệnh**, which contains the Vietnamese translation of **nhân** as **người** and the Vietnamese word order (the attributive **bệnh** follows the noun **người**), as in Narrative One:

   Ngày 21.3, một ca trực đêm trung tâm đã tiếp nhận 6 bệnh nhân đột quị cấp cứu đều là người trẻ. On March 21, on one night shift the Center's emergency room admitted six stroke patients, all of them young persons.

   Cần đưa người bệnh đến ngay các đơn vị điều trị đột quị để được chẩn đoán và điều trị kịp thời. It's necessary to bring the patient immediately to a hospital or clinic specializing in stroke so that they are diagnosed and treated in a timely manner.

2. The component **hoá**, meaning changing or transforming, follows a noun or adjective to form verbs that denote conforming or transforming to a different state. This component is similar to the English suffix *-ize*. For example:

   hiện đại modern → **hiện đại hoá** to modernize

   công nghiệp industry → **công nghiệp hoá** to industrialize

   hệ thống system → **hệ thống hoá** to systematize

   Narrative One has the following sentence:

   Với những ca đột quị trẻ thời gian gần đây, ông Tôn khuyến cáo người trẻ cần cẩn trọng với nguy cơ đột quị, một bệnh lí trước đây thường gặp ở người cao tuổi hiện đang có xu hướng trẻ hoá. Speaking of stroke cases among young people in recent years, Mr. Tôn advised young people to be aware of the risk of stroke, which previously was common mostly among the elderly but now tends to become common among younger people.

3. The phrase **có xu hướng** is used in Narrative One, as well as in Narrative Two in Chapter Seven:

> **Người dân tại các đô thị lớn ngày càng <u>có xu hướng</u> dịch chuyển ra các vùng lân cận để tận hưởng không gian sống trong lành nhưng vẫn đầy đủ tiện ích.** Residents of large cities are increasingly moving to nearby suburbs to enjoy healthy environments that are also convenient.

The phrases **có xu hướng** and **có chiều hướng** convey the same meaning and are interchangeable. Another example:

> **Giới trẻ Việt Nam ở các thành phố lớn ngày càng có xu hướng / có chiều hướng tiếp tục sống với cha mẹ sau khi tốt nghiệp đại học.** There is a growing tendency among young people in Viet Nam's large cities to continue living with their parents after college.

4. The phrases **quan tâm đến** and **liên quan đến** are used in Narrative Two. They convey different meanings and are not interchangeable. In the narrative, the phrase **quan tâm đến** is used with the meaning "to pay attention to," but its main meaning is "to be interested in and care about, to show concern." For instance:

> **Mặc dù rất bận công việc, ông ấy luôn quan tâm đến việc nuôi dạy con cái.** Although he is very busy at work, he has always shown deep concern for raising his children.

Liên quan đến means "to (be) relate(d), to concern." The phrase may have **có** at the beginning:

> **Cuộc hội thảo nêu ra những vấn đề [có] liên quan đến tác động của sự biến đổi khí hậu đối với nông nghiệp ở Đồng bằng sông Cửu Long.** The conference raised issues relating to / related to / concerning the impact of climate change on agriculture in the Mekong River Delta.

5. The verb **thành lập** meaning "to establish" has been introduced in the exercises for previous chapters. For example, in Chapter Two, Exercise 4 has the sentence **Trường đại học thành lập trung tâm nghiên cứu về châu Á học.**

Narrative Two of this chapter contains the verb **thiết lập**, which also conveys the meaning "to establish." The two verbs, however, are not interchangeable. The verb **thành lập** takes an object referring to something tangible: **thành lập trường đại học** "to establish a college / university," **thành lập trung tâm nghiên cứu** "to establish a research center," **thành lập bệnh viện** "to establish a hospital." The verb **thiết lập** takes an intangible object: **thiết lập mạng lưới** "to establish a network," **thiết lập quan hệ ngoại giao** "to establish diplomatic relations," **thiết lập quan hệ hợp tác** "to establish cooperation."

6. The word **chuyên môn** functions as a noun and as a verb. The noun **chuyên môn** means "specialty, expertise or professional activity," as in the narrative:

   Covinet được thiết lập với chức năng điều phối chuyên môn cũng như năng lực toàn cầu. CoViNet was established to coordinate global professional activities, as well as possibilities in this area of expertise.

   The verb **chuyên môn** means "to specialize in," as in the narrative:

   Covinet là mạng lưới các phòng thí nghiệm toàn cầu chuyên môn phát hiện và nghiên cứu virus Corona ở người, động vật và môi trường. CoViNet is a network of labs all over the world that specialize in detecting and doing research on coronavirus in human beings, animals and the environment.

   When used before a noun, the verb **chuyên môn** takes the preposition **về**, and the component **môn** can be omitted:

   Anh kiến trúc sư ấy chuyên [môn] về trùng tu các di tích lịch sử. That architect specializes in the restoration of historic sites.

7. The verb **tập trung** corresponds to the English verb "to concentrate." In the following example, **tập trung** is used before a verb:

   Tiếng ồn ngoài phố làm cho tôi không tập trung làm việc được. All the noise from the street makes it hard for me to concentrate on working on my project.

   When **tập trung** is followed by a noun, it takes the preposition **vào**:

   Tiếng ồn ngoài phố làm cho tôi không tập trung vào công việc được.

   The two sentences convey the same meaning, but in the first sentence **làm việc** is a verb, while in the second **công việc** is a noun.

   Unlike the English "to be concentrated," the verb **tập trung** is not used in passive voice:

   Phần lớn các trường đại học và viện nghiên cứu tập trung ở Hà Nội và thành phố Hồ Chí Minh. Most universities and research centers *are* concentrated in Hà Nội and Hồ Chí Minh City.

8. Narrative Two contains the verb **dựa trên** meaning "to (be) base(d) on:

   ... các chính sách phòng, chống dịch toàn cầu dựa trên những thông tin và bằng chứng khoa học mới nhất. ... global policies for preventing and battling the pandemic are based on the most recent scientific information and evidence ...

Narrative Two in Chapter Two has the verb **dựa vào** meaning "to lean, rely on":

Lối đi dựa vào đường mòn nhỏ có sẵn trong rừng và không xây dựng các công trình trên lộ trình ... The road to the caves is (literally: leans against) a forest trail with no man-made structures on the route...

The verb **dựa vào** also conveys the figurative meaning "to rely on":

Bà ấy dựa vào sự hỗ trợ của các con về mặt tài chính. She relies on her children for financial support.

Cultural Notes

1. Traditional medicine and Western medicine in Viet Nam

   Vietnamese traditional medicine (**y học cổ truyền Việt Nam**) was influenced by Chinese traditional medicine, although it differs from Chinese traditional medicine in relying only on native ingredients grown in Viet Nam, which are called Southern herbology (**thuốc nam**). Both Southern herbology and Northern (Chinese) herbology (**thuốc bắc**) have been popular in Viet Nam for thousands of years, and are commonly referred to as Eastern medicine (**đông y**). Central Traditional Medicine Hospital (**Bệnh viện Y học cổ truyền Trung ương**) established in 1957 in Hà Nội is Viet Nam's leading center for treatment, research and teaching in the field of traditional medicine.

   Western medicine (**tây y**) was introduced to Viet Nam by the French at the beginning of the 20th century. Hà Nội Medical School (**Trường Y khoa Hà Nội**; French: École de Médecine de Hanoi) was established in 1902 and later became one of the first professional schools of the Indochinese University (**Viện đại học Đông Dương**; French: Université Indochinoise) founded by the French in Hà Nội in 1906. At present, Hà Nội Medical University (**Đại học Y Hà Nội**) and Hồ Chí Minh City Medical University (**Đại học Y thành phố Hồ Chí Minh**) are the most prestigious medical schools in Viet Nam.

2. Health Insurance in Viet Nam

   Viet Nam's Health Insurance Law (**Luật bảo hiểm y tế**) was passed in 2009. Since then, the Vietnamese government has made great efforts to extend coverage to as many people as possible (**bảo hiểm y tế toàn dân**, literally: "health care for everybody"). Government employees are covered by government-financed insurance, and the employee contribution is very reasonable. Private companies are required to purchase health insurance for their employees. Health insurance also covers basic dental work.

   The overloaded government-run medical facilities barely meet the demand for care. Private clinics appeared in the late 1980s and since then have successfully shared health care service provision in large cities. More and more high-income people turn to private clinics for service.

3. Bạch Mai Hospital (**Bệnh viện Bạch Mai**)

The hospital was founded in 1912 and initially specialized in contagious diseases. It was expanded in the following two decades and became a major teaching hospital for Hà Nội Medical School in the 1930s and 1940s, along with bệnh viện Phủ Doãn, today called bệnh viện Việt-Đức (Vietnamese-German Hospital).

In December 1972, several buildings of bệnh viện Bạch Mai were destroyed by B-52 bombers. Dozens of medical personnel and patients were killed. It was rebuilt shortly after the Paris Peace Accords were signed in January 1973, which brought the war to an end in the North.

Nowadays, Bạch Mai is one of the leading hospitals in Viet Nam, focusing on internal medicine, urgent care and rehabilitation, poisoning, psychiatry, oncology and nuclear medicine. The hospital is the major institution where students at medical schools in Northern Viet Nam spend their residencies in those areas.

4. The first Covid-19 case in Viet Nam was detected on January 23, 2020 in Hồ Chí Minh City. Viet Nam grappled with four waves of the pandemic: the first from January 23, 2020 through July 24, 2020; the second from July 25, 2020 through January 27, 2021; the third from January 28, 2021 through April 26, 2021; and the fourth from April 27, 2021 until the present. As of April 13, 2024, the cumulative number of Covid-19 cases in Viet Nam was 11,625,195. The number of deaths was 43,206. Hồ Chí Minh City had the highest number of deaths, reaching almost 20,000. The number of deaths in Hà Nội was 1,232.

Grammar and Usage Exercises

1. Use words containing the component **hoá** to translate the following sentences.

1.1. The company is determined to modernize its plants.

1.2. The Ministry of Natural Resources and Environment has already systematized the data on traditional sources of energy.

1.3. Guests were impressed by the highly automated (**tự động hoá**) factories of the Japanese and South Korean automobile companies in Bình Dương Province.

1.4. Viet Nam's agriculture is rapidly becoming mechanized (**cơ giới hoá**).

1.5. Although the war ended in 1975, US-Viet Nam relations were not normalized until twenty years later.

2. Use **có chiều hướng** or **có xu hướng** to translate the following sentences.

2.1. The economy has shown a general tendency towards inflation.

2.2. Stock market prices (**Giá trên thị trường chứng khoán**) are currently showing an upward trend.

2.3. There is a growing tendency for people to work at home instead of in offices.

2.4. There is a growing tendency among residents of Viet Nam's large cities to conserve energy. (use **tiết kiệm** for "to conserve")

2.5. Housing prices in Hà Nội and Hồ Chí Minh City continue to show an upward tendency.

3. Fill in the blanks with **quan tâm** or **[có] liên quan**.

3.1. **Chuyện ấy không _____ gì đến anh cả.**

3.2. **Bác sĩ rất _____ đến chế độ ăn uống của tôi, khuyên tôi nên ăn nhiều hải sản chứ không nên ăn quá nhiều thịt.**

3.3. **Dự án _____ đến việc phát triển và mở rộng các nguồn năng lượng tái tạo.**

3.4. **Chính quyền thành phố _____ đến việc giải quyết vấn đề nhà ở cho những người vô gia cư.**

3.5. **Cha mẹ luôn _____ đến việc giáo dục con cái để các cháu lớn lên trở thành những công dân có ích cho xã hội.**

4. Use **thành lập** or **thiết lập** to translate the following sentences.

4.1. Hà Nội City was established by the first king of Lý Dynasty in 1010. (use the classifier **vị** for "king" and **đầu tiên** for "first")

4.2. The two countries signed a trade agreement first and then established diplomatic relations a few years later.

4.3. The Ministry of Education and Training established a system of multiple-choice testing (**thi trắc nghiệm**) in English for high schools.

4.4. This research center was established fifteen years ago and has become the leading center for research on climate change.

4.5. France and the Democratic Republic of Viet Nam (**Việt Nam Dân chủ Cộng hoà**) established diplomatic relations in 1973, when the war was still ongoing in the South.

5. Use **chuyên môn** as a verb and a noun to translate the following sentences.

5.1. I can't comment because it is not my area of expertise.

5.2. After completing her residency (**chương trình đào tạo chuyên khoa**) at the Central Eye Hospital in Hà Nội, she decided to specialize in pediatric eye diseases.

5.3. We were amazed at his considerable expertise in computer science.

5.4. There has been a significant descrease in the number of students who want to specialize in humanities over the last two decades.

5.5. Will your specialty be sociology or anthropology?

6. Use the verb **tập trung** to translate the following sentences.

6.1. We all are focusing on finding a solution to this problem.

6.2. Students are concentrating on studying for the final exams.

6.3. On the West Coast of the USA, the Vietnamese communities are concentrated in California.

6.4. After the French finished conquering Viet Nam in the late 19th century, the Nguyễn Royal Court (**triều đình nhà Nguyễn**) still existed in Huế but power (**quyền hành**) was concentrated in the hands of the French Superior Resident (**khâm sứ**).

6.5. In Northern Viet Nam, industrial parks that attract most of the FDI are concentrated in Bắc Ninh Province.

7. Use **dựa trên** or **dựa vào** to translate the following sentences.

7.1. This song is based on a folksong [tune] (**làn điệu dân ca**) of Central Viet Nam.

7.2. Viet Nam largely relies on traditional sources of energy such as coal and oil.

7.3. Agriculture in the Mekong River Delta relies on the river to water rice fields and grow fruit trees.

7.4. The film *Vũ Đại Village in Those Days* (**Làng Vũ Đại ngày ấy**) was based on several literary works by author Nam Cao.

7.5. If you ever need help, you can rely on me.

CHAPTER NINE

Sports

NARRATIVE ONE

BÁO TIỀN PHONG ONLINE NGÀY 31 THÁNG 3 NĂM 2024

Khán giả Phú Yên mang … xoong chảo cổ vũ runner Tiền Phong Marathon 2024

Ngày 31/3, tại Phú Yên diễn ra Giải vô địch Quốc gia Marathon và cự li dài báo Tiền Phong lần thứ 65 năm 2024 với thông điệp "Dấu chân mặt trời". Theo nhà báo Lê Xuân Sơn – Tổng biên tập báo Tiền Phong, đồng Trưởng Ban tổ chức Giải vô địch – gần 12.000 vận động viên chuyên và không chuyên cùng hàng nghìn người hâm mộ từ khắp nơi trên cả nước đổ về dự Tiền Phong Marathon 2024, đã khiến thành phố Tuy Hoà và một số địa điểm trong tỉnh thực sự trở thành ngày hội.

Tiền thân của Giải vô địch Quốc gia Marathon là Việt dã toàn quốc *giải báo Tiền Phong*, được báo và ngành thể thao phối hợp tổ chức thường niên lần đầu từ năm 1958. Năm năm trước đây, giải được nâng cấp thành Giải vô địch Quốc gia Marathon và cự li dài và vẫn được phép mang tên *báo Tiền Phong*. "Giải đấu của chúng ta là giải thể thao có lịch sử lâu dài nhất trong tất cả các giải thể thao của nước nhà. Trong những năm gần đây, Tiền Phong Marathon đã trở thành một sự kiện truyền cảm hứng mạnh mẽ, một giải đấu thu hút sự chú ý của đông đảo vận động viên điền kinh, người yêu môn chạy bộ và người hâm mộ", nhà báo Lê Xuân Sơn nhấn mạnh.

NARRATIVE ONE

NEWSPAPER TIỀN PHONG ONLINE, MARCH 31, 2024

Spectactors in Phú Yên Province Bring ... Pans to Cheer on Runners in Tiền Phong Marathon 2024

On March 31, the 65th National Marathon and Long-Distance Championship 2024, whose slogan is "The Sun's Footprints," took place in Phú Yên Province. According to journalist Lê Xuân Sơn, Tiền Phong Newspaper's editor-in-chief and cohead of the Championship Organizing Committee, nearly 12,000 professional and amateur athletes along with thousands of fans from all the regions of the country gathered to attend Tiền Phong Marathon 2024, which brought a festive atmosphere to Tuy Hoà City and other towns in the province.

The predecessor of the National Marathon Championship was Tiền Phong Newspaper's National Cross-Country Championship, held annually by the newspaper and sports authorities since 1958. Five years ago, it was upgraded to the National Marathon and Long-Distance Championship and was allowed to be named Tiền Phong Newspaper Championship. "Our championship is the longest-running sports championship in the country. In recent years, Tiền Phong Marathon has become a highly regarded event attracting much attention from numerous track and field athletes and fans of running," stressed journalist Lê Xuân Sơn.

Đông đảo người dân Phú Yên đã có mặt trên cung đường chạy để cổ vũ cho các vận động viên thi đấu. Thanh âm từ xoong, chảo, chậu đã khuấy động không khí sôi nổi trên đường chạy. Hình ảnh và âm thanh người dân mang xoong, chảo, chậu để cổ vũ đã tạo ấn tượng cho nhiều vận động viên. Bên cạnh đó, sự thân thiện và nhiệt tình cổ vũ của người dân Phú Yên đã mang đến sự tiếp sức cho nhiều vận động viên.

Vocabulary ▶

khán giả spectator

xoong saucepan, pot

chảo frying pan

cổ vũ (cho) to cheer on

giải prize, award

vô địch invincible, unbeatable; champion
  giải vô địch championship
  giải vô địch quốc gia national championship

cự li distance

dấu chân footprint

nhà báo journalist

biên tập editor
  tổng biên tập editor-in-chief

đồng co-

ban tổ chức organizing committee
  đồng trưởng ban tổ chức cohead of the organizing committee

vận động viên athlete

chuyên in this context: **chuyên nghiệp** professional

không chuyên in this context: amateur

hâm mộ to be a fan of
  người hâm mộ fan

đổ về in this context: to flock, gather in a flock

thực sự indeed

tiền thân predecessor

việt dã cross-country

thể thao sports

thường niên annual, yearly

nâng cấp to upgrade

được phép to have / receive permission, be allowed

giải đấu competition for a prize

nước nhà in this context: our country

cảm hứng inspiration
  truyền cảm hứng to inspire

đông đảo (reduplicative) a large number of people

điền kinh track and field

chạy bộ to jog

nhấn mạnh to emphasize, stress

cung đường chạy = đường chạy running route

thi đấu to compete in sports

thanh âm sound

chậu basin

khuấy động to rouse

sôi nổi lively, exciting

hình ảnh image

A large number of fans from Phú Yên Province came to cheer on the runners along the route. The sound of pots and pans being banged created an exciting atmosphere on the route. The spectactors cheering on runners with pots and pans made a great impression on many of them. In addition, the friendliness and enthusiastic support from the people of Phú Yên gave the runners much energy.

âm thanh = thanh âm sound
ấn tượng impression
  tạo ấn tượng (cho) to make an impression on

thân thiện friendly
nhiệt tình enthusiasm
tiếp sức (cho) to give additional energy to

Answer the following comprehension questions.

1. **Giải vô địch Quốc gia Marathon và cự li dài diễn ra ở đâu?**
2. **Bao nhiêu vận động viên thi đấu tại giải vô địch này?**
3. **Tiền thân của Giải vô địch quốc gia Marathon là giải nào?**
4. **Người dân Phú Yên cổ vũ các vận động viên thi đấu như thế nào?**

Người dân cổ vũ vận động viên. People cheering on runners. *(Ảnh / Photo: báo Tiền phong)*

NARRATIVE TWO

BÁO THANH NIÊN ONLINE NGÀY 03 THÁNG 4 NĂM 2003

Bóng đá Đông Nam Á liệu có cơ hội tại giải U23 châu Á?

(trích bài của Thiếu Bá)

Có 4 đội bóng Đông Nam Á tham dự vòng chung kết (VCK) giải U23 châu Á gồm Việt Nam, Indonesia, Malaysia và Thái Lan. Thái Lan vừa chính thức đặt mục tiêu giành vé đi dự Thế vận hội Paris 2024. Trong số các đội bóng Đông Nam Á, U23 Việt Nam và U23 Malaysia thuộc bảng D. Trong bảng đấu này còn có 2 đội khác là Uzbekistan và Kuwait. U23 Thái Lan nằm ở bảng C với các đội Ả Rập Xê Út, Iraq và Tajikistan. Còn U23 Indonesia thuộc bảng A với chủ nhà Qatar, Úc và Jordan.

Theo điều lệ của giải U23 châu Á năm nay, 2 đội lọt vào trận chung kết cùng đội thắng trong trận tranh hạng 3 sẽ giành vé đến Thế vận hội Paris 2024. Điều đó có nghĩa là đường đến với suất tham dự Thế vận hội rất chông gai.

Lần gần nhất một đội bóng Đông Nam Á đứng trong 3 hạng đầu của giải U23 châu Á là tại giải năm 2018, khi đội tuyển U23 Việt Nam dưới sự dẫn dắt của huấn luyện viên (HLV) Park Hang-seo (người Hàn Quốc) tạo nên "kì tích Thường Châu tuyết trắng"[1], vào chung kết giải cách nay 6 năm.

Liên tiếp ở các giải gần đây, các đội bóng trong khu vực không thành công. Ở giải U23 châu Á năm 2020, các đội Malaysia và Indonesia không lọt vào VCK, U23 Việt Nam không vượt qua vòng bảng, còn U23 Thái Lan bị loại ở vòng tứ kết.

---

1. Tại giải vô địch bóng đá U23 châu Á năm 2018 diễn ra ở thành phố Thường Châu, tỉnh Giang Tô, Trung Quốc, đội tuyển Việt Nam lần đầu tiên lọt vào chung kết và thua Uzbekistan ở trận chung kết. Hai đội hoà 1-1 trong hai hiệp chính 90 phút, đá tiếp hai hiệp phụ. Việt Nam thua Uzbekistan 1-2 ở phút cuối cùng (phút thứ 15) của hiệp phụ thứ hai. Trận đấu diễn ra khi tuyết rơi nên báo chí Việt Nam gọi trận đấu này là "kì tích Thường Châu tuyết trắng". (Footnote by Ngô Như Bình)

136 CHAPTER NINE

NARRATIVE TWO

NEWSPAPER THANH NIÊN ONLINE, APRIL 03, 2024

Does Southeast Asian Soccer Have a Chance to Place High at Asia U23 Championship?

Excerpts from an article by Thiếu Bá

Four national teams from Southeast Asia have qualified for the Asia U23 Championship: Viet Nam, Indonesia, Malaysia and Thailand. Thailand has just set a goal of qualifying for the Paris 2024 Olympics. At Asia U23, Viet Nam and Malaysia are in Group D. The two other teams in this group are Uzbekistan and Kuwait. Thailand's team is in Group C with Saudi Arabia, Iraq and Tajikistan. Indonesia's team is in Group A with the host country Qatar, Australia and Jordan.

According to the rules of this year's Asia U23, the two teams that qualify for the final match and the team that wins third place in the championship will qualify for the Paris 2024 Olympics. That means the road to the Olympics is extremely difficult.

The last time a team from Southeast Asia was among the best three teams of Asia U23 was at the 2018 Championship. Back then, Viet Nam's team, under the guidance of coach Par Hang-seo from South Korea, achieved the so-called "White Snow Changzhou Feat"[1] when it played the final match six years ago.

The performance of Southeast Asian teams has not been successful at several consecutive championships. At Asia U23 in 2020, Malaysia and Indonesia did not qualify for the final round, Viet Nam's U23 team did not go further than the group stage, and Thailand's team was defeated at the quarterfinal.

---

1. At the Asia U23 championship in 2018, which took place in Changzhou City, Jiangsu Province, China, Viet Nam's team qualified for the final for the first time but lost to Uzbekistan. The score was tied 1-1 at the end of the 90-minute regulation time, so the teams played two extra halves. Viet Nam lost the final 1-2 to Uzbekistan in the last minute of the second half of extra time. Because the final match occurred when it was snowing, the Vietnamese media called it "White Snow Changzhou Feat." (Footnote by Ngô Như Bình)

SPORTS 137

Năm nay là lần thứ 2 liên tiếp U23 Việt Nam và Malaysia chung bảng tại giải U23 châu Á. Đây cũng là 2 đội về lí thuyết yếu nhất bảng D. Mục tiêu của U23 Việt Nam ít nhất là vượt qua vòng bảng. Muốn làm được điều đó, đội bóng của HLV Hoàng Anh Tuấn phải đánh bại Malaysia, đồng thời gây bất ngờ cho 2 đối thủ mạnh tầm châu Á Uzbekistan và Kuwait.

U23 Việt Nam và U23 Thái Lan có đôi chút lợi thế ở chỗ nếu vượt qua vòng bảng, đội bóng của HLV Hoàng Anh Tuấn và đoàn quân của HLV Issara Sritaro sẽ tránh được 2 ứng cử viên hàng đầu cho ngôi vô địch là Nhật Bản và Hàn Quốc ở tứ kết, do 2 đội này nằm ở nhánh đấu khác.

Đối thủ mạnh nhất của 2 đội bóng Đông Nam Á ở những vòng đấu đầu tiên của giải là Ả Rập Xê Út. Đội bóng Tây Á này nằm chung bảng C với Thái Lan, đồng thời có thể ngăn bước tiến của U23 Việt Nam ở tứ kết, nếu chúng ta lọt vào giai đoạn này.

Ở 2 giải U23 châu Á gần nhất, Ả Rập Xê Út đánh bại chính các đội bóng Đông Nam Á tại tứ kết. Cụ thể, họ thắng U23 Thái Lan 1-0 tại tứ kết năm 2020, sau đó thắng U23 Việt Nam tại tứ kết năm 2022. Ả Rập Xê Út cũng là đương kim vô địch của giải U23 châu Á.

Điểm xuất phát At the starting line of the 65th National Marathon and Long-Distance Championship *(Ảnh / Photo: báo Tiền phong)*

This Asia U23 championship is the second time in a row when Viet Nam's and Malaysia's U23 teams are in the same group. Theoretically, they are the weakest teams in group D. The goal of Viet Nam's U23 is at least to qualify for the play-off round. To accomplish this, coach Hoàng Anh Tuấn's team will have to beat Malaysia and also score a surprise victory over Uzbekistan and Kuwait, which are among Asia's best teams.

Viet Nam's and Thailand's U23 teams will have a bit of an advantage in the next round in that they will avoid facing the Japanese and South Korean teams, the most likely candidates for champion, if coach Hoàng Anh Tuấn's and coach Issara Sritaro's teams qualify for the play-off round. This is because the Japanese and South Korean teams are in a different branch of play-off groups.

Saudi Arabia is the strongest opponent to the two Southeast Asian teams in the preliminary and next round. This West Asian team is in the same group with Thailand and could stop Viet Nam's team at the quarterfinal if Viet Nam qualifies for this round.

At the latest two Asia U23 championships, Saudi Arabia eliminated the Southeast Asian teams at the quarterfinal. Specifically, they defeated Thailand's U23 team 1-0 at the quarterfinal in 2020 and Viet Nam's U23 team at the quarterfinal in 2022. Saudi Arabia is the defending Asia U23 champion as well.

Vocabulary

bóng ball

đá to kick
  bóng đá soccer

liệu a question word (see Grammar and Usage)

giải short form of **giải vô địch** championship

đội bóng soccer team

vòng round

chung kết final

mục tiêu goal, aim, target
  đặt mục tiêu to set a goal

Thế vận hội Olympic Games, Olympics

bảng in this context: group

bảng đấu = bảng group

Ả Rập Xê Út Saudi Arabia

chủ nhà in this context: host country

điều lệ rule

lọt vào to qualify for

trận match, game

thắng to win

tranh to compete for

hạng rank, place

có nghĩa to mean
  điều đó có nghĩa là it means that, that is

suất in this context: spot, slot

chông gai thorny

lần gần nhất the last time (literally: the latest time)

SPORTS 139

đầu in this context: top

đội tuyển national team

dẫn dắt to lead, guide
  dưới sự dẫn dắt in this context: to be coached

huấn luyện viên = HLV (head) coach

kì tích an exceptional feat

Thường Châu (常州) Changzhow, a city in Jiangsu Province, China

tuyết snow

trắng white

vào chung kết to qualify for the final match

cách nay = cách đây ago

liên tiếp consecutive(ly)

vòng bảng preliminary round group games, group stage (a series of games played in one group)

loại in this context: to eliminate
  bị loại to be eliminated

tứ kết quarterfinal

chung bảng to be in the same group

lí thuyết theory
  về lí thuyết theoretically

ít nhất at least

đánh bại to defeat

bất ngờ unexpected; surprise
  gây bất ngờ to catch / take by surprise

đối thủ rival, opponent

tầm in this context: at the level of

đôi chút a little bit

đoàn quân in this context: team

ứng cử viên candidate

hàng đầu leading; in this context: most likely

ngôi vô địch champion

nhánh branch
  nhánh đấu khác other groups

đầu tiên first

ngăn in this context: to stop

bước tiến advance

gần nhất most recent

đương kim current, present
  đương kim vô địch defending champ(ion)

thua to lose to

hoà to tie

hiệp half
  hai hiệp chính (two halves of the) regulation time
  hai hiệp phụ (two halves of the) extra time

rơi to fall

báo chí (collective noun) press

gọi ... là ... to call

Answer the following comprehension questions.

1. **4 đội bóng Đông Nam Á tham dự vòng chung kết giải U23 châu Á là những đội nào?**

2. **Theo điều lệ của giải U23 châu Á năm nay, những đội nào sẽ giành vé tham dự thế vận hội Paris 2024?**

3. **Năm 2018, dưới sự dẫn dắt của ai đội tuyển U23 Việt Nam đã vào chung kết giải U23 châu Á?**

Grammar and Usage Notes

1. Vietnamese has several words that contain double "o's" denoting the open-est rounded nuclear vowel "o," such as **xoong** meaning "saucepan, pot" in Narrative One. If the nuclear vowel is represented by one "o," we have the different word **xong**, which is pronounced with the lips coming together at the end pronuncing the word. **Xong** means the completion of an action. When we pronounce **xoong**, the lips do not come together at the end. This word was borrowed from the French *casserole*. Other words spelled with a double "o" are French loanwords as well. For example: **cải xoong** "watercress" < *cresson*; **bù loong** "bolt" < *boulon*; **quần soóc** "shorts" < *short*; **rơ moóc** "trailer" < *remorque*. Some French loanwords are not obvious in Vietnamese, as the two languages are so different. Vietnamese makes them conform to the sound patterns of Vietnamese, and many are unrecognizable to native speakers of French, unlike Chinese loanwords in Vietnamese for Chinese speakers.

2. Affixation is an important method of making new words in Vietnamese. A derivational element is attached to a given word to form another word. If the element is placed before the word, it is called *prefix*; if it is placed after the word, it is called *suffix*.

   Chapter One introduces the prefix **việc** used to turn a verb into a noun: **đi lại** "to commute" → **việc đi lại** "commuting;" **tổ chức** "to organize" → **việc tổ chức** "organizing, organization." Chapter Seven introduces the prefix **sự** which is also used to turn a verb into a noun with a more abstract meaning than **việc**: **đi lại** → **sự đi lại**; **tổ chức** → **sự tổ chức**.

   This chapter introduces another prefix: **nhà** used to form a word with the meaning "a person who specializes in a particular field or has a particular characteristic." For instance: **báo** "newspaper, magazine, journal" → **nhà báo** "journalist;" **vô địch** "invincible, unbeatable" → **nhà vô địch** "champion." Some other words containing the prefix **nhà** with base words introduced in previous chapters: **cung cấp** "to supply, provide" → **nhà cung cấp** "supplier, provider;" **đầu tư** "to invest" → **nhà đầu tư** "investor;" **hoạt động** "to work; activity" → **nhà hoạt động** "activist;" **khoa học** "science" → **nhà khoa học** "scientist;" **kinh tế** "economy, economics" → **nhà kinh tế** "economist;" **tâm lí** "psychology" → **nhà tâm lí** "psychologist;" **thám hiểm** "to explore" → **nhà thám hiểm** "explorer."

   This chapter also introduces the suffix **viên**, which is a Chinese loanword used to form words with the meaning "member of an organization" or "a person specializing in certain activities." For example: **đảng** "party" → **đảng viên** "party member;" **điều tra** "to investigate" → **điều tra viên** "investigator;" **huấn luyện** "to coach, train" → **huấn luyện viên** "coach, trainer;" **hội** "association"

→ **hội viên** "member of an association;" **vận động** "to move, practice a sport or be trained in a sport" → **vận động viên** "athlete."

3. In sports, **vận động viên** is a general word for "athlete." This word can be used for many sports: **bơi lội** "to swim; swimming" → **vận động viên bơi lội** "swimmer;" **nhảy cầu** "to dive; diving (from a platform)" → **vận động viên nhảy cầu** "diver;" **bắn súng** "to shoot; shooting" → **vận động viên bắn súng** "shooter;" **thể dục dụng cụ** "gymnastics" → **vận động viên thể dục dụng cụ** "gymnast;" **trượt băng** "to skate, ice skating" → **vận động viên trượt băng** "ice skater;" **điền kinh** "track and field" → **vận động viên điền kinh** "track and field athlete." **Vận động viên** is used for track and field competitors as well, for instance, **vận động viên chạy cự li ngắn** "sprinter;" **vận động viên chạy vượt rào** "hurdler;" **vận động viên nhảy cao** "high jumper;" **vận động viên nhảy xa** "long jumper;" etc.

If a sport uses a ball, a player is called **cầu thủ**: **cầu thủ bóng đá** "soccer player," **cầu thủ bóng chuyền** "volleyball player," **cầu thủ bóng rổ** "basketball player," **cầu thủ bóng nước** "water polo player."

Some sports use the word **đấu thủ** for "player": **đấu thủ quần vợt** "tennis player," **đấu thủ bóng bàn** "table tennis player," **đấu thủ cờ vua** "chess player."

Some combat sports use the element **đô** or **võ sĩ**: **vật** "wrestling" → **đô vật** "wrestler;" **quyền Anh** "boxing" → **võ sĩ quyền Anh** "boxer."

4. The prefix **đồng** is equivalent to the English prefix co-, as in Narrative One **đồng trưởng ban tổ chức** "cohead of the organizing committee." Some other examples: **đồng tác giả** "coauthor," **đồng chủ tịch** "cochair, copresident," **đồng sáng lập** "cofound(er)."

5. The word **phép** with the meaning "permission" is used only as the object of some verbs. Narrative One has the following sentence containing **được phép** with the meaning "to have permission, be allowed":

> **Giải được nâng cấp thành Giải Vô địch Quốc gia Marathon và cự li dài và vẫn được phép mang tên *báo Tiền phong*.** The championship was upgraded to the National Marathon and Long Distance Championship and was allowed to be named Tiền phong Newspaper Championship.

Phép follows the verb **cho** to convey the meaning "to allow, give permission":

> **Công ti cho phép nhân viên nghỉ sớm một ngày để về nhà ăn Tết Nguyên đán.** The company gave employees permission to leave one day earlier to go home for the Lunar New Year.

Phép is the object of the verb **xin** to convey the meaning "to ask (for) permission":

142 CHAPTER NINE

Chúng tôi xin phép cô giáo sáng mai đến lớp muộn 15 phút. We asked (for) our teacher's permission to come to class 15 minutes late tomorrow morning.

The word with the meaning opposite to **cho phép** is **cấm** "to prohibit, forbid." For example:

Một số nhà hàng trong thành phố cấm hút thuốc. Some restaurants in the town prohibit smoking.

If a person is the object of prohibition, the person follows the verb **cấm** and precedes the word or phrase denoting what is prohibited:

Một số nhà hàng trong thành phố cấm khách hàng và nhân viên hút thuốc. Some restaurants in the town prohibit customers and employees from smoking.

The phrase **không được** can be inserted between the person(s) and the verb phrase with no change in meaning:

Một số nhà hàng trong thành phố cấm khách hàng và nhân viên không được hút thuốc.

6. There are several bisyllabic words whose syllables can be reversed. Narrative One has one sentence using the word **thanh âm** and another using **âm thanh**:

Thanh âm từ xoong, chảo, chậu đã khuấy động không khí sôi nổi trên đường chạy. Hình ảnh và âm thanh người dân mang xoong, chảo, chậu để cổ vũ đã tạo ấn tượng cho nhiều vận động viên. The sound of pots and pans being banged created an exciting atmosphere on the route. The spectactors cheering on runners with pots and pans made a great impression on many of them.

Some more examples:

Các cầu thủ bảo đảm / đảm bảo hoàn thành giáo án của ban huấn luyện. Players assured the coach that they would fulfill the coaching staff's training plan.

Vấn đề chuyển đổi năng lượng sạch đối với Việt Nam không đơn giản / giản đơn. For Viet Nam, the issue of transitioning to clean energy is not simple.

These three examples, as well as many other words whose syllables can be reversed, are Chinese loanwords. In Chinese, the sequence of syllables cannot be reversed. The Chinese word for **thanh âm** is 聲 \ 声音, while Vietnamese uses both **thanh âm** and **âm thanh**, and the latter is more common. The Chinese word for **đảm bảo** is 擔 \ 担保. Vietnamese uses both **bảo đảm** and **đảm bảo**, and the former is more common. The Chinese word for **giản đơn** is 簡單 \ 简单. Vietnamese uses both **đơn giản** and **giản đơn**. The former is more common.

7. The word **liệu** is used in a question to express the speaker's uncertainty about what is spoken of, as in the title of Narrative Two:

Bóng đá Đông Nam Á liệu có cơ hội tại giải U23 châu Á? Will Southeast Asian soccer have any chance at the Asia U23 Championship?

The title omits the negation **không** in the question construction **có ... không ...** It can be restored:

Bóng đá Đông Nam Á liệu có cơ hội tại giải U23 châu Á không?

Another example:

Hôm nay liệu trời có mưa không? Will it rain today?

8. The construction **muốn ... phải ...** implies the way a goal can be achieved. **Muốn** comes at the beginning of the first statement to refer to the goal, and **phải** preceding the verb phrase in the second statement refers to the way of achieving the goal. The two statements are separated by a comma. Narrative Two has the following sentence:

Muốn làm được điều đó, đội bóng của HLV Hoàng Anh Tuấn phải đánh bại Malaysia. In order to achieve it (to qualify for the playoff round), coach Hoàng Anh Tuấn's team will have to win the match against Malaysia.

The word **thì** can replace the comma, and the meaning of the sentence remains unchanged:

Muốn làm được điều đó thì đội bóng của HLV Hoàng Anh Tuấn phải đánh bại Malaysia.

Another example:

Muốn khoẻ mạnh, phải thường xuyên tập luyện. / Muốn khoẻ mạnh thì phải thường xuyên tập luyện. In order to be healthy, one should regularly exercise.

9. Both **đầu tiên** and **thứ nhất** mean "first," but they are not interchangeable in most cases. **Đầu tiên** emphasizes an event that happens for the first time and there is no expectation that the second, third, etc. event will be mentioned, whereas **thứ nhất** always refers to the first person or thing in a line, row or series, and the subsequent people or things are expected to be mentioned. A sentence in Narrative Two:

Đối thủ mạnh nhất của 2 đội bóng Đông Nam Á ở những vòng đấu đầu tiên của giải là Ả Rập Xê Út. The strongest rival of the two Southeast Asian teams (Viet Nam and Thailand) in the first rounds of the championship is Saudi Arabia.

Another example:

Lần đầu tiên Việt Nam đăng cai tổ chức SEA Games là vào năm 2003. Viet Nam hosted the SEA Games for the first time in 2003.

Cultural Notes

1. European sports were introduced to Viet Nam by the French at the end of the 19th century, first to Southern Viet Nam (**Nam Kì**), and then to Northern Viet Nam (**Bắc Kì**) and Central Viet Nam (**Trung Kì**). In 1896, the French established the Saigon Sports Club (French: Cercle Sportif Saigonnais) for the French, high-ranking Vietnamese officials working for the colonial administration and wealthy Vietnamese. Competitions were regularly held in a number of sports such as tennis, shooting, swimming, track and field and cycling. A soccer field was not built until 1902. In 1905, a match between a Vietnamese team composed of French and Vietnamese players and a team of sailors from the British battleship *King Alfred* that was visiting Sài Gòn occurred in that stadium.

2. Nowadays, Viet Nam's large cities offer athletic facilities to practice most sports that are included in the Olympic Games. Soccer is the most popular sport in Viet Nam. A large number of Vietnamese also play table tennis (**bóng bàn**), volleyball (**bóng chuyền**) and tennis (**quần vợt**) and do swimming (**bơi**) and gymnastics (**thể dục dụng cụ**). Basketball (**bóng rổ**) is becoming popular as well. Most schools, colleges, universities and factories have a ping pong table and a volleyball court.

3. Fitness centers first opened in the big cities in the 1990s and are increasingly popular, as people become more health conscious and try to work out as often as possible. The membership fees for private fitness centers with basic equipment are very high and unaffordable for many Vietnamese. The membership fees for fitness centers at five-star hotels in Hà Nội and Hồ Chí Minh City are even higher.

4. Martial arts have been popular in Viet Nam since the establishment of the Vietnamese nation in the Red River Delta thousands of years ago. Various Chinese schools of martial arts, referred to by the general name **võ Tàu** (Chinese martial arts), were brought to Viet Nam when it was conquered by China more than two thousand years ago and have been practiced there ever since. The Vietnamese also created their own schools of martial arts, called **võ Việt Nam**.

   In addition to the state-run martial arts clubs, Viet Nam's large cities have private martial arts training centers. Each center specializes in a particular martial art, including Chinese martial arts, Vietnamese martial arts, Korean taekwondo, Japanese judo and European boxing (**quyền Anh**).

5. Southeast Asian Games or SEA Games (**Đại hội Thể thao Đông Nam Á**) is a sports event held every other year. The games are supervised by the International Olympic Committee (IOC – **Uỷ ban Thế vận hội Quốc tế**) and Olympic Council of Asia (OCA – **Hội đồng Thế vận hội châu Á**). Eleven Southeast Asian

countries participate in the SEA Games. Viet Nam has competed in the SEA Games since 1989 and hosted the games twice, in 2003 and 2021. The latest SEA Games occurred in Phnom Penh, Cambodia, in 2023. The next SEA Games will be held in Thailand in 2025. The Vietnamese team was ranked first at three SEA Games: 2003, 2021 and 2023.

6. Summer Olympic Games

The Socialist Republic of Viet Nam (**Cộng hoà Xã hội chủ nghĩa Việt Nam**) started competing at the 1980 Summer Olympic Games, held in Moscow. Viet Nam has sent teams to all the Summer Olympic Games since then, except the 1984 Olympic Games held in Los Angeles.

The first medal ever won by a Vietnamese athlete at the Summer Olympic Games was the silver medal in taekwondo at the 2000 Games in Sydney. The first gold medal was won by a shooter at the 2016 Games in Rio de Janeiro. In addition, Viet Nam won a silver medal in weightlifting (2008, Beijing) and in shooting (2016, Rio de Janeiro) and a bronze medal in weightlifting (2012, London).

Viet Nam's National Television, VTV, has paid a large amount of money to IOC to air live Olympic Games on VTV channels, and people can watch at no charge.

7. Soccer is the most popular sport in Viet Nam. The first soccer teams were founded by the French in Southern Viet Nam at the end of the 19th century and beginning of the 20th century. In the early 20th century, soccer became popular in Northern and Central Viet Nam as well.

From 1954 to 1975, when the country was divided, both North Viet Nam (the Democratic Republic of Viet Nam – **Việt Nam Dân chủ Cộng hoà**) and South Viet Nam (the Republic of Viet Nam – **Việt Nam Cộng hoà**) had national teams. Although the big cities in the North were bombed from 1964 through 1972, the Class A Soccer Championship (**Giải bóng đá hạng A toàn quốc**) was organized every year. "Class A" was the highest level of soccer in the North back then, similar to the Premier League in England. The next level was the Class B Soccer Championship, similar to the English Championship. During the cease-fire periods when there were no bombardments, from Christmas through the Solar New Year and during the Lunar New Year holidays, Hàng Đẫy stadium in Hà Nội was full of spectactors watching Class A championship matches.

After Viet Nam was officially reunified in 1976, the first soccer match between a team from the North and a team from the South occurred in Hồ Chí Minh City in November 1976. Since then, national championships have been held annually, but not until 1991 did a national team from Viet Nam compete at the international level at the SEA Games in the Philippines. The Vietnamese team won its first gold medal in soccer at the 2019 SEA Games.

Women's soccer teams have been more successful than men's in Viet Nam. The first national women's team was founded in 1997 and in the same year won the bronze medal at the SEA Games in Indonesia. Since 2001, the national women's team has won the gold medal at eight SEA Games, including the latest one in 2023.

National competitions are overseen by the Viet Nam Football Federation (VFF – **Liên đoàn Bóng đá Việt Nam**), a member of FIFA (Fédération Internationale de Football Association – **Liên đoàn Bóng đá Quốc tế**), AFC (Asian Football Confederation – **Liên đoàn Bóng đá châu Á**) and AFF (ASEAN Football Federation – **Liên đoàn Bóng đá Đông Nam Á**).

Vietnamese enjoy watching international soccer matches both in the stadium and on TV, while few spectators come to stadiums to attend Viet Nam's championship matches nowadays. Many people stay up late to watch matches aired live from the World Cup and UEFA Euro, and even from some European national championships. Young people love to gather at pubs to watch soccer and drink beer. If you are a soccer fan, your Vietnamese friends will invite you to watch a match with them, and you will experience the Vietnamese passion for this sport.

As with the Summer Olympic Games, VTV pays FIFA and UEFA for the rights to air live World Cup and UEFA Euro games. Only cable TV airs live some European championships, including England's Premier League and Spain's La Liga. The cable fee is currently (June 2024) about 250,000 VN dong ($\approx$ $10) per month.

Grammar and Usage Exercises

1. Use the prefix **nhà** and suffix **viên** to translate the following sentences.

1.1. Vietnamese writers and poets in the first half of the 20th century were fluent in French (**sử dụng thông thạo tiếng Pháp**) and influenced by European literature and poetry.

1.2. This year's membership fee (**phí**) for the sports club has not increased much compared to last year.

1.3. The Vietnamese Association of Journalists (**Hội Nhà báo**) held its 11th conference (**đại hội**) in December 2021 in Hà Nội.

1.4. Our university's basketball team has a new coach.

SPORTS   147

1.5. Economists disagreed on whether the interest rates should be reduced this year.

2. Use different words denoting "athlete" to translate the following sentences.

2.1. Vietnamese track and field athletes won a number of gold medals at the latest SEA Games.

2.2. He was a well-known soccer player and played for Viet Nam's national team in the 1980s.

2.3. At the latest Olympics, the swimmer broke both the world and Olympic records in 1500 m freestyle (**cự li 1500 mét tự do**).

2.4. The Spanish tennis player won the semifinal match (**trận bán kết**) and will face the Serbian player in the final at Wimbledon.

2.5. Although professional boxers have been allowed to compete at the Olympic Games since 2016, most of them choose not to participate.

3. Use words containing **đồng** to translate the following sentences.

3.1. They are co-owners of the newly established joint-stock commercial bank.

3.2. Our professor and her colleague from a different university were coauthors of the study and shared this year's Nobel Prize.

3.3. He and his former wife were the cofounders (use **sáng lập** for "to found") of one of the largest charitable foundations.

3.4. He was invited to be the cohead (use **chủ tịch** for "head") of the conference organizing committee, but he had to decline the invitation due to his teaching workload.

3.5. The famous sprinter was elected cochair (use **chủ tịch** for "chair") of the Track and Field Association.

4. Use **được phép, cho phép, xin phép** and **cấm** to translate the following sentences.

4.1. After the child finished homework, his parents gave him permission to play soccer with his classmates this afternoon.

4.2. Parking is prohibited on this street.

4.3. I have two tests this week so I asked my professor's permission to turn in my paper next Monday.

4.4. Food and drinks are not allowed in this classroom.

4.5. The water polo players are allowed to take final exams a week late due to the collegiate water polo (use **bóng nước** for "water polo") championship games.

5. Use **liệu** to change the following statements to questions denoting the speaker's uncertainty.

Example:

Hôm nay trời mưa. → **Hôm nay liệu trời có mưa không?**

5.1. **Đội bóng của chúng ta sẽ thắng trận này.**

5.2. **Căn hộ ấy giá quá cao.**

5.3. **Lãi suất gửi tiết kiệm ở ngân hàng này hiện cao nhất.**

5.4. **Làm việc ở công ti ấy thu nhập đủ sống.**

5.5. **Những công nhân ở xa có xe buýt đưa đón đi làm.**

6. Use the construction **muốn … phải …** to complete the following sentences.

Example: **Muốn khoẻ mạnh … (thường xuyên tập luyện)** → **Muốn khoẻ mạnh, phải thường xuyên tập luyện. / Muốn khoẻ mạnh thì phải thường xuyên tập luyện.**

6.1. **Muốn kịp chuyến bay … (ra đến sân bay sớm ít nhất hai tiếng trước khi bay)**

6.2. **Muốn giảm mức độ ô nhiễm môi trường … (giảm mức tiêu thụ năng lượng truyền thống)**

6.3. **Muốn giao tiếp được với người Việt Nam bằng tiếng Việt … (vừa học vừa thực hành nói tiếng Việt)**

6.4. **Muốn đi thăm hang động ở Quảng Bình … (đi theo đoàn có người hướng dẫn)**

6.5. **Muốn thu hút đầu tư trực tiếp nước ngoài … (xã hội ổn định)**

7. Use **đầu tiên** to translate the following sentences.

7.1. She is the first person to come into the company's office every morning.

7.2. I still remember the first time I saw this runner at the marathon championship.

7.3. The first Hollywood film adaptation of Graham Greene's novel *The Quiet American* was made (**dựng**) in the late 1950s.

7.4. The high jumper succeeded (**vượt qua xà ngang**) on her very first try.

7.5. Hungarian composer (**nhà soạn nhạc**) Franz Liszt was the first musician (**nhạc sĩ**) to perform his own works for piano.

CHAPTER TEN

Education

NARRATIVE ONE

BÁO NHÂN DÂN ONLINE NGÀY 28 THÁNG 3 NĂM 2024

Hà Nội chốt phương án thi vào lớp 10 với ba môn
(bài của Thanh Xuân)

Ngày 28/3, Sở Giáo dục và Đào tạo Hà Nội ban hành Kế hoạch tuyển sinh vào lớp 10 trung học phổ thông (THPT) năm học 2024-2025. Theo đó, phương án tuyển sinh vào lớp 10 các trường THPT công lập của thành phố Hà Nội năm học 2024-2025 là thi tuyển, với 3 bài thi độc lập: toán, ngữ văn và ngoại ngữ. Môn toán và ngữ văn có thời gian làm bài trong 120 phút/môn, theo hình thức tự luận. Bài thi môn ngoại ngữ trong 60 phút theo hình thức trắc nghiệm khách quan. Thời gian tổ chức kì thi diễn ra vào ngày 8 và 9/6.

Theo Giám đốc Sở Giáo dục và Đào tạo Hà Nội Trần Thế Cương, phương án tổ chức kì thi vào lớp 10 được xây dựng và triển khai trên cơ sở bảo đảm thuận lợi nhất cho học sinh, phù hợp với điều kiện dạy và học nhằm góp phần nâng cao chất lượng giáo dục.

Kết thúc năm học 2023-2024, toàn thành phố sẽ có khoảng 133.000 học sinh tham gia xét công nhận tốt nghiệp trung học cơ sở (THCS). Thực hiện phân luồng sau THCS, thành phố sẽ tuyển 81.500 học sinh vào lớp 10 các trường THPT công lập năm học 2024-2025.

NARRATIVE ONE

NEWSPAPER NHÂN DÂN ONLINE, MARCH 28, 2024

Hà Nội Finalizes Plan for Three 10th Grade Entrance Exams
By Thanh Xuân

On March 28, Hà Nội's Department of Education and Training announced its plan for the 10th grade high school entrance exams for the 2024–2025 school year. According to the plan, students will take three competitive 10th grade entrance exams for public schools in Hà Nội in math, literature, and Vietnamese and foreign language. Students will have 120 minutes each for the math, literature, and Vietnamese open-ended exams, and 60 minutes for the multiple-choice exam in foreign language. The exams will take place on June 8th and 9th.

According to Mr. Trần Thế Cương, the director of Hà Nội's Department of Education and Training, the 10th grade entrance exams were designed to provide the most favorable conditions for students and are suited to the practice of teaching and studying.

At the end of the 2023–2024 school year, about 133,000 students citywide will be assessed on scholastic achievement as the requirement for graduating from middle School. After graduating from middle school, they will be assigned to specific high schools, and the city will select 81,500 students to enter 10th grade at public schools for the school year 2024–2025.

EDUCATION 151

> **Vocabulary**

chốt in this context: to finalize

môn subject, course (in school)

giáo dục to educate; education

đào tạo to train; training
  sở giáo dục và đào tạo department of education and training in a city or province

ban hành in this context: to announce

tuyển sinh to select students

trung học middle and high school

phổ thông general, basic
  trung học phổ thông high school

công lập public

thi tuyển competitive entrance examination for

độc lập independent; independence; in this context: separate

toán mathematics

ngữ văn philology

ngoại ngữ foreign language

hình thức form

tự luận to deduce

bài thi an exam

trắc nghiệm multiple-choice

khách quan objective

bảo đảm in this context: to provide

thuận lợi favorable
  bảo đảm thuận lợi to provide favorable conditions

học sinh elementary, middle or high school student

phù hợp (với) to be in agreement with, to suit, be suitable

dạy to teach

toàn all, entire, whole

xét to consider, appraise

công nhận to recognize

tốt nghiệp to graduate

trung học cơ sở middle school

phân luồng in this context: to orient

Answer the following comprehension questions.

1. Phương án tuyển sinh vào lớp 10 các trường trung học phổ thông năm học 2024-2025 là phương án nào?

2. Học sinh thi những môn nào?

3. Môn toán và môn ngữ văn thi theo hình thức nào? Còn môn ngoại ngữ thi theo hình thức nào? Thời gian thi mỗi môn bao lâu?

Trường trung học cơ sở Trưng Vương tại trung tâm Hà Nội
Trưng Vương Middle School in downtown Hà Nội *(Ảnh / Photo: Ngô Như Bình)*

EDUCATION

NARRATIVE TWO

BÁO NHÂN DÂN ONLINE NGÀY 15 THÁNG 11 NĂM 2023

Khuyến khích học tập và nghiên cứu ngôn ngữ Hán Nôm

(bài của Chiêu Anh)

Nhân dịp kỉ niệm Ngày Nhà giáo Việt Nam 20/11, Trường Đại học Sư phạm Hà Nội đã tổ chức Lễ trao giải thưởng học thuật chuyên ngành Hán Nôm năm 2023 – Giải thưởng Nguyễn Ngọc San vào ngày 15/11 tại Hà Nội.

Sự kiện có sự tham dự của nhiều chuyên gia trong lĩnh vực nghiên cứu Hán Nôm ở Việt Nam, giảng viên nhà trường, nghiên cứu sinh, học viên cao học cùng nhiều sinh viên của bộ môn Hán Nôm, Khoa Ngữ văn Trường Đại học Sư phạm Hà Nội.

Ngành Hán Nôm là ngành học tìm hiểu chuyên sâu về văn học, lịch sử, ngôn ngữ và văn hoá của dân tộc Việt Nam thông qua các tư liệu Hán Nôm. Trước khi chữ Quốc ngữ ra đời, Hán Nôm từng là hệ thống chữ viết duy nhất của Việt Nam trong suốt hơn 1.000 năm. Cho nên ngành Hán Nôm đóng vai trò quan trọng trong việc giữ gìn và phát triển các giá trị văn hoá truyền thống của dân tộc.

Tại Lễ trao giải, đại diện Trường Đại học Sư phạm Hà Nội và Ban chủ nhiệm Khoa Ngữ văn, Ban chủ nhiệm bộ môn Hán Nôm đã trao tặng giải thưởng cho 13 học viên cao học và sinh viên đại học với các đề tài luận văn, đề tài khoá luận chuyên ngành Hán Nôm được bảo vệ thành công và đạt điểm cao.

Giải thưởng học thuật chuyên ngành Hán Nôm mang tên giáo sư, tiến sĩ, NGND Nguyễn Ngọc San, gọi tắt là "Giải thưởng Nguyễn Ngọc San". Giải thưởng được gia đình của giáo sư phối hợp với bộ môn Hán Nôm, Khoa Ngữ văn Trường Đại học Sư phạm Hà Nội tổ chức xét duyệt và trao tặng hằng năm cho các cá nhân, tập thể thực hiện những đề tài khoa học chuyên ngành Hán Nôm đạt kết quả tốt.

NARRATIVE TWO

NEWSPAPER NHÂN DÂN ONLINE, NOVEMBER 15, 2023

Awards Encourage Study of Chinese and Nôm Languages
By Chiêu Anh

In anticipation of the Vietnamese Day of the Teacher on November 20, Hà Nội's Pedagogical University held an award ceremony for the 2023 Nguyễn Ngọc San Prize, given in the field of Chinese and Nôm studies, on November 15 in Hà Nội.

A number of experts on Chinese and Nôm studies in Viet Nam, faculty members from the university, doctoral and master's students, as well as undergraduates in the Department of Chinese and Nôm Studies at the Faculty of Philology at Hà Nội's Pedagogical University participated in the event.

Chinese and Nôm studies focuses on Vietnamese literature, history, language and culture via documents written in Chinese and Nôm. Before the romanized writing system was created, Chinese and Nôm were the official writing systems of Viet Nam for over a thousand years. Therefore, Chinese and Nôm studies plays an important role in preserving and developing the traditional values of Vietnamese culture.

At the ceremony, representatives of Hà Nội's Pedagogical University, the Faculty of Philology and the Department of Chinese and Nôm Studies presented prizes to 13 master's degree students and undergraduates, whose theses on Chinese and Nôm studies received high grades and were successfully defended.

The Nguyễn Ngọc San Academic Prize, called the Nguyễn Ngọc San Prize for short, is named for Professor Doctor People's Teacher Nguyễn Ngọc San and conferred on individuals and groups who achieved success in Chinese and Nôm studies by Nguyễn Ngọc San's family and the Department of Chinese and Nôm Studies and Faculty of Philology at Hà Nội's Pedagogical University.

EDUCATION 155

Vocabulary

học tập to study

nghiên cứu to research

ngôn ngữ language; in this context: writing system

Hán Chinese

Nôm old writing system of Vietnamese (see Cultural Notes)

nhân dịp on the occasion of

kỉ niệm to celebrate, commemorate

nhà giáo (formal) teacher

sư phạm pedagogical, teacher training

lễ ceremony

trao to present, confer

giải thưởng prize, award

học thuật academic

chuyên ngành field, area

sự kiện event

tham dự to participate

giảng viên college or university faculty member

nhà trường (formal) school; in this context: university

nghiên cứu sinh Ph.D. student

học viên student

cao học graduate school for master's degrees (see Cultural Notes)

sinh viên undergraduate student

bộ môn department at a college or university

khoa faculty, professional school

chuyên sâu (về) to specialize in, focus on

văn học literature

dân tộc nation

tư liệu document, material

chữ letter, character, writing system

Quốc ngữ literally: national language

chữ Quốc ngữ romanized writing system of Vietnamese (see Cultural Notes)

duy nhất the only (one)

đóng to act in a film or play

vai trò role in an activity or situation

đóng vai trò quan trọng to play a key role

giữ gìn (reduplicative) to preserve

chủ nhiệm dean, chair

trao tặng = **trao** to present, confer

đề tài topic

luận văn thesis

khoá luận college senior thesis

bảo vệ to defend

điểm in this context: grade

mang tên to be named after / for

NGND = **nhà giáo nhân dân** the highest title for a teacher (literally: people's teacher)

gọi to call

tắt short cut

gọi tắt là for short

xét duyệt to appraise and approve

tập thể collective; in this context: group

Answer the following comprehension questions.

1. **Những ai tham dự lễ trao giải thưởng Nguyễn Ngọc San?**
2. **Ngành Hán Nôm tìm hiểu chuyên sâu về gì?**
3. **Bao nhiêu học viên cao học và sinh viên đại học được trao giải thưởng?**

Grammar and Usage Notes

1. The verb **phù hợp** meaning "to suit, be suitable" takes the preposition **với**. A sentence from Narrative One:

   Phương án tổ chức kì thi vào lớp 10 được xây dựng và triển khai trên cơ sở bảo đảm thuận lợi nhất cho học sinh, phù hợp với điều kiện dạy và học. The 10th grade entrance exams were designed to provide the most favorable conditions for students and are suited to the practice of teaching and studying.

   Another example:

   Trang bị nội thất hoàn toàn phù hợp với kiến trúc của ngôi nhà. The furniture really suited the style of the house.

2. The word **toàn** meaning "all, entire, whole" is used before a noun denoting a group of people or things as a whole: **toàn trường** "all the (students of the) school," **toàn lớp** "all the (students of the) class," **toàn thành phố** "all the (people of the) city, **toàn quốc** "the whole country."

   In Chapter Seven, Narrative Two has the phrase **mật độ phủ xanh toàn tỉnh** "the tree density of the entire province;" in Chapter Eight, Narrative Two has the word **toàn cầu** meaning "global." Narrative One in this chapter has the following sentence:

   Kết thúc năm học 2023-2024, toàn thành phố sẽ có khoảng 133.000 học sinh tham gia xét công nhận tốt nghiệp trung học cơ sở. At the end of the 2023–2024 school year, about 133,000 students citywide will be assessed on scholastic achievement as the requirement for graduating from middle School.

   The two-syllable word **toàn bộ**, with the same meaning as **toàn,** is used before two-syllable nouns for phonetic symmetry: **toàn bộ vấn đề** "the whole problem," **toàn bộ cuộc đời** "the entire life," **toàn bộ lãnh thổ** "the entire territory."

3. The preposition **thông qua** is similar to the English prepositions *via* with the meaning "by going through, by means of" and *through* with the meaning "by using someone or something, by doing something, by means of." **Thông qua** is chiefly used in formal written Vietnamese. Narrative Two has the following sentence:

EDUCATION 157

Ngành Hán Nôm là ngành học tìm hiểu chuyên sâu về văn học, lịch sử, ngôn ngữ và văn hoá của dân tộc Việt Nam thông qua các tư liệu Hán Nôm. Chinese and Nôm studies focuses on Vietnamese literature, history, language and culture via documents written in Chinese and Nôm.

More examples from the previous chapters:

Lượng nông sản cung ứng thị trường thành phố thông qua 3 chợ đầu mối đạt bình quân 7.600 tấn/ngày. The amount of agricultural products supplied to market via the three outlet markets has reached an average of 7,600 tons per day. (Chapter Five, Narrative One)

Kiên Giang hi vọng thông qua hội nghị này sẽ thúc đẩy xúc tiến thương mại với các DN của Ấn Độ. Kiên Giang hopes that this conference (literally: by holding this conference) will encourage its companies to establish trade relationships with Indian counterparts. (Chapter Six, Narrative Two)

Thành phố đáng sống là một thành phố thông qua việc qui hoạch tốt nhằm cung cấp một môi trường sống sôi động, hấp dẫn và an toàn cho người dân sống, làm việc và giải trí. A livable town is a well-designed town (literally: by means of being well-designed) with a lively, attractive and safe environment for its residents to live, work and relax in. (Chapter Seven, Narrative Two)

4. The phrase **đóng vai** conveys the literal meaning "to play a role in a film or play" whereas the phrase **đóng vai trò** refers to the way in which someone or something is involved in an activity or situation. Compare:

Vai chính trong bộ phim do một nữ diễn viên nổi tiếng đóng. The leading role in the film was played by a famous actress.

Học giả Trương Vĩnh Kí đóng vai trò quan trọng trong việc phổ biến chữ quốc ngữ ở Nam Kì vào cuối thế kỉ 19. Scholar Trương Vĩnh Kí played an important role in spreading the romanized writing system in Southern Viet Nam at the end of the 19th century.

5. The noun **tên** "name" is used in the phrases **mang tên** "to be named after / for" and **đặt tên** "to give a name to someone or something." Narrative Two has the following sentence:

Giải thưởng học thuật chuyên ngành Hán Nôm mang tên giáo sư, tiến sĩ, NGND Nguyễn Ngọc San. The academic award is named for Professor Doctor, People's Teacher Nguyễn Ngọc San.

Another example for **mang tên**:

Trường đại học cổ nhất nước Mĩ mang tên John Harvard, một mục sư người Anh. The oldest university in the USA is named for John Harvard, an English minister.

The phrase **đặt tên** takes **là** as a preposition. For instance:

Hai vợ chồng đặt tên con gái là Lan để tưởng nhớ đến bà của cháu. The couple named their daughter Lan in honor of her grandmother.

Cultural Notes

1. The educational system of Viet Nam roughly consists of the following levels: preschool (**mầm non**) composed of two sublevels, lower kindergarten (**nhà trẻ**) and higher kindergarten (**mẫu giáo**); elementary school (**tiểu học**) from first through fifth grades; middle school (**trung học cở sở**) from sixth through ninth grades; high school (**trung học phổ thông**) from tenth through twelfth grades; college and university (**đại học**) granting a diploma called **cử nhân**, equivalent to a bachelor's degree; lower graduate school (**cao học**) granting a diploma called **thạc sĩ**, equivalent to a master's degree; and higher graduate school (**nghiên cứu sinh**) granting a diploma called **tiến sĩ**, equivalent to a doctorate.

The noun **giáo viên** is the most common term for "teacher" at the levels of pre-school, elementary, middle and high school: **giáo viên trường mầm non** "pre-school teacher," **giáo viên tiểu học** "elementary school teacher," **giáo viên trung học cơ sở** "middle school teacher," **giáo viên trung học phổ thông** "high school teacher." When the gender is referred to, the terms **thầy / thày giáo** "male teacher" and **cô giáo** "female teacher" are used.

At the level of college and university, the term **giảng viên** is used for a faculty member, **phó giáo sư** for an associate professor and **giáo sư** for a full professor. Vietnamese has no term equivalent to assistant professor.

The term **nhà giáo** is an honorary title for a teacher at any level who has made a significant contribution to education. There are two levels: **nhà giáo ưu tú (NGƯT)** "eminent teacher" and **nhà giáo nhân dân (NGND)** "people's teacher," the the highest level.

The term *student* in American English refers to a person who attends an elementary, middle or high school, as well as a college or university. Vietnamese uses **học sinh** for elementary, middle and high school students; **sinh viên** for college and university students; **học viên cao học** for lower graduate school students (master's degree candidates); and **nghiên cứu sinh** for higher graduate school students (doctoral / Ph.D. candidates).

2. Writing systems

Chinese (**chữ Hán**; **chữ** is a written word or character, **Hán** is the name of the Han dynasty in China; Chinese: 漢 \ 汉朝) was adopted as the official language after the northern part of present-day Viet Nam was seized by China

EDUCATION 159

in the 2nd century BCE. After Viet Nam regained independence in the 10th century, Chinese remained the formal written language of the Vietnamese royal court for administrative purposes, as well as for literary works, education and examinations until the early 20th century; Vietnamese was the spoken language. During that long period, Vietnamese borrowed a large number of Chinese words.

After the first powerful Vietnamese feudal state was established in the territory of present-day Northern Viet Nam in the early 11th century, the need arose to create a writing system to transcribe Vietnamese syllables and words. A new writing system called **chữ** Nôm (**Nôm** means "South," in this case referring to Viet Nam) was developed. This writing system was based on Chinese characters and made use either of separate Chinese characters or of a combination of Chinese characters. In the latter case, one Chinese character represented the sound while the other denoted the meaning of a Vietnamese syllable or word. A set of rules was created to combine Chinese characters for this Vietnamese writing system. When looking at a text written in **chữ Nôm**, a Chinese person recognizes the Chinese characters but is unable to understand it, since the text is written in Vietnamese.

The romanized writing system (**chữ quốc ngữ**, literally: "national language;" **quốc** – "country" or "national," **ngữ** – "language;" Chinese: 國語 \ 国语) was devised by Jesuit missionaries at the beginning of the 17th century. Many of them were Portuguese, and their native language left traces in the romanized writing system of Vietnamese. The Catholic missionaries attempted to create a writing system based on the principle of sound–character (phoneme–grapheme) correspondence. Since then, the writing system has changed numerous times before arriving at its current form, with relatively consistent spelling rules. In 1879, **chữ quốc ngữ** became the official writing system for administrative documents written in Vietnamese in Southern Viet Nam (**Nam Kì**), and it began to be used in Northern (**Bắc Kì**) and Central Viet Nam (**Trung Kì**) at the beginning of the 20th century. The last examinations in Chinese occurred in 1919.

Grammar and Usage Exercises

1. Use **phù hợp** to translate the following sentences.

1.1. My computer is no longer suited to my needs so I will buy another one.

1.2. The new job suits her very well.

1.3. This big house is not suitable for a three-people family.

1.4. The architecture of the multistory mansion does not suit the rice field landscape (**quang cảnh đồng lúa**).

1.5. This movie is not suitable for children.

2. Use **toàn** and **toàn bộ** to translate the following sentences.

2.1. We will try to find a solution to the whole problem. (**toàn bộ**)

2.2. The entire school attended the final soccer game. (**toàn**)

2.3. After the French seized the whole territory of Viet Nam in 1883, they began to establish a new educational system modeled after the French system. (**toàn bộ**)

2.4. Pollution of air and water is a global issue. (**toàn**)

2.5. The couple devoted their entire life to helping the poor and homeless. (**toàn bộ**)

3. Use **thông qua** to translate the following sentences.

3.1. One can achieve success through hard work.

3.2. At a higher level of instruction, a language can be taught via literary works.

3.3. New grammatical constructions can be grasped and mastered only through doing drills and exercises.

3.4. The company's profits increased through the sale of a new product.

3.5. During the talks, the heads of the Vietnamese and French delegations communicated through interpreters. After the talks ended, the head of the Vietnamese delegation switched to French to speak with his counterpart.

4. Use **đóng vai** and **đóng vai trò** or the noun **vai trò** to translate the following sentences.

4.1. In the play, a young actor was given the role of the leader of the uprising against the French invasion of Southern Viet Nam (**Nam Kì**) in the early 1860s.

4.2. This article in the health newsletter is about the roles of exercise and a healthy diet in preventing heart disease.

4.3. The French movie *Indochine*, in which Catherine Deneuve played one of the key roles, won the Academy Award for Best Foreign Language Film (**Giải thưởng Oscar dành cho bộ phim bằng tiếng nước ngoài xuất sắc nhất**), and Deneuve was nominated for Best Actress (**Giải thưởng Oscar dành cho nữ diễn viên xuất sắc nhất**).

4.4. The role of the teacher in the learning process is unquestionable.

4.5. The antiwar movement in the USA in the late 1960s and early 1970s played an important role in bringing the war in Viet Nam to an end.

CHAPTER ELEVEN

Music, Movies and Theater

NARRATIVE ONE

BÁO NHÂN DÂN ONLINE NGÀY 09 THÁNG 12 NĂM 2023

16 nghệ sĩ Hàn Quốc tham gia biểu diễn trong chương trình hoà nhạc cổ điển tại Hà Nội
(trích bài của Nguyễn Cường và Hạnh An)

Chương trình hoà nhạc cổ điển nhân dịp Giáng sinh 2023 có tên gọi là "Món quà từ thiên đường" do 16 nghệ sĩ Hàn Quốc cùng các nghệ sĩ Việt Nam biểu diễn tại Nhà hát Lớn Hà Nội vào tối 11/12. Ngay sau đêm diễn này, các nghệ sĩ sẽ có buổi biểu diễn tối 14/12 tại Nhà hát thành phố Hồ Chí Minh.

Chương trình do Hội Liên lạc với người Việt Nam ở nước ngoài, Hiệp hội Công nghiệp văn hoá và kinh tế Việt Nam-Hàn Quốc phối hợp với Hiệp hội Âm nhạc cổ điển New York (Mĩ) đồng tổ chức.

Chương trình hoà nhạc nằm trong khuôn khổ của Diễn đàn hợp tác Đông Nam Á mở rộng do Hội Liên lạc với người Việt Nam ở nước ngoài và Hiệp hội Công nghiệp văn hoá và kinh tế Việt Nam-Hàn Quốc đề xuất và triển khai thực hiện. Các hoạt động trong diễn đàn được tổ chức nhằm thúc đẩy và phát huy mối quan hệ tốt đẹp với Hàn Quốc cùng các hoạt động hợp tác giao lưu văn hoá, giáo dục, khoa học kĩ thuật, công nghệ, đầu tư FDI của các nước Hàn Quốc, Mĩ và Nhật Bản vào Việt Nam đã diễn ra trong nhiều năm qua.

NARRATIVE ONE

NEWSPAPER NHÂN DÂN ONLINE, DECEMBER 12, 2023

16 Musicians from South Korea to Perform in a Classical Music Concert in Hà Nội

Excerpts from an article by Nguyễn Cường and Hạnh An

The classical music concert "A Gift from Heaven," featuring 16 South Korean musicians along with Vietnamese musicians, will be performed at Hà Nội Opera House on December 12 to mark the 2023 Christmas holiday season. The musicians will also give a concert at Hồ Chí Minh City Opera House on December 14.

The concerts are being organized by the Association for Liaison with Overseas Vietnamese and the Vietnamese-South Korean Association for Culture and Economics in coordination with the New York Classical Music Society.

The events are being held within the framework of the extended Forum for Southeast Asian Cooperation. They were proposed and carried out by the Association for Liaison with Overseas Vietnamese and the Vietnamese-South Korean Association for Culture and Economics. The activities of the Forum aim to develop and strengthen Viet Nam's relationship with South Korea, as well as to support ongoing cooperation and FDI in Viet Nam from South Korea, the USA and Japan in the fields of culture, education, science and technology.

Trong chương trình hoà nhạc "Món quà từ Thiên đường", các nghệ sĩ sẽ biểu diễn những tác phẩm âm nhạc cổ điển của các nhạc sĩ nổi tiếng thế giới và các nhạc phẩm Giáng sinh cổ điển, như sự kết nối tâm hồn nghệ sĩ với công chúng yêu nhạc cổ điển cùng những doanh nhân các nước trong một giá trị tinh thần nhân văn bền vững.

Nhà hát Thành phố Hồ Chí Minh Opera House in Hồ Chí Minh City *(Ảnh / Photo: Ngô Như Bình)*

Hoà nhạc tại Hội trường Thống nhất, Thành phố Hồ Chí Minh.
Concert at Reunification Hall in Hồ Chí Minh City. *(Ảnh / Photo: Ngô Như Bình)*

In the concert "A Gift from Heaven," musicians will perform classical pieces by world-renowned composers and classical Christmas music that serves as a bridge between artists and appreciators of classical music, as well as a chance for businesspeople from different countries to interact.

Vocabulary

nghệ sĩ artist

biểu diễn to perform

hoà nhạc concert

cổ điển classical

Giáng sinh Christmas

món classifier for some nouns

quà gift
 món quà a gift

thiên đường heaven, paradise

hội association

liên lạc in this context: liaison
 Hội liên lạc với người Việt Nam ở nước ngoài Association for Liaison with Overseas Vietnamese

hiệp hội society

âm nhạc music
 âm nhạc cổ điển classical music
 hiệp hội âm nhạc cổ điển classical music society

phối hợp to coordinate

khuôn khổ framework

diễn đàn forum
 trong khuôn khổ của Diễn đàn hợp tác Đông Nam Á mở rộng within the framework of the extended Forum for Southeast Asian Cooperation

đề xuất to propose

tác phẩm work

nhạc sĩ composer

nổi tiếng famous

nhạc phẩm musical work

tâm hồn soul

công chúng public

doanh nhân business person

nhân văn humane; humanity

Answer the following comprehension questions.

1. Chương trình hoà nhạc cổ điển nhân dịp Giáng sinh 2023 diễn ra ở những đâu?

2. Chương trình hoà nhạc do ai tổ chức?

3. Các nghệ sĩ sẽ biểu diễn những tác phẩm nào?

NARRATIVE TWO

BÁO NHÂN DÂN ONLINE NGÀY 30 THÁNG 11 NĂM 2023

Tín hiệu khởi sắc của điện ảnh

(trích bài của Lữ Mai)

Liên hoan phim Việt Nam lần thứ 23 với thông điệp "Xây dựng công nghiệp điện ảnh Việt Nam giàu bản sắc dân tộc, hiện đại và nhân văn" do Bộ Văn hoá, Thể thao và Du lịch phối hợp với UBND tỉnh Lâm Đồng tổ chức vừa khép lại hôm nay 30 tháng 11 với dư âm tốt đẹp. Phim truyện "Tro tàn rực rỡ" của đạo diễn Bùi Thạc Chuyên đoạt tới 5 giải thưởng quan trọng, trong đó có Bông sen vàng.

Liên hoan phim Việt Nam lần thứ 23 là kì liên hoan phim có số lượng tác phẩm tham dự nhiều nhất từ trước tới nay với thể loại phong phú, hấp dẫn. Chương trình phim dự thi có 16 phim truyện, 31 phim tài liệu, 19 phim khoa học, 25 phim hoạt hình.

Giải thưởng Bông sen vàng kì liên hoan này được trao cho các tác phẩm: "Tro tàn rực rỡ" (hạng mục Phim truyện điện ảnh, đạo diễn Bùi Thạc Chuyên); "Những đứa trẻ trong sương" (hạng mục Phim tài liệu, đạo diễn Hà Lệ Diễm), "Nghiên cứu về ứng dụng công nghệ trong chữa cháy" (hạng mục Phim khoa học, đạo diễn Hà Xuân Trường), "Giấc mơ của con" (hạng mục Phim hoạt hình, Công ti cổ phần Hãng phim Hoạt hình Việt Nam).

Ở hạng mục được chú ý nhất là Phim truyện điện ảnh, theo đánh giá của giới chuyên môn, các tác phẩm dự thi năm nay khá đa dạng về đề tài, xu hướng và ít nhiều tạo nên sự khác biệt trong phong cách nhờ sự hội tụ của đội ngũ đạo diễn thuộc các thế hệ khác nhau, theo đuổi các dòng phim khác nhau.

Trong khi đó, hạng mục Phim tài liệu và Phim khoa học chất lượng được nâng cao, các vấn đề khai thác hấp dẫn. Hạng mục Phim hoạt hình cũng cho thấy những bước tiến vượt bậc về kĩ thuật sản xuất của các nhà làm phim Việt Nam. Thành tích nổi bật của "Tro tàn rực rỡ" là tác phẩm này từng thắng giải cao nhất tại Liên hoan phim ba lục địa ở Pháp cũng như Cánh diều vàng. Đây cũng là tác phẩm điện ảnh của Việt Nam được chọn dự thi Oscar 2024.

166 CHAPTER ELEVEN

NARRATIVE TWO

NEWSPAPER NHÂN DÂN ONLINE, NOVEMBER 30, 2023

Promising Signs for Vietnamese Cinema
Excerpts from an article by Lữ Mai

Viet Nam's 23rd Film Festival, organized by the Ministry of Culture, Sports and Tourism in coordination with the People's Committee of Lâm Đồng Province, ended today, November 30, leaving long reverberations. The theme this year was "developing a Vietnamese film sector rich in national identity, modernity and humanity." Feature film *Resplendent Ashes* by director Bùi Thạc Chuyên won five awards, including the Golden Lotus prize.

The festival attracted the largest number of films in the competition's history, and the selection was diverse and of good quality. There were 16 feature films, 31 documentaries, 19 science films and 25 animated films.

Golden Lotus prizes were awarded to the feature film *Resplendent Ashes* (Director Bùi Thạc Chuyên), documentary *Children in the Morning Dew* (Director Hà Lệ Diễm), science film Research on *Firefighting Technology* (Director Hà Xuân Trường) and cartoon *My Child's Dream* (Viet Nam Animated Films Joint-Stock Company).

Experts said the feature films at this year's competition represented diverse themes and movements, and to some extent different styles, thanks to the convergence of several generations of filmmakers following various trends in cinema.

The quality of documentary and science films has improved, and the issues discussed in the films are exciting. The animated films showcased the advanced technology used by Vietnamese filmmakers. *Resplendent Ashes* achieved an outstanding success by also winning a Golden Kite prize. It previously won the highest prize at the French Three Continents Festival (French: Festival des 3 Continents) and is the Vietnamese film entered in the 2024 Academy Awards.

Vocabulary

khởi sắc in this context: auspicious

điện ảnh cinema

liên hoan festival

bản sắc identity

khép lại to be closed (speaking of an event)

dư âm resonance

phim truyện feature film

tro tàn ashes

rực rỡ (reduplicative) resplendent

đạo diễn film director, theater director

đoạt to win

bông classifier for flowers

sen lotus

từ trước tới nay until now

thể loại genre

tài liệu document
  phim tài liệu documentary film

hoạt hình animated
  phim hoạt hình animated cartoons

hạng mục in this context: genre

đứa trẻ a child

sương dew

ứng dụng to apply

chữa cháy to put out a fire

hãng company, firm

giới circles
  giới chuyên môn professional circles

đề tài theme

ít nhiều to some extent

phong cách style

nhờ thanks to

hội tụ to converge

đội ngũ (formal) ranks

thế hệ generation

theo đuổi to pursue

dòng trend
  dòng phim a trend in moviemaking

bước step

tiến to advance
  bước tiến a step forward

vượt bậc by / in leaps and bounds

nhà làm phim filmmaker

thành tích achievement

nổi bật outstanding

lục địa continent

cánh wing; classifier for some nouns

diều kite

chọn to choose

dự thi to participate in a competition for an award

Answer the following comprehension questions.

1. Thông điệp của Liên hoan phim Việt Nam lần thứ 23 là gì?

2. Chương trình phim dự thi gồm những thể loại nào?

3. Bộ phim nào của Việt Nam được chọn dự thi Oscar 2024?

Liên hoan phim lần thứ 23 tổ chức tại Đà Lạt, Lâm Đồng.
Film Festival 23 in Đà Lạt, Lâm Đồng Province. *(Ảnh / Photo: Đào Quốc Hùng)*

Grammar and Usage Notes

1. **Sĩ** is a Chinese loanword (土) used as a component to form a large number of words in Vietnamese. In Chinese, 土 means "scholar, person, soldier." In Vietnamese, **sĩ** is used only in combination with other components, which are Chinese loanwords as well. However, many Vietnamese words containing **sĩ** convey meanings different from their Chinese equivalents.

   In modern Vietnamese, only one word has **sĩ** preceding another component, which is **sĩ quan** meaning "officer from the rank of warrant officer and higher." In Chinese, the word **sĩ quan** (土官) refers to a warrant officer.

   Examples of **sĩ** as a second component:

   In the arts: **nghệ sĩ** "artist," **nhạc sĩ** "musician," **hoạ sĩ** "painter."

   In academia and medicine: **tiến sĩ** "Ph.D., doctor," **thạc sĩ** "master" (Chinese: 硕 \ 硕土), **bác sĩ** "doctor, physician," (Chinese 博 **bác sĩ** means "Ph.D."), **y sĩ** "nurse-practitioner" (Chinese: 醫 \ 医土 "medical assistant"), **nha sĩ** "dentist," **dược sĩ** "pharmacist."

   In the army: **chiến sĩ** "soldier, police officer, firefighter" (Chinese: 戰 \ 战土), **binh sĩ** (collective noun) "soldiers" (Chinese: 兵土 "private"; with the reverse sequence 土兵 means "soldier"; the word **sĩ binh** does not exist in Vietnamese), **thượng sĩ** "warrant officer" (Chinese: 上土 meaning "sergeant"), **trung sĩ** "sergeant," **hạ sĩ** "corporal" (Chinese: 下土), **dũng sĩ** "valiant soldier"

MUSIC, MOVIES AND THEATER   169

(a title) (Chinese: 勇士 "warrior"), **liệt sĩ** "revolutionary martyr, dead hero" (Chinese: 烈士).

Some other words containing **sĩ**: **giáo sĩ** "missionary" (Chinese: 傳 \ 传教士, literally: **truyền giáo sĩ**; Vietnamese dropped the first component), **võ sĩ** "boxer" (Chinese: 武士 "warrior, samurai").

2. The four adjectives **cũ, cổ, cổ điển** and **già** conveying a general meaning of being old are not interchangeable in most cases.

Cũ has the following main meanings:

1) "Old, not new, used;" with this meaning, **cũ** is used with inanimate nouns: **chiếc xe cũ** "an old or used car," **ngôi nhà cũ** "an old house," **cửa hàng sách cũ** "a used bookstore."

2) "Old, former;" with this meaning, **cũ** is used for both things and people: **trường cũ** "one's old school," **cô giáo cũ** "a former (female) teacher," **địa chỉ cũ** "former address."

3) "Old, known for a long time;" with this meaning, **cũ** is used for people: **người bạn cũ** "an old friend."

4) "Old-fashioned;" with this meaning **cũ** is mostly used with abstract nouns: **cách làm cũ** "the old way of doing something," **lối nghĩ cũ** "the old-fashioned way of thinking."

Cổ means "ancient, having existed for a long time and holding some value;" with this meaning, **cổ** is used for things and abstract nouns: **thành phố cổ** "an ancient city," **nền văn minh cổ** "an ancient civilization." The phrase **ngôi nhà cũ** implies an old and maybe dilapidated house, whereas **ngôi nhà cổ** means a building which has some historical or cultural value.

Cổ điển means "classical" and is used after some abstract nouns: **nhạc cổ điển** "classical music," **nghệ thuật cổ điển** "classical arts." Unlike the English word *classical*, the Vietnamese word **cổ điển** does not refer to ancient Greece and Rome. The word **cổ đại** is used instead: **Hi Lạp cổ đại** "ancient Greece," **La Mã cổ đại** "ancient Rome."

Già always implies the old age of a person, animal or plant: **người già** "an old person," **con mèo già** "an old cat," **cây tre già** "an old bamboo."

3. The word **âm nhạc** "music" is a Chinese loanword (音樂 \ 乐) that is used in formal Vietnamese to refer to music as a subset of the arts and in the names of institutions such as **Học viện Âm nhạc Quốc gia Việt Nam** "Viet Nam National Academy of Music." Its short form **nhạc** is used in both formal and informal Vietnamese and serves as a component to form words related to music, in

which **âm nhạc** is not used: **nhạc cụ** "musical instrument," **nhạc nhẹ** "light music," **nhạc phẩm** "musical work," **nhạc trưởng** "conductor," **nhạc viện** "music conservatory," **ca nhạc** "music and song," **hoà nhạc** "concert," etc.

Nhạc cổ điển and **âm nhạc cổ điển** convey the same meaning, "classical music," but the phrase **âm nhạc cổ điển** is used only in the names of some organizations and institutions to maintain phonetic symmetry: **Hiệp hội Âm nhạc cổ điển New York** "New York Classical Music Society."

4. The adjective **giàu / giầu** takes a direct object to convey the meaning "to be rich in something," as in Narrative Two: **xây dựng công nghiệp điện ảnh Việt Nam giàu bản sắc dân tộc, hiện đại và nhân văn** "to develop Vietnamese cinema rich in national identity, modernity and humanity." Some other examples:

> **Các loại hoa quả như quýt, cam, chanh, bưởi giàu / giầu vitamin C.** Citrus fruits are rich in vitamin C.

> **Vở kịch giàu / giầu chất hài hước.** The play is rich in humor.

5. The preposition of reason **nhờ** is used to explain why something good has happened and corresponds to the English preposition *thanks to*. Narrative Two has the following sentence:

> **Các tác phẩm dự thi năm nay khá đa dạng về đề tài, xu hướng và ít nhiều tạo nên sự khác biệt trong phong cách nhờ sự hội tụ của đội ngũ đạo diễn thuộc các thế hệ khác nhau, theo đuổi các dòng phim khác nhau.** The feature films at this year's competition represent diverse themes and movements, and to some extent different styles, thanks to the convergence of several generations of filmmakers following various trends in cinema.

Another example:

> **Cuộc hội thảo thành công tốt đẹp nhờ sự chuẩn bị chu đáo của ban tổ chức.** The conference was a great success thanks to the organizing committee's hard work.

The preposition phrase with **nhờ** can be placed at the beginning of a sentence and is separated from the rest of the sentence by a comma. The sentence above can be written with the **nhờ** phrase coming first:

> **Nhờ sự chuẩn bị chu đáo của ban tổ chức, cuộc hội thảo thành công tốt đẹp.**

The reason expressed by **nhờ** can be emphasized by adding **mà** following the **nhờ** phrase without a comma:

> **Nhờ sự chuẩn bị chu đáo của ban tổ chức mà cuộc hội thảo thành công tốt đẹp.**

6. The two words **khác** and **khác nhau** convey different meanings and are not interchangeable. **Khác** functions either as an adjective or as a verb. The ad-

MUSIC, MOVIES AND THEATER 171

jective **khác**, meaning "another, other," follows a noun that can be in either singular or plural.

Singular:

> **Bản nhạc này không hay. Chúng tôi muốn nghe một bản nhạc khác.** This piece of music is not good. We would like to listen to another one.

Plural:

> **Các bộ phim khác của đạo diễn này cũng rất hay.** The other films made by this director are also very good.

The transitive verb **khác** conveys the meaning "to differ, be different from" and takes a direct object:

> **Nhạc cổ điển khác nhạc nhẹ.** Classical music differs / is different from light music.

Khác nhau functions as an adjective only with the meaning "various, different." The noun preceding **khác nhau** should be in the plural or imply the plural:

> **A. Vivaldi và F. Chopin thuộc về hai thời kì khác nhau của nhạc cổ điển châu Âu.** Vivaldi and Chopin belong to different periods of European classical music.

Cultural Notes

1. Folk songs (**dân ca**)

Viet Nam has a large number of folk songs typical of each region. The Red River Delta of Northern Viet Nam is famous for **hát xoan** in Phú Thọ Province and **quan họ** in Bắc Ninh Province. Quan họ Bắc Ninh was recognized by UNESCO as World Intangible Cultural Heritage (**di sản văn hoá phi vật thể**). Central Viet Nam has a wide variety of folk songs due to the length of the region, including **hát giặm** in Nghệ An and Hà Tĩnh Provinces, **hò mái nhì mái đẩy** in Huế and **hô bài chòi** characteristic of eleven provinces, from Quảng Bình in the Northern Region of Central Viet Nam down to Bình Thuận in the Coastal Southern Region of Central Viet Nam. **Hô bài chòi** was also recognized by UNESCO as World Intangible Cultural Heritage. Southern Viet Nam has **hát ru** (lullabies) with peaceful, sweet melodies.

Vietnamese folk songs are performed both with and without accompaniment. Traditional Vietnamese musical instruments include those created in Viet Nam, such as **đàn bầu** (one-stringed instrument) and **trống cơm** (cylindrical drum), and those which came to Viet Nam from other contries, such as the Chinese **đàn tranh** or **đàn thập lục** (16-stringed zither – 古筝), **đàn nguyệt**

Trình diễn dân ca quan họ Bắc Ninh.
Performing a Bắc Ninh quan họ folksong. *(Ảnh / Photo: Ngô Như Bình)*

(Vietnamese two-stringed instrument; Chinese 月琴 is a three- or four-stringed instrument), Indian **đàn nhị** (two-stringed fiddle) and Persian **đàn tam thập lục** (36-stringed zither).

2. Modern songs (**tân nhạc**)

   Western music was introduced to Viet Nam in the early 1930s. French songs were played in the big cities, and by the late 1930s, modern Vietnamese songs influenced by European music were being composed. The songs created from this period through 1946, when the Anti-French Resistance War (First Indochina War) (**cuộc kháng chiến chống Pháp**) broke out, are call pre-war songs (**nhạc tiền chiến**).

   Between 1954 and 1975, when Viet Nam was divided, songs in North Viet Nam were composed to serve the needs of the war, while in South Viet Nam lyric songs continued to be composed.

   After the war ended in 1975, it took more than ten years before pre-war songs and songs created in South Viet Nam between 1954 and 1975 were performed again.

3. Classical music (**nhạc cổ điển**)

   Along with Western popular music, the French introduced European classical music to Viet Nam in the 1930s. Classical music schools were established in Hà Nội, Hải Phòng, Huế and Sài Gòn.

In 1956, the first national music schools were established in Hà Nội (the Democratic Republic of Viet Nam – **Việt Nam Dân chủ Cộng hoà**), called Trường Âm nhạc Việt Nam (Viet Nam Musical School), and in Sài Gòn (the Republic of Viet Nam – **Việt Nam Cộng hoà**), called Trường Quốc gia Âm nhạc và Kịch nghệ (Viet Nam National School of Music and Theater).

After Viet Nam was reunified, Trường Âm nhạc Việt Nam in Hà Nội became **Học viện Âm nhạc Quốc gia Việt Nam** (Viet Nam National Academy of Music); the former Trường Quốc gia Âm nhạc và Kịch nghệ in Sài Gòn is now **Nhạc viện Thành phố Hồ Chí Minh** (Ho Chi Minh City Music Conservatory).

Dàn nhạc giao hưởng Pháp Les Musiciens du Louvre trình diễn giao hưởng số 40 của Mozart tại Nhà hát Hồ Gươm, Hà Nội. The French Symphony Orchestra Les Musiciens du Louvre performing Mozart's 40th symphony at Hồ Gươm Opera, Hà Nội. *(Ảnh / Photo: Ngô Như Bình)*

Vé ca nhạc tại Nhà hát Hồ Gươm
A concert ticket for Hồ Gươm Opera *(Ảnh / Photo: Ngô Như Bình)*

Faculty members and students from both music schools have won prizes at a number of international competitions, including first prize at the International Chopin Piano Competition in 1980.

4. Cinema (**điện ảnh**)

The first movie was shown to an audience in Hà Nội in 1889 by the Frenchman Gabriel Veyre. He was a student of brothers Auguste and Louis Lumière who invented the technology for producing movies in France in 1885. The first movie theater was built in downtown Hà Nội in 1920. Afterwards, other movie theaters appeared in Vietnamese cities, and European and American movies were screened with subtitles in French.

The first documentary films were shot in Viet Nam by the French at the beginning of the 20th century, presenting Viet Nam's history, culture and customs to audiences in Viet Nam as well as in Europe. The first Vietnamese feature movie, based on Truyện Kiều by Nguyễn Du, was made in 1923 but had little success.

During the Anti-French Resistance War, a number of documentary films were shot by revolutionary filmmakers showing military operations, including the battle at Điện Biên Phủ in 1954.

Between 1954 and 1975, filmmakers in both North Viet Nam and South Viet Nam produced a number of good movies. Since 1975, several generations of Vietnamese filmmakers have produced many high-quality movies, which are shown in movie theaters along with foreign movies.

Viet Nam has two film festivals (**liên hoan phim**), each held every other year. The first is organized by the Ministry of Culture, Sports and Tourism's Department of Cinema (**Cục Điện ảnh Bộ Văn hoá, Thể thao và Du lịch**) and gives the Golden Lotus award (**Bông sen vàng**). The second is held by the Society of Cinema (**Hội Điện ảnh**) and gives the Golden Kite award (**Cánh diều vàng**).

5. Traditional theater (**sân khấu cổ truyền**)

Each region in Viet Nam has its own type of traditional theater. **Chèo** is the most popular type in the Red River Delta. This type of opera, based on a combination of regional folk songs and dances, emerged many centuries ago but only began to thrive in the 18th century. Themes include social relations in Northern rural areas and the hard life of women. Clowns (**hề**) play a major role in **chèo** performances, and actors and actresses use fans to represent different things. At first, **chèo** was performed in community hall coutyards (**sân đình**), and then moved to bigger towns in the early 20th century. **Chèo** theaters were founded in large cities where professional troupes performed both traditional and modern operas.

Central Viet Nam has **tuồng**, which dates as far back as the 13th century. It originated with soldiers of the Chinese-Mongolian Yuan dynasty who were captured during the three invasions of Viet Nam, which was called Great Viet (**Đại Việt**) back then. Vietnamese learned **tuồng** from the Chinese-Mongolian prisoners and three hundred years later brought it to the newly cleared and cultivated lands in Central Viet Nam. This type of opera was enriched with folk songs and dances of Quảng Nam, Quảng Ngãi and Bình Định Provinces and thrived in the 17th through 19th centuries.

Cải lương is a type of opera based on folk songs of the Mekong River Delta and melodies played during religious ceremonies in the region. The term **cải lương**, meaning "to improve, reform; reformation" (Chinese: 改良), appeared for the first time in 1920 and the genre has since become popular in Southern Viet Nam. **Vọng cổ** is one of the central melodies of a **cải lương** opera.

Water puppet theater (**múa rối nước**) is another type of Vietnamese traditional theater. It originated with farmers in Sơn Tây Province (part of present-day Hà Nội) in the 11th century. A pond or lake serves as the stage, and puppets are made from wood or other waterproof materials. The booth for actors is located in the middle of the pond or lake, or on one side of it. A curtain hangs in front of the actors, who can see their puppets and the spectators, but spectators cannot see the actors. The actors stand in the water and use a system of strings or poles to manipulate the puppets.

6. Drama (**kịch nói**) was introduced to Viet Nam by the French at the beginning of the 20th century. Several plays by Molière were translated into Vietnamese by Nguyễn Văn Vĩnh and staged for French and Vietnamese audiences, including *The Imaginary Invalid* (French: le Malade imaginaire; Vietnamese: Người bệnh tưởng), *The Bourgeois Gentleman* (French: le Bourgeois gentilhomme; Vietnamese: Trưởng giả học làm sang) and *The Miser* (French: l'Avare; Vietnamese: Lão hà tiện).

Influenced by the French literature and drama, Vietnamese writers began to create plays in Vietnamese. The first European-style play, Chén thuốc độc "A Cup of Poison" by author and playwright Vũ Đình Long, was performed at Hà Nội Opera House (Nhà hát Lớn) in 1921. In the 1930s and early 1940s, a large number of plays by Vietnamese authors were staged in Viet Nam's major cities.

Between 1954 and 1975, drama continued flourishing in both North and South Viet Nam. In the 1990s, after the **đổi mới** (Renovation) started, many new plays were staged in Hà Nội and Hồ Chí Minh City theaters, attracting a large number of spectators. In the early 2000s, live theater was unable to compete with video tapes and DVDs and went into a decline.

Grammar and Usage Exercises

1. Use words containing **sĩ** to translate the following sentences.

1.1. The Faculty of Philology at Hà Nội Pedagogical University offers courses on the Chinese and Nôm writing systems for B.A. students, as well as programs on the subject for M.A. and Ph.D. students.

1.2. The reception for officers and sailors (**thuỷ thủ**) from the US naval ship visiting Đà Nẵng naval base was held at the officers' club (**câu lạc bộ sĩ quan**).

1.3. The romanized (**La Tinh hoá**) writing system for Vietnamese was devised by European Jesuit (**dòng Tên**) missionaries in the early 17th century.

1.4. Vietnamese musicians and painters in the first half of the 20th century were strongly influenced by European music and painting.

1.5. The Indochinese University's Medical School was established at the beginning of the 20th century, but did not start training doctors until the 1930s. Before that, it trained only nurse-practitioners and nurses.

2. Fill in the blanks with **cũ, cổ, cổ điển** or **già**.

2.1. **Huế là một thành phố _____, còn giữ lại được nhiều công trình kiến trúc của thế kỉ 19 và đầu thế kỉ 20. Hà Nội _____ hơn Huế nhưng bị nhiều cuộc chiến tranh tàn phá nên không có nhiều công trình kiến trúc _____.**

2.2. **Đáng tiếc là hiện giờ, số người quan tâm đến nhạc _____ ở Việt Nam không nhiều, số người am hiểu về nhạc _____ lại càng ít.**

2.3. **Tôi tìm được nhiều sách hay ở cửa hàng sách _____ này.**

2.4. **Con chó _____ này rất khôn.**

2.5. **Hôm nay chúng ta sẽ đến thăm trường đại học _____ nhất nước Mĩ, được thành lập năm 1636.**

2.6. **Bạn tôi không đủ tiền mua xe mới nên mua một chiếc xe _____ nhưng chạy còn rất tốt.**

2.7. **Trước chuyến du lịch sang Ý, tôi tìm hiểu về nền nghệ thuật La Mã _____.**

2.8. **Hằng năm, vào Ngày nhà giáo Việt Nam, chúng tôi đến thăm thầy cô giáo _____.**

3. Use **giàu / giầu** to translate the following sentences.

3.1. Protein-rich tofu is a vegetarian substitute for meat and fish.

3.2. Many people in Viet Nam believe that investing in real estate will make them wealthy.

3.3. The book is a rich source of information about Vietnamese traditional music.

3.4. That industrially developed country is not rich in natural resources.

3.5. The novel *War and Peace* by Leo Tolstoy (Vietnamese: **Lev N. Tolstoi**) is rich in historical events that concerned most European countries in the early 19th century.

4. Use **nhờ** to translate the following sentences. Add a comma or the emphatic word **mà** where possible. Pay attention to word order.

4.1. Thanks to the relatively warm winter, our gas bill is low.

4.2. Our trip to cities on the Mekong River was really enjoyable, thanks to the tour guide and fine weather.

4.3. We met the deadline thanks to the help of our company's IT department.

4.4. Thanks to cancer screenings, cancer can be detected before symptoms appear.

4.5. Thanks to the recent rains, our lawn is becoming greener.

5. Fill in the blanks with **khác** or **khác nhau**.

5.1. **Nhà hàng này đông khách nên rất ồn ào, chúng tôi đi đến một nhà hàng** _____ **yên tĩnh hơn để vừa ăn vừa nói chuyện.**

5.2. **Concerto** _____ **sonata ở chỗ concerto soạn** ("to compose, create") **cho một nhạc cụ biểu diễn cùng với dàn nhạc, còn sonata soạn cho một hoặc hai nhạc cụ biểu diễn không có dàn nhạc.**

5.3. **Sau hai ngày làm việc, hội thảo đưa ra những giải pháp** _____ **để giải quyết vấn đề năng lượng xanh.**

5.4. **Ngoài phim truyện ra, liên hoan điện ảnh còn giới thiệu các thể loại phim** _____ **nữa.**

5.5. **Chương trình hoà nhạc cổ điển bao gồm nhạc phẩm của các nhạc sĩ thuộc những thời kì** _____ **, từ baroque cho đến hiện đại.**

6. Use **khác** and **khác nhau** to translate the following sentences.

6.1. She and her siblings are very different from each other.

6.2. At the conference, our professor and three other professors made presentations on the subject.

6.3. He quit our company and moved to a different job.

6.4. The investment bank went bankrupt for various reasons.

6.5. Do you have any other questions?

Một vở kịch châu Âu trên sân khấu Nhà hát Lớn Hà Nội
A European play on the stage of Hà Nội Opera House *(Ảnh / Photo: Ngô Như Bình)*

CHAPTER TWELVE
Culture and Customs

NARRATIVE ONE

BÁO GIÁO DỤC VÀ THỜI ĐẠI ONLINE NGÀY 26 THÁNG 3 NĂM 2024

Phú Thọ bắn pháo hoa tầm cao nhân dịp giỗ tổ Hùng Vương
(trích bài của Long Anh và Minh Sơn)

Pháo hoa tầm cao sẽ được bắn ngày 17/4 (mùng 9 tháng 3 âm lịch) tại công viên Văn Lang tỉnh Phú Thọ nhân dịp giỗ tổ Hùng Vương.

Lễ Giỗ Tổ Hùng Vương – Lễ hội Đền Hùng và Tuần văn hoá-du lịch đất Tổ năm Giáp Thìn 2024 được tổ chức nhằm giáo dục truyền thống yêu nước, biết ơn sâu sắc các Vua Hùng và các bậc tiền nhân có công dựng nước, giữ nước; giáo dục truyền thống đạo lí "Uống nước nhớ nguồn" và sức mạnh đại đoàn kết dân tộc; hướng về nguồn cội, tri ân công đức tổ tiên.

Theo truyền thống, phần lễ năm nay sẽ gồm: Lễ Giỗ Đức Quốc tổ Lạc Long Quân và dâng hương tưởng niệm Tổ Mẫu Âu Cơ ngày 14/4 (mùng 6 tháng 3 âm lịch); Lễ Giỗ Tổ Hùng Vương và dâng hoa tại bức phù điêu "Bác Hồ nói chuyện với cán bộ và chiến sĩ đại đoàn quân tiên phong" vào ngày 18/4 (mùng 10 tháng 3 âm lịch); Lễ dâng hương tưởng niệm các Vua Hùng của các huyện, thị, thành phố trong tỉnh từ ngày 9 đến 18/4.

Phần hội sẽ có các hoạt động gắn kết với du lịch, tạo thành chuỗi hoạt động Tuần văn hoá-du lịch đất Tổ nhằm thể hiện bản sắc văn hoá độc đáo, tạo sức hấp dẫn, thu hút du khách, quảng bá rộng rãi tiềm năng, thế mạnh và tài nguyên du lịch văn hoá Phú Thọ.

NARRATIVE ONE

NEWSPAPER GIÁO DỤC VÀ THỜI ĐẠI ONLINE, MARCH 26, 2024

Phú Thọ Sets Off High Fireworks to Commemorate the Hùng Kings
Excerpts from an article by Long Anh and Minh Sơn

Extra high fireworks will be set off on April 17 (March 9 by the lunar calendar) in Văn Lang Park, Phú Thọ Province, to commemorate the Hùng Kings.

The ceremony to commemorate the Hùng Kings, including the festivities at the Hùng Temple and the Week of Culture and Tourism in the Ancestors' Land in the Year of the Dragon, are held to encourage patriotic traditions and deep gratitude to the Hùng Kings and other ancestors for their contribution to founding and defending our country; nurture the moral "When you drink from the stream, remember the spring" and strengthen national unity; and look back on the roots of the nation and show gratitude to ancestors.

Following tradition, this year's religious ceremony consists of celebrating His Holiness Lạc Long Quân's birth and offering incense to pay tribute to Mother Âu Cơ on April 14 (March 6 by the lunar calendar); commemorating the Hùng Kings and offering flowers at the relief commemorating "Uncle Hồ speaking with officers and rank and file of the vanguard division on April 18" (March 10 by the lunar calendar); and offering incense in Phú Thọ Province's districts, towns and cities to the Hùng Kings from April 9 through 18.

The festivities consist of tourist activities during the Week of Culture and Tourism in the Ancestors' Land to show national identity, attract tourists and promote Phú Thọ Province's potential and cultural tourism strengths.

Vocabulary

pháo hoa fireworks

tầm cao great height

giỗ death anniversary

tổ ancestor
  giỗ tổ ancestor's death anniversary; in this context: commemorating ancestors

vương king
  Hùng Vương King Hùng

âm lịch lunar calendar

đền temple

Giáp Thìn the Year of the Dragon

yêu nước patriotism; patriotic

biết ơn to be grateful

sâu sắc (reduplicative) profound

vua king

bậc in this context: a classifier for respected people

tiền nhân forefathers

công in this context: contribution
  có công to have made contribution

dựng nước to found a country or state

giữ nước to defend one's country

đạo lí morals

nguồn spring

Uống nước nhớ nguồn (saying)
  When you drink from the stream, remember the spring.

sức mạnh strength

đại great

đoàn kết to unite; unity
  đại đoàn kết great unity

hướng về in this context: to look back on

cội nguồn roots, origin

tri ân to express gratitude

công đức merits and virtures

tổ tiên (collective noun) ancestors

lễ religious ceremony

Đức honorific title; in this case: His Holiness

dâng to offer respectfully

hương incense

tưởng niệm in this case: to pay tribute to

mẫu mother

phù điêu relief

cán bộ in this context: officers

chiến sĩ soldier, rank and file

đại đoàn former miliraty unit equivalent to **sư đoàn** division

quân army

tiên phong vanguard

thị short form of **thị xã** town (smaller than a city)

gắn kết (với) to (be) relate(d) to

Bên trong khu tưởng niệm các Vua Hùng tại quận 9 Thành phố Hồ Chí Minh
Inside Hùng Kings' Memorial in District 9, Hồ Chí Minh City *(Ảnh / Photo: Ngô Như Bình)*

Answer the following comprehension questions.

1. **Phú Thọ bắn pháo hoa nhân dịp giỗ tổ Hùng Vương vào ngày nào?**
2. **Bạn hãy giải thích thành ngữ "Uống nước nhớ nguồn".**
3. **Chuỗi hoạt động Tuần văn hoá-du lịch đất Tổ nhằm mục đích gì?**

NARRATIVE TWO

BÁO TIỀN PHONG ONLINE NGÀY 24 THÁNG 02 NĂM 2024

Đội mưa làm lễ cầu an ở chùa Phúc Khánh

Tối 14 tháng giêng âm lịch (ngày 23 tháng hai) hàng trăm người dân đổ về chùa Phúc Khánh (tổ đình Phúc Khánh, quận Đống Đa, Hà Nội) để tham dự lễ cầu an hay trước đây gọi là lễ dâng sao giải hạn.

Lễ dâng sao giải hạn ở nhiều chùa năm nay được chuyển thành lễ cầu an với thủ tục, nghi lễ như lễ dâng sao giải hạn. Từ sớm, người dân thủ đô bất chấp thời tiết mưa mù đã đổ về chùa Phúc Khánh – ngôi chùa nổi tiếng thiêng trong việc "giải hạn". Để tham gia khoá lễ này người dân phải đăng kí và đóng tiền từ trước đó khá lâu. Giá cả tuỳ thuộc vào độ "xấu" của sao chiếu mệnh thành viên trong gia đình. Mỗi người tham gia lễ giải hạn sẽ nộp 150.000-200.000 đồng / người. Người dân đã đăng kí trước khoá lễ sẽ nhận được thông báo đến vào ngày được ghi trong phiếu để dự lễ. Sớ của người dân đã được nhà chùa dâng lên Tam Bảo.

Năm nay tình trạng đông đúc tại khu vực trước cửa cũng như trong khuôn viên chùa không xảy ra bởi khoá lễ được chia làm nhiều ngày. Bên trong khuôn viên chùa, du khách, phật tử đều được hướng dẫn ngồi theo hàng để đảm bảo trật tự tại khu vực làm lễ.

Bên trong điện thờ chính rất đông người tham dự lễ cầu an. Mỗi người đến đây đều được phát kinh để đọc. Tham dự lễ cầu an, người dân mong muốn xoá bỏ mọi tai ách, xui xẻo và luôn nhận được những điều may mắn, vui vẻ, hạnh phúc. Người tham dự lễ cầu an hay lễ dâng sao giải hạn chăm chú làm theo hướng dẫn của nhà chùa. Thực tế, tục dâng sao giải hạn có nguồn gốc từ Trung Quốc, xuất phát từ niềm tin rằng mỗi năm con người có một vì sao chiếu mệnh. Có tất cả chín vì sao, trong đó có những vì sao tốt, những vì sao xấu. Đến nay, chưa một nhà thiên văn học nào chứng minh có sự xuất hiện của chín ngôi sao ấy trên bầu trời. Do đó, việc dâng sao giải hạn chỉ mang ý nghĩa tâm linh, đem lại sự an tâm cho người làm lễ.

184 CHAPTER TWELVE

NARRATIVE TWO

NEWSPAPER TIỀN PHONG ONLINE, FEBRUARY 24, 2024

Religious Ceremony to Wish for Peace Held in Rain at Phúc Khánh Pagoda

On the evening of January 14 by the lunar calendar (February 23), hundreds of people gathered at Phúc Khánh pagoda (Phúc Khánh ancestors' community hall in Đống Đa district, Hà Nội) to participate in a ceremony to wish for peace, which was previously called the "ceremony of offering to the star that relieves bad luck."

This year, the "ceremony of offering to the star that relieves bad luck" was renamed but maintains the same ceremonies of offering to the star that relieves bad luck. In the early evening, regardless of heavy rain and fog, people came to Phúc Khánh pagoda, which is famous for its power to relieve bad luck. People had signed up for the ceremony and paid a fee ahead of time. The fee depended on how bad the star believed to reflect their fate or the fates of their family members was. Each participant in the ceremony paid from 150,000 to 200,000 dong. Those who had signed up for the session received a notification to show up on the date indicated on the ticket. The participants were told that their petitions had already been submitted to the Buddhist Trinity by the monks at the pagoda.

This year, neither the space in front of the pagoda nor its yard were crowded, because the ceremonies took place over several days. In the pagoda yard, guests [those who were not registered Buddhists] and [registered] Buddhists were directed to sit in rows to maintain order in the area where the ceremony was held.

A lot of people attended the ceremony to wish for peace in the place of worship. Each attendee was given Buddhist prayers to read. By participating in the ceremony, people wish to ward off disasters and bad luck and receive good luck and happiness. Participants in both the ceremony to wish for peace and the ceremony of offering to the star that relieves bad luck closely followed the monks' instructions. In fact, the custom of making offerings to the star originated in China. It was based on the belief that every year, each person has a star that reflects their fate. There are nine stars in all, some good, some bad. However, astronomers have not been able to prove the existence of the nine stars in the sky. Therefore, the ceremony of offering to the star that relieves bad luck has only spiritual significance, bringing peace of mind to those who carry out this religious ceremony.

Vocabulary

đội mưa to do something in the rain

cầu an to long for peace

chùa pagoda

đình community hall

sao star

giải hạn to relieve someone (including oneself) of bad luck

thủ tục procedure

nghi lễ ritual

bất chấp regardless of

mù short form of **sương mù** fog

thiêng sacred

khoá course, session

đóng tiền to pay a fee

tuỳ thuộc (vào) to depend on

chiếu mệnh to reflect one's fate
   sao chiếu mệnh the star believed to reflect one's fate

nộp in this context: to pay an amount of money

thông báo to notify; written notification

phiếu ticket

sớ request, petition

nhà chùa monks in a pagoda

dâng lên to submit

Tam Bảo Buddhist Trinity

đông đúc (reduplicative) crowded

khuôn viên in this context: yard

chia (làm / thành) to divide into

phật tử Buddhist

hướng dẫn to direct

hàng row
   ngồi theo hàng to sit in rows

trật tự order
   đảm bảo trật tự to maintain order

điện thờ place of worship

phát to distribute

kinh in this context: Buddhist prayers

xoá bỏ to eradicate

tai ách disaster

xui xẻo (reduplicative) to have bad luck

may mắn (reduplicative) to have good luck

hạnh phúc to be happy

chăm chú (reduplicative) to focus on

thực tế in this context: in fact

tục short form of **tục lệ** custom

nguồn gốc origin

xuất phát in this context: to be based on

niềm tin belief

vì classifier for stars

tất cả in this context: in all, all told

thiên văn học astronomy
   nhà thiên văn học astronomer

xuất hiện to appear

bầu trời sky
   trên bầu trời in the skies

ý nghĩa significance

tâm linh spirit; spiritual
   mang ý nghĩa tâm linh to have spiritual / religious significance

đem lại to bring

làm lễ to carry out religious ceremony

186 CHAPTER TWELVE

Chùa Quán Sứ, trung tâm Hà Nội Quán Sứ Pagoda, downtown Hà Nội *(Ảnh / Photo: Ngô Như Bình)*

Answer the following comprehension questions.

1. **Người dân làm gì để tham gia khoá lễ cầu an?**
2. **Số tiền đăng kí tuỳ thuộc vào gì?**
3. **Tại sao năm nay không xảy ra tình trạng đông đúc trước cửa chùa cũng như trong khuôn viên chùa?**
4. **Việc dâng sao giải hạn mang ý nghĩa gì? Tại sao?**

Grammar and Usage Notes

1. In Vietnamese, some Chinese loanwords and their Vietnamese equivalents are interchangeable, but with different word order. Narrative One has the Chinese loanword **vương** (王) meaning "king" and its Vietnamese equivalent **vua**. **Hùng** is the King's name. The narrative has two interchangeable

phrases: **Hùng Vương**, in which the name **Hùng** precedes the noun **vương** as in Chinese, and **Vua Hùng**, in which the name **Hùng** follows the word **vua** as in Vietnamese.

Another example: **hoạ báo** vs. **báo ảnh** meaning "illustrated magazine." All three components are Chinese loanwords: **hoạ** (畫 \ 画) "to draw," **báo** (報 \ 报) "newspaper, magazine" and **ảnh** (影) "photograph." **Hoạ báo** has the Chinese word order, in which the modifier precedes the modified, while the Vietnamese **báo ảnh** has the opposite word order.

2. The verb **bất chấp** conveys the meaning "to do something in spite of difficulty or trouble" and is often translated into English as "regardless of" or "despite." **Bất chấp** usually comes in the first part of the sentence, refering to the difficulty or trouble; the second part of the sentence indicates the action, as in Narrative Two:

> **Người dân thủ đô bất chấp thời tiết mưa mù đã đổ về chùa Phúc Khánh – ngôi chùa nổi tiếng thiêng trong việc "giải hạn".** Regardless of the rain and fog, a large number of the capital's residents came to Phúc Khánh pagoda, which is famous for its sacred power to relieve bad luck.

Another example:

> **Bất chấp lời khuyên của bác sĩ, anh ấy vẫn tiếp tục hút thuốc.** He continues smoking regardless of his doctor's advice to quit.

3. The determiner **mỗi** meaning "each" precedes a countable noun, and the following part of the sentence should contain a phrase referring to a number or amount of something. Narrative Two has two sentences with this construction:

> **Mỗi người tham gia lễ giải hạn sẽ nộp 150.000-200.000 / người.** Each participant in the ceremony to relieve bad luck will pay 150,000 to 200,000 dong.
> **Mỗi năm con người có một vì sao chiếu mệnh.** Each year a person has a star that reflects their fate.

The numbers in these two sentences are "150,000 to 200,000 dong" and "a star." In other cases, the number or amount may be understood, as in the following sentence also from Narrative Two:

> **Mỗi người đến đây đều được phát kinh để đọc.** Each person who comes here receives a copy of Buddhist prayers to read.

The understood number phrase is "a copy."

4. The verb **chia** meaning "to divide" takes the preposition **làm** or **thành**. The following sentence from Narrative Two has the preposition **làm**:

> **Khoá lễ được chia làm nhiều ngày.** The session was divided into several days.

The preposition **làm** can be replaced with **thành**, and the meaning remains unchanged:

Khoá lễ được chia thành nhiều ngày.

Another example:

Mẹ tôi khéo léo dùng bốn sợi lạt chia cái bánh chưng làm / thành tám phần. My mother skillfully used four bamboo fiber strings to divide the glutinous rice cake into eight pieces.

5. The word **tất cả** conveys several meanings and perform different functions. When placed before a number, it denotes a total and is translated into English as "in all, in total, all told" as in this sentence from Narrative Two:

Có tất cả chín vì sao, trong đó có những vì sao tốt, những vì sao xấu. There are nine stars in all, some good, some bad.

Another example:

Có tất cả hơn một trăm người đã đăng kí tham dự lễ cầu an. More than one hundred people in total have already signed up for the ceremony to wish for peace.

Cultural Notes

1. According to legend, around the third millennium BCE, a woman named **Âu Cơ** of fairy ancestry married a man name **Lạc Long Quân** of dragon origin. Âu Cơ gave birth to a sack of one hundred eggs that hatched out one hundred boys. Lạc Long Quân took fifty sons to the coastal area, the other fifty sons followed Âu Cơ to the mountains. They became the ancestors of the **Lạc Việt** tribe. The eldest son who followed his mother was proclaimed King of **Văn Lang** country, named King Hùng (**Hùng Vương** or **Vua Hùng**). The capital of Văn Lang was Phong Châu in present-day Phú Thọ Province.

Archaeological evidence indicates the existence of Đông Sơn culture (**văn hoá Đông Sơn**), including the Đông Sơn bronze drums (**trống đồng**), around the 7th century BCE at the end of the Bronze Age and beginning of the Iron Age in the Red River Delta, which corresponds to the first state of Văn Lang.

In the third century BCE, there was another tribe called **Tây Âu** in the region close to Văn Lang, where the Lạc Việt tribe was. In 257 BCE, the Tây Âu and Lạc Việt united to form **Âu Lạc** state headed by **An Dương Vương**. An Dương Vương moved the capital from Phong Châu to **Cổ Loa**, today the suburbs of present-day Hà Nội. In 179 BCE, Âu Lạc was conquered by **Triệu Đà** (Chinese: 趙 \ 赵佗), a Chinese general in the Qin Dynasty (**nhà Tần**; Chinese: 秦

朝). The Northern part of present-day Viet Nam became a part of China for a thousand years.

2. The Anti-French Resistance War (**cuộc kháng chiến chống Pháp**) ended with the Vietnamese victory in the battle at Điện Biên Phủ in May 1954. The Geneva Accords (**Hiệp định Genève**; French: les Accords de Genève) were signed in July 1954. On September 19, 1954, as Hồ Chí Minh and his government traveled from the Việt Bắc jungle, where the government of the Democratic Republic of Viet Nam (DRV) had worked during the war, to Hà Nội to take over the capital from the French, they made a brief stop at Hùng Temple (**Đền Hùng**) in Phú Thọ. Hồ Chí Minh gave a talk to the officers and rank and file of the vanguard division who greeted the DRV government at the temple, saying, "The foundation of our country was the Hùng Kings' meritorious achievement. You and I should together defend our country." (**Các Vua Hùng đã có công dựng nước. Bác cháu ta phải cùng nhau giữ nước.**) The set expression **dựng nước và giữ nước** "founding and defending the country" came from this speech. A memorial relief about the event was installed in Hùng Temple.

3. Religions in Viet Nam

   Most Vietnamese worship ancestors as well as gods and goddesses (**thờ cúng tổ tiên**). According to the latest statistics published by the Vietnamese government's Religions Committee in March 2023, there are 14 million Buddhists (**đạo Phật** or **Phật giáo**), 7 million Catholics (**Công giáo** or **đạo Thiên Chúa / Thiên Chúa giáo**), around one million Protestants (**đạo Tin Lành**), one million Hoà Hảo Buddhists (**đạo Hoà Hảo**) and half a million Caodaists (**đạo Cao Đài**). In addition, there are also followers of Islam (**đạo Hồi** or **Hồi giáo**), Hinduism (**Ấn Độ giáo**) and some other religions.

Grammar and Usage Exercises

1. Use **bất chấp** to translate the following sentences.

1.1. He refused to change his plan regardless of the consequences.

1.2. All our proposals were rejected by the company's leadership despite their merits.

1.3. The workers continued to fix the broken water main despite already having worked for 12 hours.

1.4. Regardless of what had previously been agreed to, the soccer team's owner refused to extend the contract with the coach.

1.5. She ran on the riverbank this morning regardless of the freezing weather.

2. Change the following sentences using **mỗi**.

Example: **Lễ cầu an được tổ chức một lần trong một năm.** → **Mỗi năm lễ cầu an được tổ chức một lần.**

2.1. **Lễ giỗ tổ Hùng Vương được tổ chức một lần trong một năm.** (use **mỗi** for **năm**)

2.2. **Tại lễ cầu an, 10 phật tử ngồi một hàng.** (use **mỗi** for **hàng**)

2.3. **Liên hoan điện ảnh diễn ra một lần trong một năm.** (use **mỗi** for **năm**)

2.4. **Dàn nhạc giao hưởng trình diễn hai tiếng trong một buổi.** (use **mỗi** for **buổi**)

2.5. **Nhà hàng mở cửa hằng ngày từ 17 giờ đến 23 giờ.** (use **mỗi** for **ngày**; add the amount of time: 6 hours)

3. Use **chia thành / làm** to answer the following questions.

Example: **Nước Mĩ chia thành bao nhiêu bang?** → **Nước Mĩ chia thành 50 bang.**

3.1. **Việt Nam chia thành bao nhiêu tỉnh?**

3.2. **Chị muốn chia cái bánh làm mấy phần?**

3.3. **Bài đọc số hai** (Narrative Two) **chia làm mấy đoạn?**

3.4. **Một tỉnh ở Việt Nam chia thành gì?**

3.5. **Một thành phố ở Việt Nam chia thành gì?**

4. Use **tất cả** to translate the following sentences.

4.1. More than one hundred researchers in total have signed up for the conference.

4.2. The repair of your car will cost you fifteen million dong in all.

4.3. There were about a thousand people at the concert in all.

4.4. Hà Nội has selected 81,500 students to enter 10th grade at public schools for this school year in total.

4.5. We paid 250,000 dong for the dinner all told.

CHAPTER THIRTEEN
Vietnamese History

NARRATIVE ONE

BÁO HÀ NỘI MỚI ONLINE NGÀY 30 THÁNG 9 NĂM 2023

Phát huy tối đa giá trị văn hoá và lịch sử Khu lưu niệm Nguyễn Trãi
(trích bài của Đỗ Minh)

Sáng 30-9, huyện Thường Tín tổ chức toạ đàm khoa học "Nguyễn Trãi – anh hùng dân tộc, danh nhân văn hoá" và thảo luận việc bài trí, sắp xếp không gian trong nhà trưng bày thuộc dự án Khu lưu niệm anh hùng dân tộc, danh nhân văn hoá Nguyễn Trãi ở xã Nhị Khê.

Buổi toạ đàm có sự tham dự của nhiều giáo sư đầu ngành trong lĩnh vực điêu khắc, mĩ thuật, sử học, bảo tàng và đại diện dòng họ Nguyễn. Mục đích của buổi toạ đàm nhằm làm tốt việc sưu tầm, mô phỏng, phục dựng các tài liệu, hiện vật, phục vụ việc bài trí, sắp xếp, giới thiệu về cuộc đời, thân thế và sự nghiệp của anh hùng dân tộc Nguyễn Trãi tại Khu lưu niệm anh hùng dân tộc, danh nhân văn hoá Nguyễn Trãi.

Các chuyên đề chính được thảo luận tại buổi toạ đàm: Nguyễn Trãi – nhà tư tưởng, nhà chính trị, nhà quân sự, nhà ngoại giao, anh hùng giải phóng dân tộc; Nguyễn Trãi – nhà thơ, nhà văn; các trước tác như: văn học, lịch sử, địa lí; bài trí, sắp xếp trong không gian nhà trưng bày thuộc dự án Khu lưu niệm Nguyễn Trãi.

Khi cuộc khởi nghĩa thành công vào năm 1428, Nguyễn Trãi trở thành một trong những khai quốc công thần của triều đại quân chủ Hậu Lê trong lịch sử Việt Nam. Do đó, huyện Thường Tín thực hiện dự án, xây dựng tháp Chí Nghĩa để bài trí nội thất khắc hoạ cuộc đời, thân thế sự nghiệp của Nguyễn Trãi. Đây sẽ là điểm nhấn của Khu lưu niệm nói riêng và của ngành văn hoá huyện Thường Tín nói chung, là điểm đến quan trọng của du khách khi tham quan du lịch ở địa phương.

NARRATIVE ONE

NEWSPAPER HÀ NỘI MỚI ONLINE, SEPTEMBER 30, 2023

Making Maximum Use of Nguyễn Trãi Memorial Center's Cultural and Historical Value
Excerpts from an article by Đỗ Minh

On September 30th, Thường Tín District held a workshop on the topic "Nguyễn Trãi – National Hero and Cultural Luminary" and discussed the arrangement of objects displayed in a house that is part of the planned Memorial Center for Nguyễn Trãi – National Hero and Cultural Luminary in Nhị Khê Commune.

A number of leading authorities on sculpture, fine arts, history and museums participated in the workshop together with representatives of the Nguyễn clan. The goal was to improve the collection, reproduction and restoration of materials and objects that are to be displayed to introduce the life and career of national hero Nguyễn Trãi at The Memorial Center for Nguyễn Trãi – National Hero and Cultural Luminary.

The following topics were discussed at the workshop: Nguyễn Trãi – thinker, politician, strategist, diplomat and hero in the cause of national liberation; Nguyễn Trãi – poet and writer; Nguyễn Trãi's works on literature, history and geography; and the arrangement and display of objects in the house that is part of the The Memorial Center for Nguyễn Trãi.

When the uprising ended with a victory in 1428, Nguyễn Trãi became one of the founding fathers of the Later Monarchic Lê Dynasty. For that reason, Thường Tín District is planning to build Chí Nghĩa Tower, where displays will depict Nguyễn Trãi's life and career. This will be the centerpiece of Thường Tín District's culture in general and of the Memorial Center in particular, as well as an important destination for cultural tourists who visit the area.

VIETNAMESE HISTORY 193

Vocabulary

tối đa maximum

lưu niệm in this context: to remind one of a person, place of event
khu lưu niệm memorial center

toạ đàm workshop, informal conference

anh hùng hero

danh nhân luminary

thảo luận to discuss

bài trí to decorate

xã commune (third-level administrative unit in rural areas, below **tỉnh** province and **huyện** district)

đầu ngành leading (in an academic area)

điêu khắc sculpture

mĩ thuật fine arts

sử học history as a branch of study

dòng họ clan

sưu tầm in this context: to search for documents

mô phỏng to copy, imitate, reproduce

phục dựng to restore

hiện vật artifact, object

thân thế (formal) life

sự nghiệp cause

tư tưởng thought, idea
nhà tư tưởng thinker

nhà chính trị politician

quân sự military
nhà quân sự military strategist

ngoại giao diplomacy
nhà ngoại giao diplomat

giải phóng to liberate; liberation

nhà thơ poet

nhà văn writer, author

trước tác (formal) work

địa lí geography

khởi nghĩa to rise up, rebel; uprising, rebellion

khai quốc công thần founding father (Chinese: 開國 ＼ 开国功臣)

triều đại dynasty

quân chủ monarchy; monarchic(al)

Hậu Lê the Later Lê Dynasty (see Cultural Note 2 below)

nội thất interior

khắc hoạ (formal) to describe, depict

Answer the following comprehension questions.

1. **Buổi toạ đàm được tổ chức nhằm mục đích gì?**

2. **Những ai tham dự buổi toạ đàm?**

3. **Nguyễn Trãi là ai?**

Chùa Cầu ở Hội An Bridge Pagoda in Hội An *(Ảnh / Photo: Nguyễn Linh Đăng)*

NARRATIVE TWO

BÁO NHÂN DÂN ONLINE NGÀY 31 THÁNG 3 NĂM 2024

Độc đáo trống và thạp đồng Đông Sơn ở Hội An
(trích bài của GS TS Trịnh Sinh)

Vài năm qua, nhiều cổ vật trong sưu tập tư nhân đã được đăng kí, được Nhà nước quản lí, hạn chế việc thất thoát, nhất là thất thoát ra nước ngoài như những thập niên trước đây. Người dân cũng tự tin hơn, được giữ cổ vật của tổ tiên để lại thì cũng có giá trị như cổ vật được các bảo tàng nhà nước lưu giữ.

Ông Lương Hoàng Long, trú tại 131 phố Hùng Vương, phường Thanh Hà, Hội An vừa đăng kí hai cổ vật với cơ quan quản lí văn hoá địa phương, thuộc văn hoá Đông Sơn do các cụ đời trước truyền lại mà tôi đã được mời giám định. Đây là hai cổ vật quí chứa đựng nhiều thông tin về con người, văn minh và thời đại Đông Sơn, có những tư liệu mới. Chúng tôi đặt tên là trống Hoàng Long và thạp Hoàng Long.

Trống đồng và thạp đồng Hoàng Long còn nguyên vẹn, có niên đại cách đây vào khoảng 2.300 năm. Lần đầu tiên, qua hình khắc trên trống, chúng ta được biết người xưa đã biết chế tạo buồm hình chữ nhật (giống những chiếc buồm chữ nhật ở vùng Quảng Nam trước đây), biết làm chiếc xiếm ở đầu mũi thuyền để giữ thăng bằng cho thuyền. Chúng ta cũng biết một linh vật mà người Việt xưa tạo ra khá gần gũi với mĩ thuật cổ đại Ai Cập thể hiện ở bức tượng nhân sư nổi tiếng (đầu người mình sư tử). Hình khắc linh vật của người nghệ sĩ Đông Sơn cũng siêu thực không kém: vừa có thân và đuôi xù của loài chồn, vừa có mỏ giống chim và sừng hươu.

NARRATIVE TWO

NEWSPAPER NHÂN DÂN ONLINE, MARCH 31, 2024

Unique Đông Sơn Bronze Drums and Jars in Hội An
Excerpts from an article by Prof. Dr. Trịnh Sinh

Over the last few years, many antiquities in private collections have been registered and managed by the government, protecting them from being lost and especially from being illegally traded on the international market, as has happened in recent decades. The owners of antiquities have peace of mind knowing they can keep objects inherited from their ancestors that are equal in value to antiquities kept in state museums.

Mr. Lương Hoàng Long from 131 Hùng Vương Street, Thanh Hà Ward, Hội An City has just registered two antiquities with the local office of cultural control. The antiquities belong to the Đông Sơn culture, and I served as the expert who evaluated them. These two antiquities give us new and valuable information about the people and civilization of the Đông Sơn age. We named them the Hoàng Long Drum and Hoàng Long Jar.

The Hoàng Long Drum and Jar remain intact and date back about 2,300 years. For the first time, from the pictures engraved on the drum, we learned that our ancestors knew how to make rectangular sails (they are similar to rectangular sails in Quảng Nam Province that we previously discovered) and nautical seesaws used at the bows of boats to maintain the boats' balance. We also learned about a mascot created by ancient Vietnamese that is somewhat similar to the Sphinx of ancient Egyptian art, with a human head and a lion's body. The carved mascot created by Đông Sơn artists is as surreal as the Sphinx: it has the furry body and tail typical of a weasel and at the same time a bird beak and elk antlers.

Với những phát hiện mới như trống và thạp Hoàng Long, chúng ta hoàn toàn có thể khẳng định người Việt cổ đã biết đóng thuyền đi biển với đặc trưng là thuyền có cột buồm, có chiếc xiếm. Có lẽ vì thế mà các bằng chứng khảo cổ cho thấy người xưa đã để lại những chiếc trống đồng, thạp đồng của mình ở những vùng biển xa như tỉnh Chiết Giang hay thành phố Quảng Châu của Trung Quốc (về phía bắc), vùng biển miền trung và miền nam nước ta, ven biển Thái Lan, Malaysia đến tận quần đảo Indonesia (về phía nam). Có lẽ, vào thời điểm trước Công nguyên vài trăm năm, người Đông Sơn đã là những người làm chủ những tuyến đường ở Biển Đông, cũng như là những người đã có một nền văn minh đúc đồng rực rỡ toả sáng khắp Đông Nam Á, đã dựng nên một nhà nước sơ khai Văn Lang của các vua Hùng theo truyền thuyết và những bằng chứng khảo cổ học góp phần chứng minh điều đó.

Hội An là một đô thị cổ xinh đẹp vốn là một mắt xích quan trọng trong tuyến hải hành Đông Tây trên biển. Các nhà khảo cổ đã tìm thấy di tích Lai Nghi, cách trung tâm Hội An khoảng 3 km, có nhiều đồ trang sức mã não, đá Carnelian mầu đỏ chót đem đến từ vùng biển Ấn Độ niên đại cách đây hơn 2.000 năm. Hội An cũng là thương cảng nơi cập bến thuyền buôn Châu Ấn của Nhật Bản. Giao lưu với Trung Hoa để lại các hội quán. Đây cũng là di sản thế giới được UNESCO công nhận.

Based on newly discovered antiquities such as the Hoàng Long Drum and Jar, we can confidently assert that ancient Vietnamese knew how to build boats with masts and nautical seesaws to navigate the open sea. Perhaps for that reason, archaeological excavations have revealed bronze drums and jars left by our ancestors in distant coastal areas of Zhejiang Province, Guangzhou City, and other parts of China (in the north), on the coast of Central Viet Nam, and in coastal areas of Thailand and Malaysia down to the Indonesian islands (in the south). It is likely that hundreds of years before Christ, the Đông Sơn people controlled routes in the Eastern Sea (South China Sea), created a splendid bronze civilization that spread all over Southeast Asia, and established the early Văn Lang state of the Hùng Kings of legend. Archaeological evidence has contributed to proving the existence of this state.

Hội An is a beautiful old town that used to be an important part of East-West navigation on the open sea. Archaeologists excavated a site at Lai Nghi, about 3 kilometers from downtown Hội An, and found jewelry made from agate and bright red carnelian brought from Indian coastal regions and dating back more than 2,000 years. Hội An was also a commercial port where Japanese trade boats called "shuinsen" docked. Trading with China left guildhalls in the town. Hội An is recognized by UNESCO as a World Cultural Heritage site.

Vocabulary

trống drum

thạp big jar

đồng copper, bronze

cổ vật antiquities and archaeological artifacts

tư nhân private

thất thoát (reduplicative) to be lost
  thất thoát ra nước ngoài to be illegally traded on the international market

tự tin self-confident; in this context: to have peace of mind

lưu giữ to keep and protect

trú to reside

các cụ in this context: ancestors

đời trước in the past

truyền lại to pass down

giám định to evaluate as an expert

chứa đựng to contain

thời đại era, age

đặt tên là to name

nguyên vẹn intact
  còn nguyên vẹn to remain intact

niên đại era, age
  có niên đại cách đây khoảng 2.300 năm to date back about 2,300 years

hình picture, image

khắc to carve, engrave

người xưa people in the past

chế tạo to make

buồm sail

hình chữ nhật rectangle

xiếm nautical seesaw, boat balance instrument

mũi nose; in this context: bow

thuyền boat
  mũi thuyền bow of a boat

thăng bằng balance
  giữ thăng bằng to maintain the balance

linh vật mascot

gần gũi (reduplicative) close, similar

cổ đại ancient

Ai Cập Egypt

tượng statue

nhân sư the Sphinx

đầu head

mình body

sư tử lion

siêu thực surrealist(ic)

không kém not less

đuôi tail

xù hairy, bushy

chồn weasel

mỏ beak, bill

chim bird

sừng horn

hươu elk, moose
  sừng hươu antlers

phát hiện in this context: to excavate; excavation

hoàn toàn completely, entirely, absolutely, undoubtedly

đóng in this context: to build

biển sea, ocean
  đi biển to travel by sea, navigate the open sea

đặc trưng specific feature

cột pole; in this context: mast

có lẽ probably, perhaps

khảo cổ archaeology; archaeological

Chiết Giang Zhejiang Province in China (Chinese: 浙江)

Quảng Châu Guangzhou City in China (Chinese: 廣 \ 广州)

quần đảo archipelago

Công nguyên Christian era

làm chủ to own, be the owner of; in this context: to control

Biển Đông Eastern Sea (South China Sea)

đúc to cast, mold

toả sáng in this context: to spread, become popular

sơ khai early, first

xinh đẹp beautiful

vốn in this context: used to

mắt xích link of a chain

hải hành navigation at the open sea

trang sức to beautify, adorn
  đồ trang sức jewelry

mã não agate

đá stone

đỏ chót bright red

thương cảng commercial port

cập bến to dock

buôn to trade
  thuyền buôn commercial boat, trade boat

thuyền buôn Châu Ấn commercial or trade boat, zhuyinchuan (Chinese: 朱印船; Japanese: shuinsen)

hội quán guildhall (Chinese: 會館 \ 会馆)

di sản heritage

Answer the following comprehension questions.

1. Hai cổ vật được đăng kí với cơ quan quản lí văn hoá địa phương là gì? Thuộc nền văn hoá nào? Cách đây bao nhiêu năm?

2. Bức tượng nổi tiếng của nền mĩ thuật cổ đại Ai Cập là bức tượng nào?

3. Người Việt cổ đã để lại những chiếc trống đồng và thạp đồng của mình ở những đâu?

Grammar and Usage Notes

1. The use of **ngoại** vs. **ngoài** and **nội** vs. **trong**

Both **ngoại** and **ngoài** convey the meaning "exterior, foreign" but they perform different grammatical functions and are not interchangeable. **Ngoại** is a Chinese loanword (外) that is used only as a component of a number of Chinese loanwords in Vietnamese. For instance: **ngoại giao** "diplomacy; diplomatic," **ngoại khoá** "extracurricular," **ngoại ngữ** "foreign language," **ngoại ô** "suburbs, outskirts," **ngoại tệ** "foreign currency," **ngoại thành** "suburbs, outskirts," **(trường) ngoại trú** "day school," **ngoại trưởng** "state secretary," **ngoại văn** "in foreign languages," **ngoại xâm** "foreign invader."

The Vietnamized **ngoài** meaning "outside" can be used independently whenever the idea "outside of something" is implied. The opposite idea is "inside," which is **trong**: For instance: **ngoài đường** or **ngoài phố** "on the street" vs. **trong nhà** "inside the house," **ngoài trời** "outdoors" vs. **trong nhà** "indoors," **ngoài này** "out here" vs. **trong ấy** "there," **ngoài Hà Nội** "in Hà Nội" vs. **trong Sài Gòn** "in Sài Gòn" (the use of **ngoài** and **trong** here is idiomatic and related to historical factors).

In contemporary Vietnamese, some Chinese loanwords containing **ngoại** are replaced with their Vietnamese equivalents using Vietnamese word order. For example: **ngoại quốc** "foreign country" → **nước ngoài**.

The Chinese loanword **nội** (內) meaning "inside" is the antonym of **ngoại** and is also used only as a component of some Chinese loanwords. For instance: **nội chiến** "civil war," **nội dung** "content," **nội địa** "domestic," **nội thành** "inside the city or town," **nội thất** "interior," **(trường) nội trú** "boarding school."

Trong is the Vietnamese word meaning "inside" and is used independently whenever the idea "inside" is implied (see the paragraph above).

Some Chinese loanwords containing components with the opposite meanings "outside" and "inside" form pairs of antonyms in Vietnamese: **ngoại thành** "suburbs, outskirts" vs. **nội thành** "inside the city or town," **(trường) ngoại trú** "day school" vs. **(trường) nội trú** "boarding school."

2. The noun **sự nghiệp** used in formal Vietnamese conveys two meaning:

   1) Cause; that is, an aim or movement strongly defended or supported. For example:

      Bà ấy cống hiến cả cuộc đời cho sự nghiệp đấu tranh giành quyền bình đẳng của phụ nữ. Her life was devoted to the cause of women's equality.

   2) Career. Narrative Two has the phrase **thân thế và sự nghiệp của Nguyễn Trãi** meaning "Nguyễn Trãi's life and career." The noun **sự nghiệp** implies his activities as one of Later Lê Dynasty's founding fathers and his works as a thinker and a poet. Very often, the fixed phrase **thân thế và sự nghiệp** is used for famous people's life and career.

   An example:

      Nữ nghệ sĩ cảm thấy hài lòng khi nhìn lại sự nghiệp thành công của mình với tư cách cây vĩ cầm số một trong dàn nhạc giao hưởng danh tiếng. The musician is happy when looking back on her successful career as the first violinist in the famous symphony orchestra.

3. One of the meanings of the verb **biết** is "to have learned a skill and be able to use it." In Vietnamese, the verb **biết** precedes another verb phrase as its direct object, unlike the English construction *to know how to + verb (phrase)*. Narrative Two has several sentences containing the verb **biết** with this meaning. For example:

   Lần đầu tiên, qua hình khắc trên trống, chúng ta được biết người xưa đã biết chế tạo buồm hình chữ nhật... For the first time, from the pictures engraved on the drum we learned about our ancestors who knew how to make rectangular sails...

   Chúng ta hoàn toàn có thể khẳng định người Việt cổ đã biết đóng thuyền đi biển với đặc trưng là thuyền có cột buồm, có chiếc xiếm. We can undoubtedly assert that ancient Vietnamese knew how to build boats with a mast and nautical seesaw to navigate the open sea.

4. The personal pronoun **mình** performs different functions. One of them is to replace the personal pronoun that functions as the subject of a sentence. Narrative Two has the following sentence:

> **Các bằng chứng khảo cổ cho thấy người xưa đã để lại những chiếc trống đồng, thạp đồng của mình ở những vùng biển xa như tỉnh Chiết Giang hay thành phố Quảng Châu của Trung Quốc (về phía bắc)...** The archaeological excavations showed bronze drums and jars left by our ancestors in distant coastal areas of Zhejiang Province or Guangzhou City in China (in the north)...

Another example from Chapter Four, Narrative One:

> **Nhà nhà, người người đều xem nó như một phần không thể thiếu trong cuộc sống của mình.** The Vietnamese (literally: every family, everybody) regard it (coffee) as an essential part of their life.

The translation of **mình** into English depends on the function of **mình** in the sentence. In the above sentences, **của mình** corresponds to the English possessive pronoun *their*. It may be translated as *myself ... themselves*. For example:

> **Bà ấy bao giờ cũng nghĩ đến người khác trước rồi sau đó mới nghĩ đến mình.** She always considers others first and then herself.

5. The word **vốn** is used to denote something that was common or true in the past but is no longer common or true now. With this meaning, it is translated into English as *used to*. Narrative Two has the following sentence:

> **Hội An là một đô thị cổ xinh đẹp vốn là một mắt xích quan trọng trong tuyến hải hành Đông Tây trên biển.** Hội An is a beautiful old town that used to be an important part of East-West maritime navigation on the open sea.

6. Vietnamese has several bi-syllabic nouns that conveys the meaning "country," "state" or "homeland." In most cases, they are not interchangeable. Let's look at each of them.

6.1. **Quốc gia** is a Chinese loanword (國 \ 国家) that was used as a noun meaning "country, state." In contemporary Vietnamese, it is chiefly used to modify nouns, meaning "national," as in **Bảo tàng Lịch sử Quốc gia** "National Museum of History" (Chapter Two, Narrative Two), **Thư viện Quốc gia** "National Library," **Đại học Quốc gia Hà Nội** "Hà Nội National University," and **đội tuyển quốc gia** "national team."

6.2. **Nhà nước** is the Vietnamese translation of **quốc gia** (國 \ 国 = **nước**, 家 = **nhà**) that conveys two meanings. The first meaning refers to a country as a political organization and corresponds to the English state, as in Narrative Two:

> **Người Đông Sơn đã là những người làm chủ những tuyến đường ở Biển Đông, cũng như là những người đã có một nền văn minh đúc đồng rực rỡ toả sáng khắp Đông Nam Á, đã dựng nên một nhà nước sơ khai Văn Lang của các vua Hùng theo truyền thuyết.** The Đông Sơn people controlled routes in the Eastern Sea (South China Sea), created a splendid bronze

civilization that spread all over Southeast Asia, and established the early Văn Lang state of the Hùng Kings of legend.

The second meaning implies the state as the government, in contrast to a private company. Another sentence from Narrative Two:

Nhiều cổ vật trong sưu tập tư nhân đã được đăng kí, được Nhà nước quản lí. Many antiquities from private collections have been registered and managed by the government.

Another sentence from Narrative Two:

Người dân cũng tự tin hơn, được giữ cổ vật của tổ tiên để lại thì cũng có giá trị như cổ vật được các bảo tàng nhà nước lưu giữ. The owners of antiquities have peace of mind knowing they can keep objects inherited from their ancestors that are equal in value to antiquities kept in state museums.

6.3. **Đất nước**, literally meaning "land and water," denotes the lands that form a nation. The term is based on the concept of the Red River Delta (lands) where the Vietnamese nation formed thousands of years ago, and the river water needed for planting and growing rice in flooded fields (water). **Đất nước** is used in formal Vietnamese as in Narrative One of Chapter Four: **Tại Việt Nam, cà phê là thức uống bình dân được tất cả mọi người từ khắp mọi miền đất nước yêu thích.** In Viet Nam, coffee is a popular drink that people from all regions of the country are fond of.

6.4. **Quê hương** conveys two meanings. The first is "someone's native place," which can be a village, province, town or country. **Quê hương** can follow a bisyllabic noun to indicate a place native to someone, such as **thành phố quê hương** "hometown," **con sông quê hương** "a river in one's hometown or province."

The second meaning is a region where something was established or began developing into something significant. For example:

Đồng bằng sông Hồng là quê hương của sân khấu chèo. The Red River Delta is where the traditional theater chèo began developing.

6.5. **Tổ quốc** is used in formal Vietnamese to refer to someone's motherland. For instance:

Toàn dân đứng lên bảo vệ tổ quốc trong cuộc chiến tranh chống ngoại xâm. All the people stood up to defend their motherland in the war against foreign invaders.

7. If the author of a text or narrative is a Vietnamese person, they use **nước ta** to refer to Viet Nam, as in this phrase from Narrative Two: **vùng biển miền trung và miền nam nước ta, ven biển Thái Lan, Malaysia đến tận quần đảo In-**

donesia (**về phía nam**) on the coast of Central Viet Nam, in the coastal areas of Thailand and Malaysia down to the Indonesian islands (in the south).

Cultural Notes

1. Vietnamese history from 179 BCE to 981 CE

   The northern part of present-day Viet Nam was conquered by China in 179 BCE (see Chapter Twelve, Cultural Note 1). Vietnamese people continuously rose up against invaders. The first uprising was led by two sisters named Trưng (**Hai Bà Trưng**) in 40 CE and was defeated three years later. The second large uprising was also led by a woman, **Bà Triệu**, in 248. In 542, another uprising broke out. The leader was **Lý Bí** who was able to establish an independent state and was proclaimed King **Lý Nam Đế**. This dynasty is referred to as the Early Lý Dynasty (**triều Tiền Lý**) to distinguish it from the Lý Dynasty founded by Lý Công Uẩn in 1010 (see Chapter Two, Cultural Note 1, and Cultural Note 3 below). The Early Lý Dynasty existed until 602. The next uprising was led by **Mai Thúc Loan** in the early 8th century. Mai Thúc Loan proclaimed himself as Emperor **Mai Hắc Đế**. The uprising regained some territory but eventually was defeated in 722.

   In 938, **Ngô Quyền** led an uprising and defeated the troops of the Chinese Southern Han Dynasty (Chinese: 南漢 \ 汉朝) on the Bạch Đằng River. He moved the capital from a mountainous area to Cổ Loa, where An Dương Vương built his capital in the 3rd century BCE (see Cultural Note 1 in Chapter Twelve). For the first time after a thousand years as part of China, Viet Nam's independence was fully regained. After Ngô Quyền died in 944, the country was divided into 12 regions led by lords who fought each other until they all were eliminated by **Đinh Bộ Lĩnh** in 968. He founded the Đinh Dynasty and ascended the throne as **Đinh Tiên Hoàng**, named the country Đại Cồ Việt and established the capital at Hoa Lư (in present-day Ninh Bình Province).

   At the end of 979, Đinh Tiên Hoàng was assassinated, and in 981 the Song Dynasty in China (Chinese: 宋朝) attacked Đại Cồ Việt. Lê Hoàn, a high-ranking official of the Đinh Dynasty, was proclaimed King **Lê Đại Hành**. He founded the Lê Dynasty, which was later called the Early Lê Dynasty (**triều Tiền Lê**) to distinguish it from the Later Lê Dynasty (**triều Hậu Lê**) founded by Lê Lợi in 1428 (see Cultural Note 3 below). Lê Đại Hành led the army to successfully resist the invasion.

2. The Lê Dynasty (**triều Lê** or **nhà Lê**, 1428–1788) was one of the three most powerful feudal dynasties of Viet Nam, especially in the early period under the rule of Lê kings between 1428 and 1504.

VIETNAMESE HISTORY 205

The three most powerful feudal dynasties of Viet Nam are the Lý Dynasty (**triều Lý** or **nhà Lý**, 1010-1226), the Trần Dynasty (**triều Trần** or **nhà Trần**, 1226–1400) and the Lê Dynasty (**triều Lê** or **nhà Lê**, 1428–1788). The Lê Dynasty was founded by Lê Lợi, who had led an uprising to fight the Chinese Ming Dynasty's (Chinese: 明朝) invasion and defeated Ming troops in 1427. He ascended the throne as Lê Thái Tổ in 1428. The Lê Dynasty was flourishing in the early period under the rule of Lê kings between 1428 and 1504.

3. **Nguyễn Trãi** (1380–1442) was a Confucian scholar, poet, thinker, diplomat and strategist. He participated in the uprising led by **Lê Lợi** against the invasion by the Chinese Ming Dynasty as Lê Lợi's advisor. The Ming troops were defeated in 1427, and Nguyễn Trãi wrote the "Great Proclamation upon the Pacification of the Wu" (**Bình Ngô đại cáo**; Chinese: 平吳大誥 \ 平吴大诰), which is regarded as Viet Nam's second Declaration of Independence (**Tuyên ngôn Độc lập**; the first one appeared in 981). In 1428 Lê Lợi founded the Lê Dynasty, later called **triều Hậu Lê**. Nguyễn Trãi held very high positions in the royal court of the Lê Dynasty.

4. The Tây Sơn Dynasty (**triều Tây Sơn** or **nhà Tây Sơn**, 1788–1802) was established by Nguyễn Huệ. He and his two brothers from Bình Định Province started an uprising against King Lê and Lord Trịnh in the north and Lord Nguyễn in the south in 1771. The insurgent army ousted the Lê and Trịnh administration in Thăng Long and defeated the Nguyễn troops in Central Viet Nam. In 1788, King Lê called on China's Qing Dynasty (Chinese: 清朝) to send troops to Viet Nam to restore the Lê Dynasty. There had been no foreign invaders on Vietnamese soil since 1427. 200,000 Qing troops entered Viet Nam and seized Thăng Long in October 1788. In Phú Xuân (present-day Huế), Nguyễn Huệ ascended the throne as Emperor Quang Trung and led his army to the North to fight the Qing troops. In five days, Quang Trung's army destroyed the Qing troops in Thăng Long on January 5th of the Year of the Rooster (1789). Emperor Quang Trung planned many reforms for the country. Unfortunately, he passed away in 1792 when he was 39 years old. Ten years later, the Tây Sơn Dynasty was overthrown by Nguyễn Ánh, who founded the Nguyễn Dynasty and became Emperor Gia Long in 1802.

5. After defeating the Tây Sơn Dynasty in 1802, **Nguyễn Ánh** founded the Nguyễn Dynasty and ascended the throne as Emperor **Gia Long**. He established the capital in Huế. The name **Việt Nam** was created under Emperor Gia Long in 1804. The French attacked Viet Nam in 1858 and finished seizing all territory in 1883. They divided Viet Nam into three parts. The northern part was called **Bắc Kì** (French: Tonkin) with the capital in Hà Nội and was under French protectorate; the central part was called **Trung Kì** (French: Annam) with the

capital in Huế and was under French half-protectorate; the southern part was called **Nam Kì** (French: Cochinchine) with the capital in Sài Gòn and was a French colony. Bắc Kì, Trung Kì and Nam Kì were parts of French Indochina (Đông Dương thuộc Pháp; French: Indochine Française) or the Indochinese Federation (Liên bang Đông Dương; French: Fédération Indochinoise) with the capital in Hà Nội. The other parts were Laos and Cambodia. The head of Liên bang Đông Dương was appointed by the French government and called Toàn quyền Đông Dương (Governer General of Indochina; French: Gouverneur général de l'Indochine).

Japan invaded French Indochina in 1940. In August 1945, the Vietnamese people carried out a revolution led by Việt Minh[1] and seized power from the occupying Japanese. Bảo Đại, the last emperor of the Nguyễn Dynasty, abdicated in Huế on August 23. On September 2, 1945, Hồ Chí Minh read the Declaration of Independence he had written to establish an independent Viet Nam, which was called the Democratic Republic of Viet Nam (**Việt Nam Dân chủ Cộng hoà**). In the Declaration of Independence, Hồ Chí Minh quoted from the Declaration of Independence of the USA and the French Revolution's Declaration of the Rights of the Man and of the Citizen (French: Déclaration des droits de l'homme et du citoyen).

6. Hội An is a town in Quảng Nam Province. In the 10th century, it was the commercial capital of Champa Kingdom. Trà Kiệu was the kingdom's political capital, and its spiritual capital was in Mỹ Sơn. In the 15th century, Hội An became part of Đại Việt (Viet Nam). In 1535, a Portuguese explorer and sea captain tried to establish a trading center in Faifo, the European name of Hội An. An English sailor carried out a trading mission to Faifo in 1617. The first Jesuit missionaries were based in the Hội An area in the early 17th century and learned Vietnamese from the locals, who spoke a dialect different from that spoken in Thăng Long (Hà Nội), which left traces in the contemporary Vietnamese alphabet and spelling rules (see Cultural Note 2 in Chapter Ten). Hội An flourished as a trading port in the Eastern Sea (South China Sea) in that period. The Japanese traders built a pagoda known as Chùa Nhật Bản (Japanese Pagoda) or Chùa Cầu (Bridge Pagoda), the restoration of which was

---

1. Việt Minh is an abbreviation of Mặt trận Việt Nam Độc lập Đồng minh (the Front of Allied Independent Viet Nam), which was founded by Hồ Chí Minh in 1941 and led by communists, but was open to organizations and individuals of all political leanings. In 1943, the Việt Minh began guerrilla operations against the occupying Japanese troops and was supported by the USA, the Soviet Union and the Republic of China. Hồ Chí Minh was the Việt Minh's political leader. Its troops were under the command of General Võ Nguyên Giáp.

completed in 2024. The town has a number of Chinese temples and guildhalls (hội quán; Chinese: 會館 \ 会馆) as well. In 1999, UNESCO declared Hội An's old quarter (phố cổ) a World Cultural Heritage (di sản văn hoá thế giới).

Grammar and Usage Exercises

1. Use words containing **ngoại** and **nội** to translate the following sentences.

1.1. Few parents in Viet Nam can afford (use **có khả năng** for "can afford") to send their children to a boarding school because it is very expensive.

1.2. Some people call Vietnamese diplomacy a [strong but flexible] "bamboo diplomacy" (use the classifier **nền** for "diplomacy") because Viet Nam tries to have good relationships with all countries and maintain balanced relations with world powers.

1.3. The most popular foreign language in Viet Nam is English but some other foreign languages are taught in schools as well.

1.4. Although high school students have a heavy academic workload, they are required to do some extracurricular activities to graduate.

1.5. The civil war between the Trịnh Lords in the north (**đàng ngoài**) and the Nguyễn Lords in the south (**đàng trong**) took place in the 17th century.

2. Use the word **sự nghiệp** to translate the following sentences.

2.1. Gandhi devoted his life to the cause of Indian independence.

2.2. The play was about the life and career of Trần Thủ Độ, the founding father of the Trần Dynasty in the 13th century.

2.3. During her career, the gymnast has won 11 Olympic medals and 30 World Championships medals, which made her the most decorated gymnast in the world.

2.4. Author Vũ Trọng Phụng passed away when he was 27 years old, but his literary career (use **văn chương** for "literary") made him the greatest novelist in 20th century Viet Nam.

2.5. The conference was about the life and career of Alexandre Yersin, a French physician of Swiss origin (**gốc Thuỵ Sĩ**) who came to Viet Nam in 1890, established the first Pasteur Institute in Viet Nam in 1896 to conduct research on tropical diseases and was the first Chancellor of Hà Nội Medical School at the beginning of the 20th century.

3. Use **biết** to translate the following sentences.

3.1. My friend learned how to swim when she was very little and still works out in the pool three times a week.

3.2. Those architects have known each other since they worked together on the restoration of the Royal Palace (**Hoàng Cung**) in Huế.

3.3. My sister knows how to cook several French dishes although she has never been to France.

3.4. In the first century CE, the Han Dynasty (**nhà Hán**) general Ma Yuan (Mã Viện; Chinese: 馬 \ 马援) collected bronze drums in the territory of present-day Northern Viet Nam to melt down and recast into bronze horses. It is evidence that early Vietnamese people knew how to make bronze drums.

3.5. I don't know your email address. Please email it to me so I can save it for our email exchanges in the future.

4. Translate the following sentences using **mình** to replace the subject of the sentence.

4.1. He likes to praise himself.

4.2. Each ethnic group in Viet Nam has its own culture and customs.

4.3. She believes that she made the right decision.

4.4. If you plan to live in Viet Nam for a year, you should open your own account at a Vietnamese bank.

4.5. Occasionally, he sits alone and says something as if he is talking to himself.

5. Use **vốn** to translate the following sentences.

5.1. Life used to be hard during the war when we were students in high school and then college.

5.2. He used to be cheerful and optimistic but after he was laid off, he became gloomy.

5.3. This area in the Mekong River Delta used to be productive agriculture land. Unfortunately, over the last few years, a lot of rice fields have been destroyed by saltwater intrusion (**ngập mặn**).

5.4. He didn't use to smoke.

5.5. Đà Nẵng used to be Champa Kingdom territory before the 11th century.

6. Use different nouns meaning "country," "state" or "homeland" to translate the following sentences.

6.1. In Viet Nam, private colleges and universities are unable to compete with state-run schools. (use **nhà nước**)

6.2. Beethoven spent most of his life in Vienna, where he passed away in 1827. The Beethoven House (**bảo tàng**) was founded in his hometown Bonn in 1889. (use **quê hương**)

6.3. The novel The Country Stood Up was the first literary work by outstanding author Nguyên Ngọc. (use **đất nước**)

6.4. The Viet Nam National Library in Hà Nội was officially opened on September 1st, 1919. (use **quốc gia**)

6.5. Chopin passed away in Paris in 1849, and in 1850 his sister took his heart, which had been removed by his doctor and preserved in a jar with alcohol, back to his native Poland. (use **tổ quốc**)

Đền của người Hoa ở Hội An A Chinese temple in Hội An *(Ảnh / Photo: Nguyễn Linh Đăng)*

CHAPTER FOURTEEN
US-Viet Nam Relations

NARRATIVE ONE

BÁO NGƯỜI LAO ĐỘNG ONLINE NGÀY 07 THÁNG 02 NĂM 2024

Đại sứ Marc Knapper trao cho cựu chiến binh Việt Nam thư của Tổng thống Mỹ
(trích bài của Dương Ngọc)

Ngày 6 tháng 2, nhân dịp Tết Nguyên đán, Đại sứ Marc Knapper đã đến huyện Thường Tín, Hà Nội để trực tiếp trao trả cuốn nhật kí cho một cựu chiến binh Việt Nam – ông Vũ Đắc Tức. Nhật kí của ông Tức được thuỷ quân lục chiến Mỹ phát hiện và thu giữ trên chiến trường tại tỉnh Thừa Thiên Huế vào năm 1967.

Ông Tức cùng người thân trong gia đình đã nhận lại cuốn nhật kí tại nhà riêng vào thời điểm trước Tết Nguyên Đán. Đại sứ Knapper cũng trao cho ông Tức một lá thư do Tổng thống Joe Biden kí và cảm ơn ông Tức đã cố gắng tham gia một sự kiện trao trả kỉ vật tại Quốc hội Việt Nam trong chuyến thăm Hà Nội của Tổng thống Joe Biden vào tháng 9-2023.

Tại buổi lễ vào tháng 9 vừa qua, một người bạn cựu chiến binh của ông Tức – ông Nguyễn Văn Thiện, cũng đã nhận lại cuốn nhật kí của mình bị thất lạc trong chiến tranh cách đây 50 năm.

Nhật kí của ông Tức và ông Thiện được phát hiện trong quá trình triển khai chương trình của Bộ Quốc phòng Mỹ nhằm hỗ trợ Ban Chỉ đạo Quốc gia 515 và Bộ Quốc phòng Việt Nam tìm kiếm, qui tập và xác định danh tính hài cốt liệt sĩ.

Trong quá trình hợp tác với Bộ Quốc phòng Mỹ, đội ngũ nghiên cứu thuộc Trung tâm Ash của Đại học Harvard đã xác định được chủ nhân của những cuốn nhật kí này khi tiến hành nghiên cứu hồ sơ lưu trữ để hỗ trợ Ban Chỉ đạo 515.

NARRATIVE ONE

NEWSPAPER NGƯỜI LAO ĐỘNG ONLINE, FEBRUARY 7, 2024

Ambassador Marc Knapper Gives a Letter from the US President to a Vietnamese War Veteran
Excerpts from an article by Dương Ngọc

On February 6, on the occasion of the Lunar New Year, Ambassador Marc Knapper traveled to Thường Tín District in Hà Nội to personally return a diary to Mr. Vũ Đắc Tức, a Vietnamese war veteran. Mr. Tức's diary was found by US marines on the battlefield in Thừa Thiên-Huế Province in 1967.

Mr. Tức and his relatives received his diary at their home immediately before the Lunar New Year. Ambassador Knapper also gave Mr. Tức a letter signed by President Joe Biden sincerely thanking Mr. Tức for participating in an event to return war relics that was held at the Vietnamese National Assembly during President Joe Biden's visit to Hà Nội in September 2023.

At the September ceremony, Mr. Nguyễn Văn Thiện, another war veteran and Mr. Tức's friend, also received his diary, which was lost during the war 50 years ago.

Both diaries were discovered while the US Department of Defense was assisting Viet Nam's National Steering Committee 515 and the Vietnamese Ministry of Defense in searching for, collecting and identifying fallen soldiers' remains.

In cooperation with the US Department of Defense, a research team from the Harvard[1] Ash Center was able to identify the authors of the diaries while reading through the archives to assist the National Steering Committee 515.

---

1. The Ash Center for Democratic Governance and Innovation, formerly known as the Ash Institute, was established in 2003 and is part of the Harvard Kennedy School. The Ash Center houses the Viet Nam Program. (Footnote by Ngô Như Bình)

Sự hỗ trợ của Bộ Quốc phòng Mỹ đối với nỗ lực tìm kiếm, qui tập và xác định danh tính hài cốt liệt sĩ của Việt Nam nằm trong khuôn khổ những nỗ lực xử lí hậu quả chiến tranh song phương của hai bên. Chương trình này hướng tới mục đích đáp lại sự hỗ trợ và ủng hộ mà Chính phủ Việt Nam dành cho sứ mệnh tìm kiếm quân nhân Mỹ mất tích trong chiến tranh trong nhiều thập niên vừa qua và nhằm giúp gia đình của nhiều người còn bặt tin khép lại sự mong ngóng, chờ đợi bấy lâu nay.

Cuộc gặp mặt giữa Đại sứ Mỹ **Marc Knapper** và cựu chiến binh **Vũ Đắc Tức**.
A meeting between the US Ambassador Marc Knapper and Vietnamese veteran Vũ Đắc Tức
(Ảnh / Photo: Đại sứ quán Mỹ Courtesy of the US Embassy)

The US Department of Defense supported the project as an effort to overcome the war's consequences on both sides. Its support came in response to the Vietnamese government's assistance in searching for US soldiers who had been missing in action for the last several decades. The families of the MIA soldiers were able to put to rest hopes they had nurtured for many years.

Vocabulary

đại sứ ambassador

đại sứ quán embassy

cựu chiến binh war veteran

tổng thống president

trực tiếp in this context: in person

trao trả to return

nhật kí diary

thuỷ quân lục chiến marine

phát hiện in this context: to discover

thu giữ in this context: to keep

chiến trường battlefield

người thân relatives

nhận lại to receive, get back

kí to sign

kỉ vật souvenir; in this context: relic from the war

quốc hội national assembly, congress

bị thất lạc to be lost

Bộ Quốc phòng Defense Ministry, Defense Department

chỉ đạo to guide, steer

tìm kiếm to search for

qui tập to gather, collect

danh tính in this context: personal information

hài cốt remains

liệt sĩ in this context: a soldier killed in battle, fallen soldier
  xác định danh tính hài cốt liệt sĩ to indentify fallen soldiers' remains

chủ nhân in this context: author

tiến hành to carry out

hồ sơ file, document

lưu trữ to archive
  hồ sơ lưu trữ archives

đáp lại to reply

ủng hộ to support

sứ mệnh mission

mất tích to miss
  mất tích trong chiến tranh missing in action (MIA)

bặt tin to have no news about

khép lại to leave behind

mong ngóng to wait and hope

chờ đợi to expect

bấy lâu nay for a long time until now

Answer the following comprehension questions.

1. Nhật kí của ông Tức được ai phát hiện? Ở đâu? Vào khi nào?

2. Ngoài cuốn nhật kí, Đại sứ Marc Knapp còn trao gì cho ông Tức?

3. Ai đã xác định được chủ nhân của những cuốn nhật kí ấy?

NARRATIVE TWO

BÁO NHÂN DÂN ONLINE NGÀY 18 THÁNG 12 NĂM 2023

Từ không chiến trở thành bạn bè
(Trích trong bài đăng trên báo Nhân dân ngày 30 tháng 12 năm 2022)

Hàng chục năm qua đi từ cuộc không chiến nảy lửa năm nào trên bầu trời Hà Nội. Những người lính ở hai đầu chiến tuyến đã bắt đầu xích lại gần nhau hơn. Và đến lúc này, Trung tướng Soát, Anh hùng lực lượng vũ trang với chiến công 6 lần bắn rơi máy bay Mỹ cùng với một số người Mỹ đã trở thành cầu nối cho những người từng là cựu thù trên bầu trời Việt Nam có dịp gặp nhau để hoá giải mối thù năm xưa và trở thành những người bạn.

Cho đến nay đã có 4 cuộc gặp giữa các cựu phi công Việt Nam và Mỹ từng tham chiến ở Việt Nam. Lần đầu tiên vào tháng 4/2016 tại Hà Nội, lần thứ hai diễn ra vào tháng 9/2017 tại thành phố San Diego, bang California, Mỹ. Lần thứ 3 là tháng 10/2018 tại Hà Nội và gần đây nhất, từ ngày 27-30/10/2022, Trung tướng Nguyễn Đức Soát và cựu phi công Nguyễn Văn Nghĩa đã có cuộc gặp gỡ các cựu phi công Át (ACE) tại Mỹ. [Phi công ACE là những phi công bắn hạ được từ 5 máy bay của đối phương trở lên]. Nhưng Trung tướng Soát nói: "Để có được cuộc gặp đầu tiên phải mất gần 5 năm từ lúc ý định xuất hiện".

"Đầu tháng 10/2011, cựu Đại uý Mỹ Richard Berry gửi thư cho Tuỳ viên quân sự Mỹ tại Việt Nam đề nghị gặp tôi. Richard là bạn của phi công lái chiếc F4 đã bị tôi bắn hạ năm xưa. 2 tháng sau đó, chúng tôi đã gặp nhau trong một nhà hàng ven hồ Tây và nói toàn về … máy bay và cuộc chiến đấu đó."

Thái độ thiện chí và cởi mở của ông Richard Berry trong buổi gặp gỡ tối 26/12/2011 cùng với thông tin về việc phi công Jack R. Trimble năm 2012 sang Việt Nam để gặp Thiếu tướng phi công Trần Việt chỉ để chuyển lời cảm ơn của mẹ ông tới phi công Trần Việt rằng "Tuy hạ máy bay nhưng không bắn chết con bà trong trận đánh ngày 27/12/1972", đã thôi thúc Trung tướng Nguyễn Đức Soát lên kế hoạch tổ chức để các cựu phi công hai nước gặp nhau.

216 CHAPTER FOURTEEN

NARRATIVE TWO

NEWSPAPER NHÂN DÂN ONLINE, DECEMBER 18, 2023

Enemies in Air Battles Become Friends
Excerpts from an article originally published by
newspaper Nhân dân on December 30, 2022

In has been decades since the fierce battles in the Hà Nội skies. The soldiers on the two side of the front line are begining to become close to each other. At this point, Lieutenant General Soát, Hero of the People's Armed Forces[2] who shot down six US fighter jets, and several former American pilots are serving as a bridge to bring together former enemies in Viet Nam's skies, leave behind the old hatred to become friends.

As of now there have been four meetings of Vietnamese and US pilots who were involved in the Viet Nam war. The first meeting occurred in Hà Nội in April 2016 and the second meeting was held in San Diego, California, USA, in September 2017. The third meeting took place in Hà Nội in October 2018, and at the latest meeting, from October 27 to 30, 2022 in the USA, Lieutenant General Nguyễn Đức Soát and former pilot Nguyễn Văn Nghĩa had a chance to meet former ACE US pilots (ace pilots are combat pilots who have brought down at least five enemy airplanes). Lieutenant General Soát said, "It took almost five years to make the idea of holding a meeting come true.

"In early October 2011, former Captain Richard Berry sent a letter to the military attaché at the US Embassy in Viet Nam asking for a meeting with me. Richard was a friend of the pilot who flew the F4 fighter jet that I shot down back then. Two months later, we got together in a restaurant on West Lake and talked only about … fighter jets and that engagement in the air."

Mr. Richard Berry's goodwill and open-mindedness at the meeting on the evening of December 26, 2011, and the story he later shared about former pilot Jack R. Trimble's trip to Viet Nam in 2012 to meet former pilot Major General Trần Việt, during which he delivered his mother's sincere thanks to General Trần Việt because "he shot down Jack's airplane but did not kill her son in the battle on December 27, 1972," encouraged Lieutenant General Soát to make a plan for former pilots from the two countries to meet each other.

---

2. The highest title and medal awarded for exceptionally outstanding achievements in combat. The full name of the title is **Anh hùng lực lượng vũ trang nhân dân** "Hero of the People's Armed Forces." (Footnote by Ngô Như Bình)

US-VIET NAM RELATIONS   217

Cuộc gặp gỡ của những cựu phi công Việt Nam - Mỹ, những người đã từng ở hai đầu chiến tuyến.
A reunion of Vietnamese and US former pilots who were on opposing sides of the war.
(Ảnh / Photo: nhân vật cung cấp Courtesy of Lieutenant General Nguyễn Đức Soát)

Sau 5 năm trao đổi thư từ, ông cùng cựu phi công Nguyễn Sỹ Hưng, với sự tham gia tích cực của Đại tá Charlie Tutt - cựu phi công lái F-4J của thuỷ quân lục chiến Mỹ từng đóng quân tại căn cứ Chu Lai, Quảng Nam (1967-1968) đã tổ chức được cuộc gặp mặt đầu tiên vào ngày 13/4/2016 tại Hà Nội. Cuộc gặp có sự tham dự của 12 phi công Việt Nam và 11 phi công Mỹ.

Trong cuộc gặp gỡ, có nhiều cựu phi công Mỹ xin lên sân bay Kép, nơi diễn ra nhiều trận không chiến. Họ đến tượng đài không quân có bia khắc các liệt sĩ phi công của mình. Họ xem, thắp hương, đặt vòng hoa, giơ tay chào như các quân nhân chào nhau. Có phi công đã tìm, đến thăm lại gia đình mà ông ta đã bắn rơi phi công ở sân bay Kép. Đến thăm gia đình đó, ông nói thực sự rất buồn vì phi công đã hi sinh và ông ta xin nhận làm con của gia đình.

Trong cuộc gặp lần thứ 2 giữa các cựu phi công Việt Nam và Mỹ hồi cuối tháng 9/2017 trên tàu sân bay Midway tại căn cứ Hải quân Mỹ ở thành phố San Diego, bang California, Mỹ, Trung tướng Soát đã gặp lại cựu phi công Mỹ John P. Cerak, người bị ông bắn rơi trong trận không chiến ngày 27/6/1972.

Trung tướng Nguyễn Đức Soát và Đại úy John P. Cerak. Lieutenant General Nguyễn Đức Soát and Captain John P. Cerak. *(Ảnh / Photo: nhân vật cung cấp / Courtesy of Lieutenant General Nguyễn Đức Soát)*

After five years of letter exchanges, Lieutenant General Soát and former pilot Nguyễn Sỹ Hưng, with the active participation of Colonel Charlie Tutt–a former F-4J pilot from the US Marines who was deployed at the base in Chu Lai, Quảng Nam Provice (1967–1968)—organized the first meeting on April 13, 2016, in which 12 Vietnamese pilots and 11 US pilots participated.

During the first meeting, many former US pilots asked for a trip to Kép military airfield, where a number of fierce battles occurred. They visited the memorial with a stone on which the names of Vietnamese fallen pilots were engraved. They burned incense at the memorial, laid a wreath and raised hands in greeting as servicemen greet one another. An American pilot visited the relatives of the pilot he had brought down at Kép airfield. He expressed his great sadness for the pilot's death and asked to be accepted by the family as a son.

During the second meeting of former Vietnamese and US pilots in late September 2017 on aircraft carrier Midway at the US naval base in San Diego, California, Lieutenant General Soát had a chance to meet former pilot John P. Cerak, whom he shot down in an air battle on June 27, 1972.

US-VIET NAM RELATIONS 219

Sau khi kể lại lần bị Trung tướng Soát bắn rơi năm đó, đại úy John P. Cerak nói bằng giọng hóm hỉnh: "Tướng Soát đã làm mất một ngày du lịch thú vị của tôi. Tôi bị thương nhẹ và vào Hỏa Lò[3], 4 ngày sau được báo là có khách đến thăm. Ông Soát tự giới thiệu ông là Trung úy. Hôm nay được gặp lại ông ở đây tôi rất cảm động, rất vui, muốn làm bạn của ông".

"Từ đó chúng tôi giữ quan hệ, viết thư qua lại cho nhau, tôi gửi sách cho ông ấy, ông ấy gửi sách cho tôi. Gần đây ông ấy báo cháu ngoại ông ấy đang làm một đề tài nghiên cứu về chiến tranh Việt Nam, xin sang Việt Nam gặp tôi để lấy tư liệu", Trung tướng Soát kể.

Cuộc hội ngộ giữa những cựu phi công Việt Nam và Mỹ đã viết nên một câu chuyện về tình bạn đẹp giữa những người đã từng ở hai bên chiến tuyến. Sau hơn 50 năm, đau thương và mất mát dường như trở thành sợi dây vô hình để kết nối những con người đã từng ở hai đầu chiến tuyến tìm lại sự hàn gắn. Những cựu phi công Việt Nam và Mỹ đã cùng nhau gác lại quá khứ, hướng đến tương lai bằng tình bạn lạ kì dù ngôn ngữ khác nhau và cách biệt về địa lí.

Trung tướng Nguyễn Đức Soát chia sẻ: "Những cuộc gặp, sự kết nối giữa chúng tôi không chỉ giúp thoả mãn tò mò của mỗi bên về ý định chiến thuật, diễn biến những trận đánh trong quá khứ. Chúng tôi đều có ước muốn xây dựng mối quan hệ giữa hai nước ngày càng tốt hơn, giúp nhân dân hai nước và những người xung quanh mình hiểu được rằng hai nước rất cần hòa bình và phát triển".

---

3. Hoả Lò was the central prison in Hà Nội where downed pilots were held until they were released in March 1973. (Footnote by Ngô Như Bình)

Captain John P. Cerak recalled the battle that day and said with charm and good humor, "General Soát deprived me of a beautiful day in the sky. I was slightly wounded and ended up being held at Hỏa Lò. Four days later I was told that a guest wanted to visit me. Mr. Soát introduced himself as a captain. Today I have the opportunity to see you again here. I am really moved and happy. I would like to be a friend of yours."

"Since then, we have kept in touch by writing letters to each other. I sent him some books and he sent me some, too. Recently, he told me that his grandchild is researching the Viet Nam war and would like to travel to Viet Nam and meet with me to collect some materials," Lieutenant General Soát said.

The meetings of former Vietnamese and American pilots create a touching story about the wonderful friendship between those who fought on opposing sides of the front line. Although more than 50 years have passed, sorrow and losses seem to be an invisible string connecting soldiers from both sides of the war in search of healing for old wounds. Both former Vietnamese and former American pilots want to leave behind the past and look towards the future through their remarkable friendship in spite of different languages and geographical distance.

Lieutenant General Soát said, "Our meetings and good relationships do more than satisfy each other's curiosity about the tactics and trajectories of past battles. We all have a dream and hope to make the relations between the two countries better and better, to help the people in Viet Nam and the US and in other countries, too, understand that we really need peace for development."

Vocabulary

không chiến air battle

nảy lửa fierce

năm nào in this context: a long time ago

chiến tuyến front line
  những người lính ở hai đầu chiến tuyến the soldiers on both sides of the front line

xích lại to come closer

trung tướng lieutenant general

lực lượng forces

vũ trang armed
  anh hùng lực lượng vũ trang hero of the armed forces

chiến công feat of arms

bắn rơi to shoot down

cầu nối bridge

hoá giải to resolve

mối thù hatred

năm xưa long ago

phi công pilot

tham chiến to fight, be involved in a war

gặp gỡ (reduplicative) to meet
 cuộc gặp gỡ a meeting, reunion

bắn hạ / hạ to shoot down, bring down

đối phương in this context: enemy

đại uý captain

tuỳ viên attaché

lái in this context: to fly an airplane

chiến đấu to fight, combat

thái độ attitude

thiện chí goodwill

cởi mở open-minded

thiếu tướng major general

bắn chết to shoot dead

thôi thúc to urge

lên kế hoạch to make a plan

thư từ (reduplicative) letters

đại tá colonel

đóng quân to (be) garrison(ed)

sân bay airport; in this context: military airfield

tượng đài memorial

không quân air force

bia gravestone, headstone

thắp in this context: to burn

đặt in this context: to lay

vòng hoa wreath

giơ tay to raise one's hand or arm

quân nhân serviceman

buồn sad

hi sinh to be killed in the line of duty

xin nhận làm con của gia đình to ask to be accepted as a son of the family

tàu sân bay aircraft carrier

căn cứ base

hải quân navy

hóm hỉnh (reduplicative) humorous
 nói bằng một giọng hóm hỉnh to say with charm and good humor

bị thương to be injured or wounded

nhẹ in this context: slight
 bị thương nhẹ to be slightly wounded

báo to inform, notify

tự giới thiệu to introduce oneself

trung uý lieutenant

cảm động to be touched, moved

từ đó since then

giữ quan hệ to keep in touch

cháu in this context: grandchild

ngoại on the maternal side or daughter's side
 cháu ngoại child(ren) of one's daughter

kể to tell a story

hội ngộ (formal) to reunite, get together

viết nên to create

câu chuyện story

tình bạn friendship

đau thương sorrow

mất mát (reduplicative) loss

dường như it seems, as if

sợi dây string

vô hình invisible

hàn gắn in this context: to heal

cùng nhau together

gác lại to leave behind

quá khứ the past

lạ kì unusual, extraordinary

ngôn ngữ language

cách biệt in this context: distance

thoả mãn to satisfy

chiến thuật tactic; tactical

diễn biến to evolve; development

ước muốn to dream and hope

xung quanh around

hoà bình peace

Answer the following comprehension questions.

1. **Đã có mấy cuộc gặp giữa các cựu phi công Việt Nam và Mĩ từng tham chiến ở Việt Nam?**

2. **Theo trung tướng Soát, để có cuộc gặp đầu tiên phải mất bao lâu từ khi ý định gặp nhau xuất hiện?**

3. **Cháu ngoại của cựu phi công John Cerak sang Việt Nam để làm gì?**

4. **Ước muốn của các cựu phi công Mĩ và Việt Nam là gì?**

Grammar and Usage Notes

1. **Mỹ / Mĩ** meaning "the US" is used in both formal and informal Vietnamese and is the short form of the Chinese loanword **Mỹ / Mĩ Quốc** (Chinese: 美國 \ 国). The name **Hoa Kỳ / Kì** is used in more formal Vietnamese. The most formal name for "the USA" is **Hợp chúng quốc Hoa Kỳ / Kì**. **Hợp chúng quốc** is also a Chinese loanword (合眾國 \ 众国).

   The Vietnamese names of some countries were borrowed from Chinese. In Chinese they contain the component **quốc** meaning "country" (Chinese: 國 \ 国), but in Vietnamese they are shortened by dropping **quốc**, as in the case of **Mỹ / Mĩ**. Some other examples: **Pháp** (France; Chinese: 法國 \ 国), **Anh** (England; Chinese: 英國 \ 国), **Đức** (Germany; Chinese: 德國 \ 国), **Nga** (Russia; Chinese: 俄國 \ 国). The name **Hàn Quốc** (South Korea; Chinese: 韓國 \ 韩国) which is the short form of South Korea's full name **Đại Hàn Dân Quốc** (Chinese: 大韓 \ 韩民國 \ 国) keeps the component **quốc**.

2. **Tổng thống** vs. **chủ tịch**, **ngoại trưởng** vs. **bộ trưởng [bộ] ngoại giao**

   The term **tổng thống** is used for the presidents of the Western countries, as in **Tổng thống Mĩ / Mỹ** or **Tổng thống Hoa Kì / Kỳ** "the US president," **Tổng thống Pháp** "the French president." During the Cold War, the term **chủ tịch** was used for the highest position of the state or government in Eastern bloc countries. For instance: **Chủ tịch Hồ Chí Minh** "President Hồ Chí Minh," **Chủ tịch Mao Trạch Đông** "Chairman Mao Zedong," **Chủ tịch Fidel Castro** "President Fidel Castro." In the Soviet Union, an amendment to the Soviet Constitution was made to change the position of Chair of the Supreme Soviet to President of the USSR (Russian: президент СССР; Vietnamese: **Tổng thống Liên Xô**) in March 1990. The title was held by Mikhail Gorbachov until the Soviet Union was dissolved in December 1991. In June 1991, Boris Yeltsin was elected President of the Russian Federation (Russian: президент Российской Федерации; Vietnamese: **Tổng thống Liên bang Nga**), one of the 15 Soviet republics back then. This title has been held by Yeltsin's successors through the present. The title **tổng thống** is used for the head of state of former Soviet republics as well.

In Viet Nam, the head of state is called **Chủ tịch nước** (Chair of the State), the head of government is **Thủ tướng** (Prime Minister), the head of the National Assembly is **Chủ tịch Quốc hội** (Chair of the National Assembly), and the head of the Communist Party (**Đảng Cộng sản**) is **Tổng bí thư** (General Secretary). The government is composed of ministries (**bộ**), whose heads are **bộ trưởng** (minister).

The same government position often goes by different names in different countries. The secretary of state in the US is equivalent to the minister of foreign affairs in some other countries, including Viet Nam; in the UK, the position is called "foreign secretary." In Vietnamese, it is called **Ngoại trưởng**. The Minister of Foreign Affairs and equivalent positions in other countries are called **Bộ trưởng [Bộ] Ngoại giao**.

3. The component **cựu**, which is a Chinese loanword (Chinese: 舊 \ 旧), is placed before a noun or title with the meaning "former, ex-," such as **cựu chiến binh** "war veteran," **cựu bộ trưởng** "former minister," **cựu phi công** "former pilot" (see Narrative Two), **cựu thù** "former enemy" (see Narrative Two), **cựu học sinh** "former student of a school." For instance:

> **Tướng Võ Nguyên Giáp là cựu học sinh trường Quốc học Huế.** General Võ Nguyên Giáp was a former student of Quốc học High School in Huế.

The component **nguyên**, which is also a Chinese loanword (Chinese: 原), is used in the same way and conveys the same meaning, but usually refers to a position someone has recently given up or resigned from, such as in the phrase **nguyên bộ trưởng ngoại giao của chính phủ tiền nhiệm** "the former minister of foreign affairs of the preceding government."

The component **nguyên** also conveys the meaning "originally." For instance:

> **Tướng Giáp nguyên là một giáo viên dạy lịch sử tại một trường trung học tư thục nổi tiếng ở Hà Nội vào cuối thập niên 1930.** General Giáp was originally a history teacher at a famous private high school in Hà Nội in the late 1930s.

4. The word **mối** is the classifier for some abstract nouns denoting feelings or relationships, for instance: **mối đe doạ** "threat," **mối lo / mối lo ngại** "worry,

concern," **mối quan hệ** "relations," **mối sầu** "sadness," **mối thù** "hatred, feud"
mối tình "love."

An example from Narrative Two:

> **Chúng tôi đều có ước muốn xây dựng mối quan hệ giữa hai nước ngày càng tốt hơn.** We all have a dream and hope to make the relations between the two countries better and better.

5. The word **toàn** meaning "all, entire, whole" was introduced in Chapter Ten (see Grammar and Usage Note 2). With that meaning, **toàn** is placed before a noun. In Narrative Two of this chapter, **toàn** is used between a verb and a noun or noun phrase to indicate the only kind of things focused on in the sentence. An example from Narrative Two:

> **Chúng tôi đã gặp nhau trong một nhà hàng ven hồ Tây và nói toàn về … máy bay và cuộc chiến đấu đó.** We got together in a restaurant on West Lake and talked only about fighter jets and that engagement in the air.

6. The verb **dường như** conveys the meaning "to appear, seem [like / as if / as though]" and is used before a verb phrase or adjective, as in Narrative Two:

> **Sau hơn 50 năm, đau thương và mất mát dường như trở thành sợi dây vô hình để kết nối những con người đã từng ở hai đầu chiến tuyến tìm lại sự hàn gắn.** Although more than 50 years have passed, sorrow and losses seem to be an invisible string connecting soldiers from both sides of the war in search of healing for old wounds.

Another example:

> **Việc ấy mới nghe dường như đơn giản.** At first blush, the job seems easy.

7. In addition to the meanings and functions of the words **nội** and **ngoại** introduced in Chapter Thirteen, Grammar Note 2, these terms also denote the paternal and maternal sides, as in Narrative Two:

> **Gần đây ông ấy báo cháu ngoại ông ấy đang làm một đề tài nghiên cứu về chiến tranh Việt Nam, xin sang Việt Nam gặp tôi để lấy tư liệu.** Recently, he told me that his grandchild (literally: his daughter's child) is researching the Viet Nam war and would like to travel to Viet Nam and meet with me to collect some materials.

Nội and **ngoại** are used in the following kinship terms: **ông nội** "paternal grandfather," **ông ngoại** "maternal grandfather," **bà nội** "paternal grandmother," **bà ngoại** "maternal grandmother," **cháu nội** "one's son's child," **cháu ngoại** "one's daughter's child," **họ nội** "paternal side," **họ ngoại** "maternal side," **họ hàng / bà con bên nội** "relatives on the paternal side," **họ hàng / bà con bên ngoại** "relatives on the maternal side."

Cultural Notes

1. Cooperation between the Việt Minh and the US OSS

   The Office of Strategic Services (OSS, the CIA's predecessor – **Cục Tình báo chiến lược**) was formed in 1942 and had its Asia headquarters in Kunming City, Yunnan Provice in southwestern China for the purpose of obtaining military intelligence on Japanese troops in southern China and French Indochina. In November 1944, a US pilot experienced engine problem and parachuted into Cao Bằng Province in Northern Viet Nam, where he was rescued by Việt Minh soldiers (see Chapter Thirteen, Cultural Note 4 about the Việt Minh). Two weeks later, for the first time since he was at the Việt Minh base, he had a chance to speak his native English with Hồ Chí Minh, who received him warmly. Hồ Chí Minh had his soldiers safely accompany the US pilot back to the OSS headquarters in Kunming in December 1944.

   Afterwards, Hồ Chí Minh, Võ Nguyên Giáp and their Việt Minh soldiers cooperated with OSS officers on intelligence about Japanese troops deployments, and the OSS officers provided the Việt Minh with weapons and training between February and August 1945. During the August Revolution, OSS officers and Việt Minh soldiers attacked a number of Japanese bases in the northern provinces. OSS officers were present at the ceremony for the Declaration of Independence of the Democratic Republic of Viet Nam (DRV) on September 2 in Hà Nội (see Chapter Thirteen, Cultural Note 4 about Viet Nam's Declaration of Independence).

   Hồ Chí Minh and other Việt Minh leaders hoped that the US would prevent the French from returning to Viet Nam, and the OSS officers who were Việt Minh's comrades in arms strongly supported Vietnamese independence. Unfortunately, these hopes did not come true. The French returned to Viet Nam and attacked Sài Gòn in September 1945. The DRV government tried to avoid war by negotiating with France and signing the Preliminary Accord between the DRV and France (**Hiệp định sơ bộ Việt-Pháp**) on March 6, 1946, and then the Vietnamese-French Provisional Agreement (**Tạm ước Việt-Pháp**; the Latin diplomatic term for the agreement is *modus vivendi*) on September 14, 1946. All of this failed to help Viet Nam avoid a war with France. The First Indochina War, or Anti-French Resistance War (**Cuộc kháng chiến chống Pháp**), broke out, and on December 19, 1946, Hồ Chí Minh read the Call Upon the Whole Country to Resist the Invasion (**Lời kêu gọi toàn quốc kháng chiến**).

2. US involvement in Viet Nam

   In the late stages of the First Indochina War, a large part of the French military budget came from the US. The French troops were defeated at Điện Biên Phủ

226 CHAPTER FOURTEEN

Veteran Vũ Tắc Đức, US Ambassador Mark Knapper and officers from the US Embassy
(Ảnh / Photo: Đại sứ quán Mỹ Courtesy of the US Embassy)

and surrendered on May 7, 1954. The Geneva Accords were signed on July 21, 1954 to restore peace in French Indochina (see Chapter Twelve, Cultural Note 2 about the Geneva Accords). The major provisions of the Accords included a cease-fire; withdrawal of French troops from North Viet Nam and their regrouping south of the 17th parallel; temporary partition of Viet Nam into two parts with the 17th parallel as the demarcation line; complete pullout of French troops from Viet Nam in 1956; and general elections in July 1956 to reunify the country. The US was one of the nine participants in the Geneva Conference but did not sign the Accords.

After the French troops pulled out of Viet Nam in 1956, general elections did not take place. Shortly after the Republic of Viet Nam (**Việt Nam Cộng hoà**) was established in October 1955, the US began to send military aid and advisors to South Viet Nam to assist the South Vietnamese government in fighting Communist-led guerrillas (**Việt cộng**). In February 1962, the US Military Assistance Command, Viet Nam (MACV) was formed, and the number of US troops increased to more than eleven thousand by the end of the year. During the Second Indochina War, or Viet Nam War or Anti-US Resistance War (**Cuộc kháng chiến chống Mĩ**) as it was called in North Viet Nam, the number of US troops in South Viet Nam reached half a million in 1966.

3. War escalates in the DRV

In early August 1964, the US administration staged the so-called Gulf of Tonkin incident (**sự kiện Vịnh Bắc bộ**) to pressure the US Congress pass the Gulf of Tonkin Resolution in response to the alleged shelling of US navy ships by North Viet Nam in the Gulf of Tonkin. On August 5, 1964, North Viet Nam began to be heavily bombed and shelled from the Seventh Fleet ships.

4. In 1972, the US Air Force and Navy conducted Operation Linebacker from May 9 to October 23 in North Viet Nam to stop or slow the penetrations of North Vietnamese troops into South Viet Nam, as well as to halt the transportation of supplies for North Vietnamese soldiers already fighting in South Viet Nam.

By that time, the North Vietnamese Air Force had become strong enough to carry out air battles against US fighter jets. One of the battles occurring on June 27, 1972 is mentioned in Narrative Two.

5. The first negotiations between the DRV and the US started in Paris in May 1968 to prepare for the official peace talks between four sides: the DRV, the US, the Republic of Viet Nam and the National Liberation Front of South Viet Nam (**Mặt trận Dân tộc Giải phóng miền Nam Việt Nam**, called the **Việt cộng** in the West). The peace talks began in Paris on January 25, 1969 but broke down numerous times. In early December 1972, the peace talks collapsed again, and the US carried out a strategic bombing campaign against the DRV to force it to accept the terms proposed by the US side. The campaign was called Operation Linebacker 2. For the first time, the US used B-52 Stratofortress bombers (**pháo đài bay**) to strike targets in North Viet Nam's large cities including Hà Nội and Hải Phòng. The bombing campaign lasted from December 18 to December 29, 1972, so it was called the Christmas Bombings in the West and Điện Biên Phủ Battle in the Air (**Điện Biên Phủ trên không**) in North Viet Nam. The carpet bombing by B-52s caused huge civilian casualties[1] but the DRV did not bow to the pressure from the US. One of the air battles that took place on December 27, 1972 is mentioned in Narrative Two.

6. The Paris Peace Accords (**Hiệp định Paris**), officially known as the Agreement on Ending the War and Restoring Peace in Viet Nam, were signed on January 27, 1973. The key provisions were as follows: a ceasefire throughout Viet Nam; withdrawal of US troops from Viet Nam within 60 days; dismantling of US military bases in Viet Nam; US and other countries respect Viet Nam's inde-

---

1. Several buildings at Bạch Mai Hospital were destroyed and a number of the hospital's personnel and patients were killed during the Christmas Bombings (see Chapter Eight, Cultural Note 3 about Bạch Mai Hospital).

pendence, sovereignty, unity and territorial integrity; prisoner release; and the South Vietnamese people's right to self-determination of their political future.

US troops left Viet Nam and prisoners were released in March 1973, but the war did not end until April 30, 1975. Immediately after the war ended, the US imposed an economic embargo on Viet Nam, which lasted for almost two decades.

7. In early 1994, the US Senate passed a resolution to lift the embargo against Viet Nam. The resolution was sponsored by decorated Viet Nam War veterans Senators John Kerry and John McCain, who were among those who played an instrumental role in normalizing relations with Viet Nam. The embargo was lifted on February 3, 1994. US President Bill Clinton and Vietnamese Prime Minister Võ Văn Kiệt declared the normalization of US-Viet Nam relations on July 11, 1995.

In November 2000, Bill Clinton became the first US president to visit Viet Nam. The US and Viet Nam established a comprehensive partnership (**quan hệ đối tác toàn diện**) in 2013. On September 10, 2023, President Joe Biden paid a state visit to Viet Nam, and the two nations upgraded their relations to a comprehensive strategic partnership (**quan hệ đối tác chiến lược toàn diện**).

Grammar and Usage Exercises

1. Use **tổng thống, chủ tịch, ngoại trưởng, bộ trưởng ngoại giao, tổng bí thư,** and **bộ trưởng** to translate the following sentences.

1.1. The first state visit to the United States made by the General Secretary of the Vietnamese Communist Party took place in July 2015. General Secretary Nguyễn Phú Trọng was received by President Barack Obama. He also met Vice President (**Phó Tổng thống**) Joe Biden and former President Bill Clinton.

1.2. The ASEAN ministers of foreign affairs have held several meetings to prepare for the summit conference.

1.3. That was the first meeting of the US Secretary of State and the UK Foreign Secretary after the new government was formed in the UK.

1.4. In June 1946, President Hồ Chí Minh paid a state visit to France at the invitation of the French government.

1.5. The Chair of the National Assembly convened a meeting at which the government ministers reported on what has been done to mitigate the severe damage caused by the recent typhoon.

1.6. Hồ Chí Minh held two positions: the Chair of the State and the Chair of the Party. After he passed away, the position of party chair was eliminated, and the highest position in the Vietnamese Communist Party became that of general secretary.

2. Use **cựu** and **nguyên** or **nguyên là** to translate the following sentences.

2.1. After his abdication (**thoái vị**) in Huế in August 1945, the former Emperor Bảo Đại was invited by President Hồ Chí Minh to be his advisor in Hà Nội. (use **cựu Hoàng đế Bảo Đại**)

2.2. In the early 1990s, the speeches delivered at Harvard by former President of the Soviet Union Mikhail Gorbachov attracted huge audiences. (use **nguyên**)

2.3. Benjamin Franklin, one of the US founding fathers (use the classifier **bậc** for founding fathers), was originally a scientist and philosopher.

2.4. The former president endorsed his party's presidential candidate.

2.5. Her father was originally the first minister of education (**Bộ trưởng Quốc gia Giáo dục**) in Hồ Chí Minh's provisional government in September 1945.

3. Use **mối** to translate the following sentences.

3.1. The conflict is a serious threat to world peace. (use **mối đe doạ**)

3.2. The best-selling 1970 novel *Love Story* (**Chuyện tình**) is about the romance between two Harvard students. The novel was translated into Vietnamese in Sài Gòn in the early 1970s. (use **mối tình**)

3.3. Global warming has become everybody's concern. (use **mối lo ngại**)

3.4. In the late 1980s, relations between the two countries gradually improved. (use **mối quan hệ** for "relations" and **được cải thiện** for "improved")

3.5. The feud between two families caused a tragedy for the two young people who fell in love with each other. (use **mối thù**)

4. Use **toàn** to translate the following sentences.

4.1. Before 1945, Trưng Vương School in Hà Nội had only female students. (use **nữ sinh** for "female students")

4.2. I was told that the Buddhist monks in this temple eat only vegetables and fruit.

4.3. People in this highland region grow only pineapples on their plantations.

4.4. This neighborhood in Hà Nội has only French-style two-story houses. They look so beautiful. (use **kiến trúc thời Pháp** for "French-style")

4.5. When you enter this coastal town in Central Viet Nam, you will smell only sea food. (use **ngửi thấy mùi hải sản** for "smell sea food")

5. Use **dường như** to translate the following sentences.

5.1. It appears at first glance to be a simple matter of exercising regularly.

5.2. It seems as if the work will never end.

5.3. The difficulties seemed impossible to surmount.

5.4. At tonight's soirée, she appears much younger.

5.5. We spent more than fifteen hours on the airplane from Boston to Hà Nội, and the flight seemed endless.

6. Use **nội** and **ngoại** to translate the following sentences.

6.1. Some Vietnamese-American students take Vietnamese language classes to speak with their paternal and maternal relatives who live in Viet Nam.

6.2. Before 1975, her maternal grandparents lived in Sài Gòn, and her paternal grandparents lived in Hà Nội.

6.3. He is going to be a maternal grandfather.

6.4. Our parents have ten grandchildren who live in Viet Nam, as well as several other countries. (use **cháu nội cháu ngoại**).

6.5. They inherited (**thừa kế**) a big house in the Old Quarter of Hà Nội from (**của**) their maternal grandparents.

CHAPTER FIFTEEN
Literature and Poetry

PART ONE:

Short story "**Nàng Sinh**" by Nguyễn Huy Thiệp
(trích trong tập truyện ngắn *Không có Vua*, Nhà xuất
bản Văn hoá Thông tin, Hà Nội, 2011)

Sinh là một thiếu nữ mồ côi ở bản Hua Tát. Nghe nói ngày xưa mẹ nàng bị
ma chài, để nàng trong rừng. Nàng gầy gò, bé nhỏ, trông rất đáng thương.
Nàng không bao giờ được ăn miếng ngon, mặc váy áo đẹp. Thân phận
côn hươn[1], nàng sống thui thủi như con chim cút.

Ở Hua Tát, trên đường đi vào rừng ma, có cái miếu nhỏ. Miếu này thờ
chàng Khó, người từng giết con hổ dữ ngày nào[2]. Trong miếu có hòn đá
nhỏ bằng nắm tay người, để trên bệ gạch. Hòn đá nhẵn thín như bào, sâu
trong lớp đá có những vân đỏ li ti như mạch máu người. Ai muốn cầu xin
thì sờ tay vào hòn đá, ghé sát miệng vào kể lể với nó. Hòn đá nằm trên bệ
thờ từ bao đời rồi, chứng kiến rất nhiều cuộc đời, rất nhiều số phận. Hòn
đá trở thành một thứ ngẫu vật thiêng liêng, ban đêm có người trông thấy
hòn đá toả sáng như một cục lửa. Những nỗi đau khổ, những lời cầu xin
tích tụ trong hòn đá nhỏ.

Một bận, có một người khách lạ từ dưới xuôi lên. Ông ta cao lớn, cưỡi
trên một con ngựa ô khoẻ mạnh. Ông rẽ vào nhà trưởng bản, thăm các bô
lão, la cà khắp nơi đây đó. Ông hiểu rất rõ phong tục ở bản. Dân bản Hua
Tát đoán ông là người buôn cao hổ cốt hoặc lông thú hiếm. Ông rất nhiều
tiền, cư xử hào hiệp và sang trọng lắm.

---

1. đẳng cấp thấp nhất the lowest caste
2. chàng Khó: nhân vật chính trong một truyện ngắn thuộc loạt truyện Những ngọn gió Hua
   Tát, là chàng trai trong bản Hua Tát tiêu diệt được con hổ đã gây cho dân bản nhiều tai
   hoạ. Khó đã hi sinh trong khi chiến đấu với hổ. (Footnote by Ngô Như Bình)

PART ONE:
Translation of the Short Story "**Nàng Sinh**"
From book of short stories *There Is No King*, Publisher
of Culture and Information, Hà Nội, 2011

Sinh was an young orphan woman in Hua Tát Village. People said that her mother had been bewitched by a ghost and gave birth to her in the jungle. She was skinny, tiny and looked pitiable. She never had a tasty meal, never was well-dressed. It was her fate to be in the lowest caste of the village. She was living a lonely life like a button quail.

There was a small shrine on the way from Hua Tát Village to the ghostly jungle. At the shrine, people worshipped a young man named Khó* who had killed a vicious tiger long ago. In the shrine, there was a small stone about the size of a human fist placed on a brick pedestal. The stone was extremely smooth, as if it had been planed and polished. Inside the stone were tiny veins like human capillaries. Those who wanted something very badly would put their mouth close to the stone and tell it in detail what they desired. The stone had been on the worship pedestal since time immemorial. It witnessed a great many lives and fates and became a sacred idol. Some people saw the stone glow like fire at night. Suffering and longing were stored up in this small stone.

One day, a stranger came to Hua Tát Village from the lowlands. He was tall and big riding on a sturdy black horse. He stopped by the head of the village, visited the village elders, hung out everywhere in the village. He was rather familiar with the village customs. The people in the village guessed that he was trading medicinal extracts made from tiger bones or rare furs. He had a lot of money and behaved like a person of noble character. He treated the people in Hua Tát Village very generously.

*Khó is the main character in a short story from the series *Winds from Hua Tát Village*. He killed a vicious tiger that had caused numerous disasters to the people of Hua Tát Village. He died in the fight with the tiger. (Footnote by Ngô Như Bình)

Một bữa, ông khách qua miếu chàng Khó, trông thấy hòn đá định cầm lên xem. Nhưng thật lạ lùng, ông không làm sao nhấc được hòn đá lên khỏi bệ thờ. Ngạc nhiên, ông về gọi dân bản đến xem. Người ta xúm xít xung quanh miếu nhỏ. Ông khách thử cho từng người lần lượt vào miếu để nhấc hòn đá lên tay, nhưng đều bất lực. Hòn đá nặng đến kinh người.

– Chắc có chuyện gì uẩn khúc? – Ông khách căn vặn mọi người. – Trong bản liệu còn có ai chưa đến miếu này nhấc thử?

Người ta soát lại thấy thiếu Sinh. Người ta quên bẵng mất nàng.

Ông khách bảo với mọi người đi tìm Sinh đến. Nàng đang đi đào củ mài mãi trong nguồn nước.

Sinh đến miếu thờ. Mọi người rẽ lối cho nàng. Ông khách bảo nàng nhấc thử hòn đá. Như có phép lạ, Sinh nhấc hòn đá lên tay dễ dàng như bỡn. Mọi người ngạc nhiên, tất cả reo hò sửng sốt.

Sinh cầm hòn đá đưa cho ông khách. Ánh sáng mặt trời chiếu vào đôi bàn tay nàng, đôi bàn tay chai sạn, ngón không ra ngón. Sinh bóp khẽ vào cái ngẫu vật thiêng liêng. Hòn đá bỗng tan ra thành nước trước mặt mọi người. Những giọt nước ấy trong như nước mắt, chảy qua kẽ tay nàng rơi xuống mặt đất, in hình trên đó như những ngôi sao.

Ông khách lặng người, những giọt nước mắt lăn trên gò má. Ông xin dân bản được đón Sinh đi. Ông sắm váy mới, áo mới cho nàng. Sinh bỗng trở nên xinh đẹp lạ thường.

Hôm sau, ông khách rời bản Hua Tát ra đi. Người ta đồn rằng về sau Sinh rất sung sướng. Ông khách là một Hoàng đế cải trang vi hành.

Ở Hua Tát, con đường rải đá đi ra bên ngoài thung lũng, con đường nhỏ, vừa lối trâu đi, hai bên đầy cây mè loi, tre, vầu, bứa, muỗm và hàng trăm thứ cây dây leo không biết tên gọi là gì, con đường đó được gọi là Đường Nàng Sinh.

Con đường ấy còn đến bây giờ.

1986

Once, he passed by the Khó shrine and saw the stone. He wanted to pick it up to look at it. But strangely, he was completely unable to lift the stone from the pedestal. He was astounded and went back to the village to bring people to the shrine. They crowded around the small shrine. He told each of them to take the stone in their hand, but all of them were helpless with the stone. It was unbelievably heavy.

"Surely you must agree that something mysterious is going on here," he said emphatically. "Is there anybody in the village who is not here and has not tried to lift the stone?

People checked and realized that Sinh was not there. They had completely forgotten about her. The stranger told them to look for her. At that moment, she was digging yams far away down the stream in the jungle.

Sinh came to the worship shrine. People stepped aside to let her come in. The stranger told her to try to lift the stone. It looked like a miracle – Sinh took the stone in her hand with great ease. Everybody was astonished and shouted with delight.

Sinh handed the stone to the stranger. The sunshine lit her calloused hands with ugly fingers. She lightly squeezed the sacred idol. Suddenly, in front of everyone, the stone melted into water. The drips of water were clear like human tears dropping through the small gaps between her fingers and forming shapes like stars on the ground.

The stranger was stunned, and tears ran down his cheeks in disbelief. He asked the people in the village permission to take Sinh with him. He bought her new shirts and dresses. Sinh turned into an amazingly beautiful young woman.

They left Hua Tát Village the next day. Rumor had it that Sinh became very happy afterwards. The stranger was an emperor who traveled incognito.

The stone path from Hua Tát Village out to the valley is narrow, just wide enough for buffaloes to pass through. Bamboo, wild mangoes and hundreds of types of nameless creepers grow abundantly on both sides of the path. It is called Miss Sinh's Path.

The path is still there.

1986

Vocabulary

nàng 1) a word used before a female name to refer to a teenage girl; 2) she, her

thiếu nữ teenage girl

mồ côi orphan

bản mountain village

Hua Tát see Cultural Note 3

nghe nói to hear people say

ngày xưa once upon a time

ma ghost

chài to bewitch

đẻ to give birth

gầy gò (reduplicative) skinny

bé nhỏ tiny

ăn miếng ngon in this context: to have a tasty meal

mặc váy áo đẹp in this context: to be well-dressed

đẳng cấp caste

thui thủi (reduplicative) lonely

chim cút button quail

miếu shrine

thờ to worship

chàng a young man

giết to kill

hổ tiger

dữ vicious

ngày nào a long time ago

hòn classifier for round or small things (see Grammar Note 2)

nắm tay fist

người human

bệ pedestal

gạch brick

nhẵn smooth
  nhẵn thín extremely smooth

bào to plane

sâu in this context: inside

vân vein

li ti tiny

mạch máu blood vessel, capillary

cầu xin to implore

sờ to touch

ghé sát miệng vào to put the mouth close to

kể lể (reduplicative) in this context: to tell something in detail

từ bao đời rồi since time immemorial

chứng kiến to witness

số phận fate

một thứ a kind of

ngẫu vật in this context: idol

thiêng liêng (reduplicative) sacred

toả sáng to glow

cục classifier for some small objects with no certain shape (see Grammar Note 4)

lửa fire

nỗi classifier for some feelings (see Grammar Note 6)

đau khổ suffering

tích tụ to store up

bận (informal) time
  một bận one day

lạ strange (not known or seen before)
  khách lạ stranger

xuôi lowlands

cao lớn tall and big

236 CHAPTER FIFTEEN

cưỡi to ride

ngựa horse

ô black (speaking of horses)

khoẻ mạnh sturdy

bô lão village elders

la cà to hang around

khắp nơi đây đó in this context: everywhere in the village

hiểu rất rõ in this context: to be very familiar with

phong tục custom

đoán to guess

cao medicinal extract

hổ cốt tiger bones
  cao hổ cốt medicinal extract made from tiger bones

lông thú fur

hiếm rare, scarce

cư xử to behave and treat people

hào hiệp generous

sang trọng to be of noble character

bữa in this context: time
  một bữa one day

định in this context: to want

cầm to hold
  cầm lên xem to lift the stone to look at it

lạ lùng (reduplicative) strange

không làm sao ... được ... to be unable to do something (see Grammar Note 9)

nhấc to lift up

xúm xít (reduplicative) to crowd around

thử to try

từng each (see Grammar Note 10)

lần lượt in turn

bất lực helpless

đến kinh người unbelievably

uẩn khúc secret, mystery

căn vặn in this context: to question

soát lại to check

quên bẵng mất to completely forget about

bảo to tell

đào to dig

củ edible root of a plant
  củ mài yam (*Dioscorea oppositifolius*)

mãi in this context: far away

rẽ lối (cho) to step aside to let someone pass

phép lạ miracle

dễ dàng (reduplicative) easy

như bỡn with great ease

reo hò to shout with delight

sửng sốt (reduplicative) to be flabbergasted

đưa cho to hand

đôi bàn tay one's hands

chai sạn calloused

ngón finger
  ngón không ra ngón the fingers are ugly

bóp to squeeze with one's hand

khẽ in this context: lightly

bỗng all of a sudden

tan to melt
  tan thành nước to melt into water

trước mặt in front of

giọt drop

nước mắt tear

chảy to flow

kẽ small gap
  kẽ tay small gaps between the fingers

in hình to form shapes

lặng người to be in stunned
  disbelief

lăn in this context: to run down

gò má cheekbone
  **những giọt nước mắt lăn trên gò
  má** tears ran down his cheeks

đón đi in this context: to take
  someone from a place to bring to
  one's house

sắm to buy

váy dress

áo shirt

lạ thường in this context: amazingly

rời to leave a place

đồn to spread rumors
  người ta đồn rằng there were
  rumors that

về sau in this context: afterwards

sung sướng (reduplicative) happy

cải trang to disguise

vi hành to travel incognito
  (speaking of a king) (Chinese: 微
  行)

rải in this context: to pave
  con đường rải đá path paved with
  stones

thung lũng valley

vừa in this context: just

trâu water buffalo
  vừa lối trâu đi the path is just
  wide enough for buffaloes to go
  through

đầy full

mè loi a type of bamboo

tre bamboo

vầu a type of bamboo (*Bambusa
  nutans*)

bứa a type of large tree (*Garcinia
  oblongifolia*)

muỗm a type of mango

dây leo creeper, liana

Answer the following comprehension questions.

1. **Sinh là ai? Ở đâu?**

2. **Cái miếu nhỏ thờ ai?**

3. **Hòn đá nhỏ trên bệ gạch trong miếu tích tụ những gì?**

4. **Người khách lạ từ đâu đến?**

5. **Ông cư xử như thế nào?**

6. **Ai nhấc được hòn đá trong miếu?**

7. **Tại sao ông khách khóc?**

8. **Ông khách là ai?**

9. **Số phận của nàng Sinh về sau thế nào?**

Grammar and Usage Notes for Short Story

1. The component **thiếu**, a Chinese loanword (Chinese: 少) meaning "young," is used to form a number of bisyllabic nouns in Vietnamese such as **thiếu nữ** "young girl," **thiếu niên** "young man," **thiếu nhi** "children," **thiếu phụ** "young married woman," **thiếu thời** "early youth." The word **thiếu thời** is used with the classifier **thuở** meaning "a period of time": **thuở thiếu thời** "one's early youth." The word **thiếu tướng** "major general" introduced in Chapter Fourteen contains the same component.

2. The classifier **hòn** is used for round things: **hòn đá** "a stone," **hòn gạch** "a brick," **hòn ngọc** "a pearl, gem," **hòn bi** "a small metal ball, a marble"; **hòn** is used for islands and mountains as well: **hòn đảo** "an island," **hòn núi** "a mountain."

3. In addition to the construction **nếu ... thì ...** indicating the conditional, Vietnamese also uses the construction "question word + clause + **thì** + clause." An example from the story:

   Ai muốn cầu xin thì sờ tay vào hòn đá, ghé sát miệng vào kể lể với nó. Those who wanted something very badly would put their mouth close to the stone and tell it in detail what they desired. (The question word is **ai**.)

   Another example:

   Nơi nào ở vùng này có phong cảnh đẹp thì chúng mình đi đến đấy chụp ảnh. We would travel to places in this area with scenic views to take pictures. (The question word is **nào**.)

4. The classifier **cục**, like **hòn**, is used for small things, but in this case the things are either rough or coarse, such as **cục đá** "a stone," **cục gạch** "a brick," or have no shape, such as **cục lửa** "a small fire" in the story.

5. The component **nỗi** is used to turn a verb or an adjective into a noun. The verbs and adjectives following **nỗi** denote unpleasant feelings, such as **đau khổ** "to suffer" → **nỗi đau khổ** "emotional suffering," **buồn** "to grieve, be sad" → **nỗi buồn** "grief, sadness, sorrow," **nhớ** "to miss, feel the absence of someone or something" → **nỗi nhớ** "sadness due to missing someone or something."

   The component **niềm** is used similarly for pleasant feelings. For instance, **tin** "to believe" → **niềm tin** "belief" (see Chapter Twelve, Narrative Two), **vui** "to be joyful" → **niềm vui** "joy," **hạnh phúc** "to be happy" → **niềm hạnh phúc** "happiness," **tự hào** "to be proud" → **niềm tự hào** "pride," **kiêu hãnh** "to be proud" → **niềm kiêu hãnh** "pride," **hi vọng** "to hope" → **niềm hi vọng** "hope."

   The noun **nỗi niềm** refers to one's innermost feelings. For example:

   Chị ấy chia sẻ nỗi niềm của mình. She revealed her innermost feelings.

LITERATURE AND POETRY 239

6. When a verb of motion is used in a construction indicating the origin and destination of the movement, the word order is different in Vietnamese and English. A sentence from the story:

Một bận, có một người khách lạ từ dưới xuôi lên. One day a stranger came (up) to the village from the lowlands.

The phrase **từ dưới xuôi lên** literally means "from the lowlands (down there) came up." In English, the verb *came (up)* follows the subject *stranger* and precedes the destination *to the village*, which is in turn followed by the departure point *from the lowlands*. In Vietnamese, the subject **một người khách lạ** precedes the preposition **từ dưới** and the noun denoting place **xuôi**, which is followed by the verb of motion **lên**. The preposition **từ** "from" can be replaced with the preposition **ở** "in, at" and the meaning remains unchanged:

Một bận, có một người khách lạ ở dưới xuôi lên.

Another example:

Chị ấy ở / từ Việt Nam về Mĩ tuần trước. She returned to the US from Viet Nam last week.

7. When the verb **có** meaning "to have" precedes the words **nhiều** "many, much" and **ít** "few, little," it may be omitted as in this sentence from the story:

Ông rất nhiều tiền, cư xử hào hiệp và sang trọng lắm. He had a lot of money and behaved like a person of noble character. He treated the people in the village very generously.

Another example:

Mùa đông năm nay ít tuyết. This winter has little snow.

8. The word **thật** literally means "true, real." When placed before an adjective, **thật** functions as an adverb of degree implying "to the full, to the greatest possible extent," as in a sentence from the story:

Nhưng thật lạ lùng, ông không làm sao nhấc được hòn đá lên khỏi bệ thờ. But strangely, he was completely unable to lift the stone from the worship pedestal.

Another example:

Tuần này thật nhiều việc. This week is so busy.

In informal Vietnamese, the word **là** can be added after **thật** for more emphasis:

Tuần này thật là nhiều việc.

9. The construction "subject + **không làm sao** + verb + **được** + object" stresses someone's complete inability to do something. An example from the story:

Ông không làm sao nhấc được hòn đá lên khỏi bệ thờ. He was completely unable to lift the stone from the worship pedestal.

In informal Vietnamese, the phrase **không tài nào** is used instead of the phrase **không làm sao**:

Ông không tài nào nhấc được hòn đá lên khỏi bệ thờ.

10. The determiner **từng** conveys the meaning "every" but emphasizes the idea that each individual in a group performs an action, or each individual item in a set is the object of an action. An example from the story:

Ông khách thử cho từng người lần lượt vào miếu để nhấc hòn đá lên tay, nhưng đều bất lực. He told each of them to take the stone in their hand, but all of them were helpless with the stone.

Another example:

Trong hiệu sách, anh ấy cầm từng quyển sách trên giá sách lên xem vài trang nhưng không mua quyển nào. In the bookstore, he took each of the books from the shelf and read a few pages but did not buy any of them.

Cultural Notes for Short Story

1. For centuries, Vietnamese poems were written in Chinese using the meter and rhyme schemes of Chinese poetry, particularly Tang poetry (**thơ Đường** or **Đường thi**; Chinfese: 唐詩 \ 诗), which was created during the Tang Dynasty (Chinese: 唐朝) from the 7th to 10th centuries in China. Although the Nôm writing system (**chữ Nôm**) was created in Viet Nam around the 13th century, few literary works were written in chữ Nôm. Not until the end of the 18th century did chữ Nôm become popular due to the famously brilliant Kiều Story (**Truyện Kiều**) by Nguyễn Du and a number of poems by other poets in the late 18th and early 19th centuries.

The first prose literary works to use the romanized writing system (**chữ quốc ngữ**) (see Chapter 10, Cultural Note 2 about **chữ Nôm** and **chữ quốc ngữ**) appeared in the early 20th century. At that point, the language of Vietnamese prose was not much different from conversational Vietnamese.

After the French educational system was established in Viet Nam, European literature powerfully influenced Vietnamese literature, and modern Vietnamese literature emerged in the 1930s. Vietnamese adopted new grammatical constructions from European languages, especially French, which served as the basis of modern Vietnamese language.

There were two movements in Vietnamese prose in the 1930s: Romanticism (**văn học lãng mạn**), represented by a group of writers called **Tự lực văn đoàn** (the Self-Reliant Writers' Group), and Realism (**văn học hiện thực**). The two movements laid the foundation for modern Vietnamese prose and reached the pinnacle of their achievements between the mid-1930s and the August Revolution in 1945.

Between 1954 and 1975, a number of excellent literary works were created in South Viet Nam. Some have been reprinted recently in Viet Nam and are popular among the younger generations, as well as for those who were in North Viet Nam during that period and did not have a chance to read them. (Compare with modern songs composed in South Viet Nam between 1954 and 1975; see Chapter 11, Cultural Note 2.)

The policies of renovation (**chính sách đổi mới**) passed at the 6th Congress of the Communist Party in 1986 opened up new opportunities for the arts and literature. Literary works created after 1986 are called **văn học thời kì đổi mới** (literature of the renovation period). Writers and poets were able to discuss many issues that had not been acceptable to talk about before.

2. Nguyễn Huy Thiệp (1950–2021) was an outstanding writer from this period. He was of Hà Nội descent but was born in Thái Nguyên during the anti-French Resistance War. He graduated from the Faculty of History, Hà Nội Pedagogical University, in 1970. From 1970 to 1980 he was a teacher in the Northwest of Viet Nam (**Tây Bắc**), where there is a large ethnic Thái community. He wrote many stories in the collection ***Những ngọn gió Hua Tát*** (Winds from Hua Tát Village) during that period.

In the mid-1980s he wrote the famous novel ***Tướng về hưu*** (The General Retires), but it was not published until Nguyên Ngọc, a renowned author, was appointed editor-in-chief of **Báo Văn Nghệ** (Literature and Arts Newspaper) in 1986. Văn Nghệ is the most prestigious magazine for literature and arts

Nguyễn Huy Thiệp and his autograph on a textbook reading "**Chúc các bạn học tiếng Việt tốt**," "I wish you success studying Vietnamese," given in Hà Nội, January 2009. *(Ảnh / Photo: Ngô Như Bình)*

in Viet Nam. Nguyên Ngọc had *Tướng về hưu* published in 1987, causing a heated debate among critics and readers. A number of works by other authors and poets from this generation were also published during Nguyên Ngọc's tenure at Báo Văn Nghệ. Many of them became well-known in Viet Nam's contemporary literature scene.

Nguyễn Huy Thiệp is regarded as one of the best modern Vietnamese short story authors. He was posthumously awarded the State Prize in Literature and Arts (Giải thưởng Nhà nước trong lĩnh vực văn học nghệ thuật) in 2022.

3. Vietnam's population is comprised of fifty-four ethnic groups. Their languages belong to the Austroasiatic, Tai-Kadai, Austronesian and Sino-Tibetan language families.

The Việt group, also called **người Kinh**, makes up the great majority (about 87%) of the population and is concentrated in the deltas of major rivers such as the Red River (**sông Hồng**), Mã River (**sông Mã**) and Mekong River (**sông Cửu Long**), and along the coastline. The Vietnamese language (**tiếng Việt**) is part of the Việt-Mường group in the Austroasiatic family of languages. Several other ethnic groups number around a million or more people, including **Tày, Thái, Mường, Khmer** and Chinese (**người Hoa**), whereas some groups have only a few hundred people, such as the **Pu Peo** in Hà Giang Province (400 people), the **Brau** and **Romam** in the Central Plateau (250 people each) and the **Odu** in Nghệ An Province (100 people).

The schools of several ethnic minorities teach their native languages along with Vietnamese. Writing systems have been created for several ethnic groups as well.

The Thái ethnic group in Viet Nam has about one and a half million people. They live in Lai Châu, Sơn La, Lào Cai, Hoà Bình, Thanh Hoá and Nghệ An Provinces. Their language is in the Tai-Kadai family, which also includes Thai and Lao, the official languages of Thailand (**Thái Lan**) and Laos (**Lào**) respectively.

The collection of short stories *Những ngọn gió Hua Tát* by Nguyễn Huy Thiệp is about the society, culture and customs of a real Thái village called Hua Tát in Northwest Viet Nam.

Thiếu nữ người Thái miền Tây Bắc A young Thái woman in Northwest Viet Nam
(Ảnh / Photo: Đăng Quang)

Grammar and Usage Exercises for Short Story

1. Use the words containing the component **thiếu** from Grammar and Usage Note 1 to translated the following sentences:

1.1. His aunt was among the most beautiful young women in Hà Nội in the early 1950s. (use **thiếu nữ**)

1.2. Children were waving the flags of the two countries to greet the US President at Nội Bài International Airport. (use **thiếu nhi**)

1.3. He belonged to a soccer team for teens in the capital city. (use **thiếu niên**)

1.4. The novel's main character is a young married woman from a pedigreed (**quí phái**) family in the capital in the 1940s. (use **thiếu phụ**)

1.5. The happy days of the old man's early youth are still vivid (**sống động**) in his memory (**kí ức**). (use **thuở thiếu thời**)

2. Use words with the classifiers **hòn** (Grammar and Usage Note 2) and **cục** (Grammar and Usage Note 4) to translate the following sentences.

2.1. The restaurant "A Brick" in Sài Gòn is famous for serving the food of Viet Nam's rural areas. (use **cục**)

2.2. The stone pedestal in the temple is made from stones placed on one another. (use **hòn** for "stones" and **chồng lên nhau** for "placed on one another")

2.3. Phú Quốc Island, which is part of Kiên Giang Province, is the largest island in Viet Nam and is located in the Gulf of Thailand. (use **thuộc** for "part of" and **hòn** for "the largest island")

2.4. On Halloween night, the light of the candles (use **những ngọn nến** for "the candles") in the old spooky house looks like small fires. (use **cục**)

2.5. A mountain in Bình Định Province is called "The Mountain of a Woman Waiting for Her Husband" (use **Vọng Phu** for "a Woman Waiting for Her Husband") (use **hòn** twice)

3. Use the construction "question word + clause + **thì** + clause" denoting the conditional to translate the following sentences.

3.1. When you see that Vietnamese dictionary, please buy a copy for me.

3.2. When you get back to Hà Nội from Sài Gòn, don't forget to stop by my place.

3.3. That is a first come, first served restaurant, so we had better get there early. (use **ai đến trước được phục vụ trước** for "first come, first served")

3.4. Whoever has finished the job can go home.

244 CHAPTER FIFTEEN

3.5. We should book a flight from JFK Airport to Sài Gòn with only one stop-over. (use **nào** for **chuyến bay** "flight" and **chuyển máy bay một lần** for "one stopover")

4. Use the nouns containing **nỗi** and **niềm** to translate the following sentences.

4.1. During the war, people lived in the hope that peace would finally be restored. (use **niềm**).

4.2. Her successful career is her family's pride. (use **sự nghiệp thành đạt** for "successful career" and **niềm** for "pride")

4.3. The 1991 novel *The Sorrow of War* by Bảo Ninh is one of the best works about war in Vietnamese literature. It was translated into English in 1994. (use **Nỗi buồn chiến tranh** for *The Sorrow of War*) (see Cultural Note 1 above regarding the Vietnamese literature of the renovation period)

4.4. He was a native of Sài Gòn and lived in Hà Nội when the country was parti-tioned into two parts. He did not hide his feelings of missing his hometown. (use **nỗi**)

4.5. Raising his children brought him the joys of fatherhood. (use **niềm vui được làm bố** for "joys of fatherhood")

5. Use the Vietnamese construction "subject + from departure point + verb of motion + to destination" to translate the following sentences. Pay attention to the use of the verbs of motion and prepositions referring to places in Viet Nam.

5.1. She came to Hà Nội from Cần Thơ last Sunday.

5.2. When will you return to Viet Nam from the USA?

5.3. We will travel from Sài Gòn to Đà Lạt next week.

5.4. When returning from Viet Nam to Canada, she stopped in England for a week to give lectures at Cambridge University. (use **dừng lại** for "stopped")

5.5. Did he return from China?

6. Use **nhiều** and **ít** to translate the following sentences.

6.1. This university library has a lot of literature in Vietnamese.

6.2. Today we don't have much time, so we will come by to see him next time (use **ít** for "don't have much")

6.3. The garden is small but has a lot of beautiful flowers.

6.4. This apple tree doesn't have many fruits this year. (use **ít** for "doesn't have many")

6.5. We have a lot of work this week.

LITERATURE AND POETRY 245

7. Use **thật** and **thật là** to translate the following sentences.

7.1. Dawn on Nha Trang beaches looks so great. (use **bình minh** for "dawn")

7.2. The old woman's mind is still really sharp. (use **bà cụ** for "the old woman," **đầu óc** for "mind" and **minh mẫn** for "sharp")

7.3. The wind is so strong today.

7.4. Such a talent is really rare. (use **tài năng** for "talent")

7.5. Your eyes are so sharp. (use **tinh** for "sharp")

8. Use the construction "subject + **không làm sao** + verb + **được** + object" and "subject + **không tài nào** + verb + **được** + object" to translate the following sentences.

8.1. He was unable to translate this difficult article.

8.2. This narrative has so much new vocabulary, there's no way I can memorize all of it in one evening.

8.3. We will not be able to complete this work on time.

Các nghệ nhân người Thái, Tày và Nùng trình diễn nhạc cụ dân tộc.
Musicians from the Thái, Tày and Nùng ethnic minorities playing a traditional musical instrument.
(Ảnh / Photo: Hoàng Thị Hồng Hà)

8.4. He is a really good tennis player. His serves are so powerful, there's no way I can hit them. (use **đỡ** for "to hit")

8.5. I am unable to finish the paper for my Vietnamese literature class tonight. I will ask my professor for an extension. (use **gia hạn nộp bài** for "to ask for an extension")

9. Use **từng** to translate the following sentences.

9.1. The presenter spoke very well on that period of Vietnamese history and gave detailed answers to each question from the audience. (use **trả lời chi tiết** for "gave detailed answers" and **cử toạ** for "audience")

9.2. I understood what the prewar song was about but was unable to understand every word of the lyrics. (use **lời bài hát** for "lyrics")

9.3. She took five dresses from the department store rack and tried on each of them.

9.4. The teacher explained to her students each line of the poem and then talked about what the poet wanted to say.

9.5. There were many dishes at the party. We tried each of them, and they were all delicious. (use the construction "question word + **cũng**" for "they all")

PART TWO:

Poem "**Tựu trường**" by Nguyễn Bính

Những nàng kiều nữ sông Hương
Da thơm là phấn môi hường là son.
Tựu trường san sát chân thon,
Lao xao nón mới màu sơn sáng ngời.

Gió thu cứ mãi trên ngươi,
Đôi thân áo mỏng tơi bời bay lên.
Dịu dàng đôi ngón tay tiên
Giữ hờ mép áo làm duyên qua đường.

1941

MEANING OF THE POEM

Lines 1 and 2: The beautiful young women on the Hương River, their skin is perfumed like face powder, their lips are red like lipstick.

Line 3: On the first day of the school year[1], their slender legs stand next to one another.

Line 4: They're wearing new palm hats, and when they take them off and put them on again, light, continuous sounds can be heard, and the shiny paint[2] of their hats can be seen.

Lines 5 and 6: The autumn wind bothers them, pulling up the two layers of their thin dresses over and over.

Lines 7 and 8: Their two graceful fingers, like fairy's fingers, are lightly holding the edge of their dresses, as if they are trying to attract the admiration of passersby

---

1. This poem by Nguyễn Bính refers to Đồng Khánh high school (**Trường nữ sinh Đồng Khánh**) in Huế. It was founded in 1919 and was the only school for female students (**nữ sinh**) in Central Viet Nam. Đồng Khánh (1864-1889) ruled as the ninth Emperor of the Nguyễn Dynasty from 1885 to 1889. The school was renamed Hai Bà Trưng High School (**Trường trung học phổ thông Hai Bà Trưng**) in 1975.
2. Hats made from palm leaves are coated on the outside with several layers of clear varnish to resist sunshine and rain. The varnish of a new hat is always shiny, which is the meaning of the phrase **nón mới màu sơn sáng ngời**.

Vocabulary

tựu trường (obsolete) first day of the school year
kiều nữ (formal) beautiful young woman
sông Hương the Hương (Perfume) River that runs through Huế City
da skin
thơm fragrant, perfumed
phấn face powder
hường = hồng pink, red
son lipstick
san sát (reduplicative) in this context: a large number of something standing next to each other
chân leg
thon slender
lao xao (reduplicative) to produce light, continuous sounds
sơn paint
sáng ngời in this context: shiny
mãi in this context: continuously
trêu ngươi in this context: to bother
đôi two
thân in this context: part of a dress
mỏng thin
tơi bời (reduplicative) unstoppable
dịu dàng (reduplicative) graceful, gentle
ngón tay finger
tiên fairy
hờ slight, not very tight
mép edge
làm duyên to try to attract admiration
qua đường in this context: passersby

Thiếu nữ Huế trên sông Hương. A young woman wearing a palm hat on the Hương River in Huế *(Ảnh / Photo: Đăng Quang)*

LITERATURE AND POETRY

PART THREE:

Poem "**Hẹn hò**" by Xuân Diệu

Anh đã nói từ khi vừa gặp gỡ:
"Anh rất ngoan, anh không dám mong nhiều.
"Em bằng lòng cho anh được phép yêu,
"Anh sung sướng với chút tình vụn ấy".

Em đáp lại: "Nói gì đau đớn vậy!
"Vừa gặp anh, em cũng đã mến rồi.
"Em phải đâu là ngọn nước trôi xuôi,
"Chưa hi vọng, sao anh liền thất vọng?"

Lời nói ấy về sau đem gió sóng
Cho lòng anh đã định chỉ yêu thôi,
Anh tưởng em là của của anh rồi,
Em mắc nợ, anh đòi em cho được.

Đấy, ai bảo em làm anh mơ ước!
Lúc đầu tiên, anh có mộng gì đâu?
Tưởng có nhau, ai ngờ vẫn xa nhau,
Em ác quá! Lòng anh như tự xé...

1938

MEANING OF THE POEM

Line 1: I told you right at our first meeting:

Line 2: I'm very obedient, I don't dare expect much from you.

Line 3: You agree to allow me to love you,

Line 4: I'm happy even with the little bit of the warm feeling you have to-
wards me."

Line 5: You replied: "Why are you telling me such miserable things?

Line 6: When I saw you for the first time, I also had kind feelings towards you.

Line 7: I'm not a current of water flowing downstream,

Line 8: You didn't hope at all, why did you get frustrated right away?"

Line 9: What you told me at that time caused a lot of trouble

Line 10: To my heart which only wanted to bring you my love.

Line 11: I thought you would've already been my property,

Line 12: You owed me love, and I insisted on your paying back what you owed me.

Line 13: You see, why did you make me dream?

Line 14: At first, I didn't dream of anything.

Line 15: I believed that we would be together forever,

Line 16: You're so cruel to me! My heart is tearing itself apart…

Vocabulary

ngoan in this context: obedient

dám to dare

mong to expect

bằng lòng to agree

cho … được phép = cho phép to allow

chút a bit

tình in this context: love

vụn in loose bits; in this context: very little

đau đớn (reduplicative) painful; in this context: miserable

mến to like

ngọn nước water current

trôi to flow

xuôi downstream

liền in this context: right away, immediately

thất vọng to be frustrated

gió sóng in this context: trouble

tưởng to think, believe

của property

mắc nợ to owe, be in debt

đòi in this context: to claim one's debt

  đòi cho được I insist on your paying back what you owe me

ai bảo in this context: why?

mơ ước to dream

mộng in this context: to dream

có nhau in this context: to be together

ngờ to expect

  ai ngờ in this context: I didn't expect

ác cruel, brutal

xé to tear apart

Cultural Notes for the Poems

1. European poetry had a large influence on Vietnamese poetry in the 20th century. The Romantic movement appeared in the 1930s and was called **Thơ mới** (New Poetry). The rules of Tang poetry no longer were the standard. The poets of Thơ mới still occasionally used the meter and rhyme schemes of Tang poetry, such as five-syllable lines (ngũ ngôn; Chinese: 五言), seven-syllable

LITERATURE AND POETRY 251

lines (thất ngôn; Chinese: 七言), and poems with eight seven-syllable lines (thất ngôn bát cú; Chinese: 七言八句 or 七言律詩 \ 诗). Many Thơ mới poems, however, were written with eight-syllable lines or a combination of six- and eight-syllable lines. The former became very popular among the Thơ mới poets. The latter are called **thơ lục bát** (Chinese: 六/八), which is a Vietnamese meter and rhyme scheme.

Thơ mới poets took advantage of this freedom in poetic forms to express their personal feelings and ideas on a large number of topics, including natural beauty, love, loneliness and nostalgia for good old days. Like Romanticism and Realism in prose, New Poetry's apex came to an end in 1945. Many Thơ mới poets participated in the anti-French Resistance War.

2. **Nguyễn Bính** (1918–1966) was one of the greatest representatives of New Poetry. He was born in a Confucianist family in Nam Định Province. He studied Chinese with his father at home, then went to Hà Nội to live with his eldest brother who had graduated from a French high school and worked as a teacher. His brother taught him French language and literature.

In 1937, Nguyễn Bính sent his first book of poems, titled *Tâm hồn tôi* (My Soul), to a poetry competition held by Tự lực văn đoàn and won a prize. His next poetry collection, *Lỡ bước sang ngang* (Resigned to Marrying a Man Who Is Not the Woman's Choice) was published in 1940. Several other books of his Thơ mới poems came out between 1940 and 1945.

He traveled to Huế in 1940, where he wrote a number of remarkable poems about the capital of the last Vietnamese feudal dynasty. The poem "Tựu trường" was written during that trip.

Nguyễn Bính participated in the anti-French Resistance War in the Mekong River Delta, where he wrote several patriotic poems. After the Geneva Accords were signed, he moved to the North (**tập kết ra Bắc**). He passed away in early 1966 in the countryside of Nam Định Province, where the Department of Culture had been evacuated from Nam Định City due to ferocious bombardments.

A number of his poems were set to music, including "**Cô hái mơ**" (A Young Woman Picking Apricots), "**Xuân về**" (Spring Arriving), "**Thơ xuân**" (A Poem about Spring), "**Gái xuân**" (A Young Woman in Spring), "**Cô lái đò**" (A Young Woman Carrying Passengers across the River by Boat). His poem "**Tiểu đoàn 307**" (Battalion 307), written in the Mekong River Delta during the anti-French Resistance War, was also set to music and was popular in North Viet Nam in the late 1950s and 1960s.

Nguyễn Bính established a reputation as the best poet writing about life in rural Vietnam. He used different poetic forms, but a majority of his poems were created in traditional Vietnamese style with six- and eight-syllable lines (lục bát) and Chinese-style seven-syllable lines (thất ngôn). His poems incorporate Vietnamese folk ballads (**ca dao**), sayings (**tục ngữ**) and idioms (**thành ngữ**), as well as Chinese history and literature allusions (**điển tích**).

In a lục bát poem, the last syllables of both six- and eight-syllable lines, as well as the sixth syllables of the eight-syllable lines can have only either the mid-level tone (**thanh ngang** / **thanh không**) or the low-falling tone (**thanh huyền**). In poem *Tựu trường*, for example, **Hương** is the last syllable of the first six-syllable line and has the mid-level tone. In the second eight-syllable line, **hường** is the sixth syllable and has the low-falling tone, while **son** is the last syllable and has the mid-level tone. **Hương** in the six-syllable line rhymes with the sixth syllable of the next eight-syllable line, **hường**, and the last syllable of this eight-syllable line, **son**, rhymes with the last syllable of the next six-syllable line, **thon**, and so on.

The first stanza is about the beauty of graceful high school female students wearing Vietnamese dresses (áo dài), which had been created in the European style not long before the poem was written in the early 1940s. In the second stanza, the poet "blames" the gentle autumn breeze for repeatedly pulling up the young women's dresses, and at the same time shows their charming attempts to "lightly hold" the lower layers of their dresses together. The poem describes a peaceful morning on the first day of school on which young women look towards a bright future.

Nguyễn Bính was posthumously awarded the Hồ Chí Minh Prize in Literature (**Giải thưởng Hồ Chí Minh trong lĩnh vực văn học**) in 2000, the highest prize in Viet Nam.

3. **Xuân Diệu** (1916–1985) was another outstanding member of the New Poetry movement. His ancestors hailed from Hà Tĩnh Province, but he was born in Bình Định Province and went to school first in Qui Nhơn, the largest city in Bình Định, then in Huế, where he graduated from the famous Quốc Học High School. Afterwards, he studied law at Indochinese University in Hà Nội.

He joined the Thơ mới movement in 1933 and in 1938 published his first book of poems, ***Thơ thơ*** (Romantic Poems),[1] which was full of new ideas about individual freedom, love, the quick passage of time and the loneliness

---

1. The first word of the title means "poems, poetry," and the second is a wordplay on the homonyms of **thơ**, which is the short form of **thơ ngây** meaning "young, naïve and innocent" and also the short form of **thơ mộng** meaning "dreamy."

one faces at the end of life. His second book of poems, *Gửi hương cho gió* (Sending Fragrance with the Wind), was published in 1945, bringing him to the height of his fame as a one of the best Vietnamese Romantic movement poets. The powerful influence of European poetry, in particular French Romanticism and Symbolism, was evident in both of his poetry collections. His book of short stories *Phấn thông vàng* (Golden Pine Pollen) was published in 1939 and won the Tự lực văn đoàn prize.

He participated in the Anti-French Resistance War as a Việt Minh soldier in the Northeast of Viet Nam (Việt Bắc). He returned to Hà Nội in 1954 and continued writing poems, as well as literary criticism. He also translated poems by European poets into Vietnamese via French.

His poems were written in different poetic forms, including Chinese five-syllable (ngũ ngôn) and seven-syllable lines (thất ngôn) and Vietnamese six-and-eight-syllable lines (lục bát), but many of his poems made use of eight-syllable lines (bát ngôn), which was new in Vietnamese modern poetry in the 1930s. Several poems by Xuân Diệu were set to music.

In general, the rhymes in eight-syllable-lines are as follows: the last syllable of the second line (**nhiều**) rhymes with the last syllable of the third line (**yêu**); the last syllable of the fourth line in this four-line stanza (**ấy**) rhymes with the last syllable of the first line in the following stanza (**vậy**); the last syllable of the second line in this stanza (**rồi**) rhymes with the last syllable of the third line (**xuôi**); the last syllable of the fourth line in this stanza (**vọng**) rhymes with the last syllable of the first line in the next stanza (**sóng**); and so on.

The poem recounts a conversation between the poet and his girlfriend in which they talk about their initial deep affection for each other and also blame each other for not being patient enough or responsive enough to strong feelings. Incorporating everyday conversations into poems was one of the groundbreaking features of New Poetry. Speaking openly about amorous feelings was also new, due to the influence of European Romanticism.

Xuân Diệu passed away in Hà Nội in 1985 and was posthumously awarded the Hồ Chí Minh Prize in Literature in 1996.

Vietnamese-English Glossary

This glossary contains all the vocabulary, phrases and set expressions introduced in the chapters. The words are listed in the traditional Vietnamese alphabetical order (a, ă, â, b, c, ch, d, đ, e, ê, g, gi, h, i, k, kh, l, m, n, ng, nh, o, ô, ơ, ph, qu, r, s, t, th, tr, u, ư, v, x, y). The words are further separated by their tone mark using the following sequence: a, à, á, ả, ã, ạ.

In the parentheses, the letter C preceding a number refers to the chapter, which is followed by N1 or N2 meaning "narrative 1" or "narrative 2." For instance, (**C1, N2**) means the word or phrase is introduced in Chapter One, Narrative Two.

The letters GU stand for "grammar and usage", which is followed by a number indicating the grammar and usage item number. For instance, (**C2, GU4**) means the word or phrase is introduced in Chapter 2, Grammar and Usage Note 4.

The word "Culture" indicates a cultural note. (**C1, Culture2**) means the word or phrase is introduced in Chapter 1, Cultural Note 2. If the word Culture is not followed by any number, that is, there is only one cultural note for this part of the chapter.

The letter E stands for "exercise." For example, (**C1, E1.2**) refers to the word or phrase introduced in Chapter 1, Exercise 1, Sentence 2 of the exercise.

Chapter 15 contains a short story and two poems. (**C15, Story**) means Chapter 15, Short Story; (**C15**, Poem1) refers to Chapter 15, Poem 1.

The semicolon signals a word introduced in two chapters or two narratives in the same chapters with different meanings. For example, **bảo đảm / đảm bảo** "to preserve" (C2, N2); "to guarantee" (C5, N1) means the word **bảo đảm / đảm bảo** with two different meanings is introduced in Chapter Two, Narrative Two and Chapter Five, Narrative One.

A

Ả Rập Xê Út Saudi Arabia (C9, N2)

ác cruel, brutal (C15, Poem2)

ai bảo why? (C15, Poem2)

Ai Cập Egypt (C13, N2)

anh hùng hero (C13, N1)

ánh sáng light (C2, N2)

ảnh hưởng (to) influence (C1, N1)

áo shirt (C15, Story)

Ă

ăn miếng ngon to have a tasty meal (C15, Story)

ăn uống không lành mạnh to have an unhealthy diet (C8, N1)

Â

âm lịch lunar calendar (C12, N1)

âm nhạc music (C11, N1)
  âm nhạc cổ điển classical music
  hiệp hội âm nhạc cổ điển classical music society

âm thanh / thanh âm sound (C9, N1)

Ấn Độ giáo Hinduism (C12, Culture3)

ấn tượng impression (C9, N1)
  tạo ấn tượng (cho) to make an impression on

B

bách hoá tổng hợp department store (C5, N2)

bài thi an exam (C10, N1)

bài trí to decorate (C13, N1)

bãi xe parking lot (C5, N2)

ban committee (C5, N1)

ban hành to announce (C10, N1)

ban tổ chức organizing committee (C9, N1)
  đồng trưởng ban tổ chức cohead of the organizing committee

bán hết to sell (be sold) out (C5, E6.4)

bán lẻ to retail; retailer (C5, N2)

bản mountain village (C15, Story)

bản sắc identity (C11, N2)

bản thân oneself (C8, N1)

bảng đấu / bảng group (C9, N2)

bánh kẹo cookies and candies (C5, N1)

bao nhiêu cũng … an emphatic construction (C4, N2)

bào to plane (C15, Story)

báo to inform, notify (C14, N2)

báo ảnh illustrated magazine (C12, GU1)

báo chí (collective noun) press (C9, N2)

bảo to tell (C15, Story)

bảo đảm / đảm bảo to preserve (C2, N2); to guarantee (C5, N1); to provide (C10, N1)

bảo tàng museum (C2, N2)

bảo vệ to protect (C2, N2); to defend (C10, N2)

Bắc bộ Northern Viet Nam (used only in weather forecasts) (C1, N1)

Bắc bộ phủ the Headquarters of the provisional government of the Democratic Republic of Viet Nam in 1945-1946 (the former palace of the French governor of Northern Viet Nam) (C2, N2)

Bắc Trung bộ Northern Region of Central Viet Nam (C1, Culture1)

bắn chết to shoot dead (C14, N2)

bắn hạ / hạ to shoot down, bring down (C14, N2)

bắn rơi to shoot down (C14, N2)

bắn súng to shoot; shooting (C9, GU3)

bằng chứng proof, evidence (C8, N2)

bằng lòng to agree (C15, Poem2)

bặt tin to have no news about (C14, N1)

bậc classifier for respected people (C12, N1)

bậc thang stair steps(C2, N2)
  ruộng bậc thang terraced fields

bận (informal) time (C15, Story)
  một bận one day

bất cứ any (C2, N2)

bất chấp regardless of (C12, N2)

bất động sản real estate (C7, N1)

bất lực helpless (C15, Story)

bất ngờ unexpected; surprise (C9, N2)
  gây bất ngờ to catch / take by surprise

bầu trời sky (C12, N2)
  trên bầu trời in the skies

bấy lâu nay for a long time until now (C14, N1)

bé nhỏ tiny (C15, Story)

bệ pedestal (C15, Story)

bên cạnh besides (C4, N1)

bên cạnh đó besides, in addition, on top of that (C3, N2)

bệnh lí pathology; disease, illness (C8, N1)

bệnh nhân patient (C8, N1)

bì pork skin (C4, N2)

bí quyết trade secret (C4, N2)

bị thất lạc to be lost (C14, N1)

bị thương to be injured or wounded (C14, N2)

bia gravestone, headstone (C14, N2)

biên bản protocol (C6, N2)

biên tập editor (C9, N1)
 tổng biên tập edito-in-chief

biến chứng complication (C8, N1)

biển sea, ocean (C13, N2)
 đi biển to travel by sea, navigate the open sea

Biển Đông Eastern Sea (South China Sea) (C13, N2)

biện pháp measure (C5, N1)

biết ơn to be grateful (C12, N1)

biểu diễn perform (C11, N1)

biểu hiện symptom (C8, N1)

binh sĩ (collective noun) soldiers (C11, GU1)

bình dân affordable for ordinary people (C4, N1)

bình ổn stable (C5, N1)

bình quân average (C5, N1)

bóng ball (C9, N2)

bóp to squeeze with one's hand (C15, Story)

bô lão village elders (C15, Story)

bố trí to deploy (C5, N2)

bổ sung to add (C5, N2)

Bộ Giao thông vận tải Ministry of Traffic and Transportation (C3, Culture1)

Bộ Giáo dục và đào tạo Ministry of Education and Training (C3, Culture1)

bộ mặt look, appearance (C3, N2)

bộ môn department at a college or university (C10, N2)

bộ phận part; mass (C1, N1)

Bộ Quốc phòng Defense Ministry, Defense Department (C14, N1)

Bộ Y tế Health Ministry (C3, Culture1); (C8, N2)

bông classifier for flowers (C11, N2)

bỗng all of a sudden (C15, Story)

bơi lội to swim; swimming (C9, GU3)

bởi vì / bởi because (C4, N2)

bù loong bolt (C9, GU1)

bún fresh rice noodles (C4, Culture2)

bùng phát to flare up, break out (C8, N2)

buổi gặp mặt get-together (C5, E6.5)

buồm sail (C13, N2)

buôn to trade (C13, N2)
 thuyền buôn commercial boat, trade boat
 thuyền buôn Châu Ấn commercial or trade boat, zhuyinchuan (Chinese: 朱印船; Japanese: shuinsen)

buồn sad (C14, N2)

bứa a type of large tree (*Garcinia oblongifolia*) (C15, Story)

bữa time (C15, Story)
 một bữa one day

bức a classifier (C2, N9)

bức ảnh a photo (C2, GU9)

bức mành a bamboo curtain (C2, GU9)

bức tường a wall (C2, GU9)

bức thư a letter (C2, GU9)

bức tranh a painting (C2, GU9)

bước step (C11, N2)

bước tiến advance (C9, N2)

bước vào cao điểm to reach a peak (C5, N1)

C

ca case (C8, N1)

ca nhạc music and song (C11, GU3)

cá nhân individual (C3, N2)

cách way (C3, N2)

cách biệt distance (C14, N2)

VIETNAMESE-ENGLISH GLOSSARY 257

cách nay / cách đây ago (C9, N2)

cải trang to disguise (C15, Story)

cải xoong watercress (C9, GU1)

cảm động to be touched, moved (C14, N2)

cảm hứng inspiration (C9, N1)
 truyền cảm hứng to inspire

cảm lạnh cold (illness) (C8, N2)

cán bộ officers (C12, N1)

càng even more (C5, N2)

cánh wing; classifier for some nouns (C11, N2)

cảnh báo to alert, warn (C8, N1)

cao medicinal extract (C15, Story)

cao cấp high-end, five-star (C7, N2)

cao điểm peak (C5, N1)
 dịp cao điểm mua sắm cuối năm the peak shopping period at the end of the year

cao học graduate school for master's degrees (C10, N2)

cao lớn tall and big (C15, Story)

căn cứ base (C14, N2)

căn hộ condo unit (C7, N1)

căn vặn to question (C15, Story)

cầm to hold (C15, Story)
 cầm lên xem to lift the stone to look at it

cân nặng weight (C8, N1)

cần need (C3, N2)

cẩn trọng cautious (C8, N1)

cận / gần near, close (C5, N1)

cấp level on the wind force scale (C1, N1)

cấp cứu emergency; to provide urgent care (C8, N1)

cấp tính acute (C8, N2)

cập bến to dock (C13, N2)

câu chuyện story (C14, N2)

câu lạc bộ sĩ quan officers' club (C11, E1.2)

cầu demand (C7, N1)

cầu an to long for peace (C12, N2)

cầu nối bridge (C14, N2)

cầu thủ bóng chuyền volleyball player (C9, GU3)

cầu thủ bóng đá soccer player (C9, GU3)

cầu thủ bóng nước water polo player (C9, GU3)

cầu thủ bóng rổ basketball player (C9, GU3)

cầu vượt overpass (C3, N1)

cầu xin to implore (C15, Story)

có được to be achieved (C3, N1)

có khả năng can afford (C13, E1.1)

có lẽ probably, perhaps (C13, N2)

có nơi in some places or areas (C1, N1)

có nghĩa to mean (C9, N2)
 điều đó có nghĩa là it means that, that is

có nhau to be together (C15, Poem2)

có sẵn available (not built) (C2, N2)

coi ... là to regard as, consider (C3, N2)

con classifier for an alley (C4, N2)

cổ đại ancient (C13, N2)

cổ điển classical (C11, N1)

cổ phần / CP share (C6, N2)
 công ti CP joint-stock company

cổ vật antiquities and archaeological artifacts (C13, N2)

cổ vũ (cho) to cheer on (C9, N1)

cội nguồn roots, origin (C12, N1)

công contribution (C12, N1)
 có công to have made contribution

công bố to announce publicly, make public (C2, N2)

công cộng public (C3, N2)

công chúng public (C11, N1)

công đức merits and virtures (C12, N1)

Công giáo Catholicism (C12, Culture3)

công lập public (C10, N1)

Công nguyên Christian era (C13, N2)

công nhận to recognize (C10, N1)

công thức recipe (C4, N2); formula (C6, N1)

Công Thương / công nghiệp và thương nghiệp industry and trade (C5, N1)

công ti company, firm (C2, N2)

công trình project (C2, N2)

công việc work; things to do (C3, N2)

cộng đồng community (C3, N2)

cột pole (C2, N2); mast (C13, N2)

cột cờ flagpole, flagstaff, flag tower (C2, N2)

cơ bản main (C7, N1)

cơ quan office, organ (C3, N2)

cơ quan ngang bộ institution at the level of a ministry (C6, Culture1)

cởi mở open-minded (C14, N2)

cơm tấm broken rice (C4, N2)

cơm văn phòng lunch for office (C4, Culture2)

cú owl (C4, N2)
  cú đêm a night owl

củ edible root of a plant (C15, Story)
  củ mài yam (*Dioscorea oppositifolius*)

cụ thể in particular (C3, N1)

của property (C15, Poem2)

cục classifier for some small objects with no certain shape (C15, Story)

Cục Tình báo chiến lược the Office of Strategic Services (OSS) (C14, Culture1)

cụm cluster (C6, N2)
  cụm công nghiệp a cluster of plants and factories

cung supply (C7, N1)

cung điện palace (C5, E2.5)

cung đường chạy / đường chạy running route (C9, N1)

cung ứng to supply, provide (C5, N1)

cùng nhau together (C14, N2)

cuộc sống life (C4, N1)

cuối end (C2, N2)

cuối kì at maturity (C6, N1)

cư xử to behave and treat people (C15, Story)

cử nhân bachelor (who holds a bachelor's degree) (C10, Culture1)

cự li distance (C9, N1)

cự li 1500 mét tự do 1500 m freestyle (C9, E2.3)

Cửa Bắc the Northern gate (C2, N2)

cửa ngõ gateway, access (C7, N2)

cửa sau rear gate (C2, N2)

cực nam southernmost (C3, E6.3)

cưỡi to ride (C15, Story)

cựu chiến binh war veteran (C14, N1)

Ch

chả trứng / chả grilled egg (C4, N2)

chai sạn calloused (C15, Story)

chài to bewitch (C15, Story)

chàng a young man (C15, Story)

chảo frying pan (C9, N1)

cháu grandchild (C14, N2)

chảy to flow (C15, Story)

chạy bộ to jog (C9, N1)

chăm chú (reduplicative) to focus on (C12, N2)

chấm dot, point (C6, N2)

chân bottom (the lowest part) of a bridge or overpass (C3, N1)

chân leg (C15, Poem1)

chẩn đoán to diagnose (C8, N1)

chập tối twilight, dusk (C4, N2)
  trời chập tối twilight falls

chất lượng quality; to be of high quality (C4, N2)

chậu basin (C9, N1)

chê to complain (C4, N2)

chế biến to process (C6, N2)

chế tạo to make (C13, N2)

chi nhánh ngân hàng nước ngoài tại Việt Nam branche of foreign banks in Viet Nam (C6, Culture1)

chi tiết detail; detailed (C5, N1)

chỉ đạo to guide, steer (C14, N1)

chỉ số index (C7, N1)

chia (làm / thành) to divide into (C12, N2)

chiến công feat of arms (C14, N2)

chiến đấu to fight, combat (C14, N2)

chiến sĩ soldier, police officer, firefighter (C11, GU3); soldier, rank and file (C12, N1)

chiến tuyến front line (C14, N2)
những người lính ở hai đầu chiến tuyến the soldiers on both sides of the front line

chiến thuật tactic; tactical (C14, N2)

chiến trường battlefield (C14, N1)

Chiết Giang Zhejiang Province in China (Chinese: 浙江) (C13, N2)

chiều hướng tendency (C8, GU3)

chiếu mệnh to reflect one's fate (C12, N2)
sao chiếu mệnh the star believed to reflect one's fate

chim bird (C13, N2)

chim cút button quail (C15, Story)

chính (emphatic marker) just, right (C4, N2)

chính sách đổi mới policy of renovation (C6, Culture2)

chính trị politics; political (C7, N2)

chính xác exact, precise (C8, N2)

chịu ảnh hưởng to be influenced by (C1, N1)

cho biết to let someone know, say (C2, N2)

cho ... được phép / cho phép to allow (C15, Poem2)

cho hay to say, tell (C5, N1)

cho thuê to rent out; for rent (C7, N2)

chọn to choose (C11, N2)

chóng mặt to feel dizzy (C8, N1)

chồn weasel (C13, N2)

chông gai thorny (C9, N2)

chống to fight (C5, N1)

chốt to finalize (C10, N1)

chờ đợi to expect (C14, N1)

chủ động to take the initiative (C5, N1)

chủ lực main, major (C6, N2)

chủ nhà host country (C9, N2)

chủ nhân author (C14, N1)

chủ nhiệm dean, chair (C10, N2)

chùa pagoda (C12, N2)

chung bảng to be in the same group (C9, N2)

chung cư apartment building; an apartment (C7, N1)

chung kết final (C9, N2)

chung tay to do something together (C3, N2)

chút a bit (C15, Poem2)

chuyên dụng special, specialized (made or used for one particular purpose) (C2, N2)

chuyên gia expert, specialist (C1, N1)

chuyên môn expertise, specialty (C8, N2)

chuyên ngành field, area (C10, N2)

chuyên nghiệp / chuyên professional (C9, N1)

chuyên sâu (về) to specialize in, focus on (C10, N2)

chuyên trang a section in the magazine (C4, N1)

chuyến a trip (C3, N2)
lỡ chuyến to miss a bus

chuyển biến (to) change (C3, N2)

chuyển cư migration (C7, N2)

chữ letter, character, writing system (C10, N2)

chưa từng có it has never happened (C5, N2)

  mức giảm sâu chưa từng có the deepest price cut so far

chứa đựng to contain (C13, N2)

chữa cháy to put out a fire (C11, N2)

chức năng function (C3, N1)

  đơn vị chức năng team from the Department of Traffic and Transportation

chứng kiến to witness (C15, Story)

chứng minh to prove (C8, N2)

chương trình học curricula (C7, E3.2)

D

da skin (C15, Poem1)

dám to dare (C15, Poem2)

danh nhân luminary (C13, N1)

danh tính personal information (C14, N1)

dành thời gian to save time for, devote time to (C5, N2)

dạy to teach (C10, N1)

dân ca folk songs (C11, Culture1)

dân tộc nation (C10, N2)

dẫn dắt to lead, guide (C9, N2)

  dưới sự dẫn dắt to be coached

dẫn đầu to lead, be in first place (C6, N1)

dâng to offer respectfully (C12, N1)

dâng lên to submit (C12, N2)

dấu chân footprint (C9, N1)

dây leo creeper, liana (C15, Story)

dễ dàng (reduplicative) easy (C15, Story)

dệt may (collective noun) textiles (C6, N2)

di chuyển to move (C3, N1)

di dời to move (C3, N1)

di sản heritage (C13, N2)

di tích site (C2, N2)

dì aunt (mother's sister) (C4, N2)

dĩa (Sài Gòn dialect) plate (Hà Nội dialect: **đĩa**) (C4, N2)

dịch chuyển to move (C7, N2)

diễn biến to evolve; development (C14, N2)

diễn đàn forum (C11, N1)

  trong khuôn khổ của Diễn đàn hợp tác Đông Nam Á mở rộng within the framework of the extended Forum for Southeast Asian Cooperation

diễn ra to happen (C7, N1)

diều kite (C11, N2)

dịp period (C5, N1)

dịp occasion (C6, N2)

  trong dịp này on this occasion

dịu dàng (reduplicative) graceful, gentle (C15, Poem1)

doanh nhân business person (C11, N1)

dòng flow, stream (C3, N1); trend (C11, N2)

  dòng phim a trend in moviemaking

dòng họ clan (C13, N1)

dòng Tên Jesuit (C11, E1.3)

dồi dào (reduplicative) plentiful (C5, N1)

dông thunderstorm (C1, N2)

dũng sĩ valiant soldier (a title) (C11, GU1)

duy nhất the only (one) (C10, N2)

Duyên hải Nam Trung bộ Coastal Southern Region of Central Viet Nam (C1, Culture1)

dư âm resonance (C11, N2)

dữ vicious (C15, Story)

dữ liệu data (C7, N1)

dự báo (to) forecast (C1, N1)

  dự báo thời tiết weather forecast

dự kiến to estimate (C5, N1)

dự thi to participate in a competition for an award (C11, N2)

dựa trên to (be) base(d) on (C8, N2)

dựa vào to lean, rely (C2, N2)

dừng to stop (C3, N1)

VIETNAMESE-ENGLISH GLOSSARY 261

dựng to make a movie (C9, E7.3)

dựng nước to found a country or state (C12, N1)

dược sĩ pharmacist (C11, GU1)

dưới gầm cầu under the bridge (C3, N1)

dường như it seems, as if (C14, N2)

Đ

đa dạng diverse (C2, N2)

đa số majority (C3, N2)

đá ice (for drinks) (C4, N1); stone (C13, N2)

đá to kick (C9, N2)
  bóng đá soccer

đại great (C12, N1)

đại chúng mass (C3, N2)
  cơ quan truyền thông đại chúng mass media

đại diện to represent; representative (C5, N1)

đại đoàn former military unit equivalent to **sư đoàn** division (C12, N1)

Đại hội Thể thao Đông Nam Á Southeast Asian Games / SEA Games (C9, Culture5)

đại sứ ambassador (C14, N1)

đại sứ quán embassy (C14, N1)

đại tá colonel (C14, N2)

đại uý captain (C14, N2)

đảm bảo to guarantee (C5, N1)

đàn bầu one-stringed instrument (C11, Culture1)

đàn nhị two-stringed fiddle (C11, Culture1)

đàn tam thập lục 36-stringed zither (C11, Culture1)

đàn thập lục 16-stringed zither (C11, Culture1)

đàn tranh 16-stringed zither (C11, Culture1)

đáng to be worth (C3, N1)

đáng buồn sad (C3, GU1)

đáng chê blameworthy (C3, GU1)

đáng đi thăm to be worth visiting (C3, GU1)

đáng ghét hateful (C3, GU1)

đáng ghi nhận should get noticed or recognized (C3, GU1)

đáng khen praiseworthy (C3, GU1)

đáng làm to be worth doing (C3, GU1)

đáng sống livable (C7, N2)

đáng tiếc regrettable (C3, GU1)

đáng thương pitiable (C3, GU1)

đáng trách blameworthy (C3, GU1)

đáng xem to be worth seeing / watching (C3, GU1)

đáng yêu lovable (C3, GU1)

đánh bại to defeat (C9, N2)

đánh giá to appraise (C8, N2)

đào to dig (C15, Story)

đào tạo to train; training (C10, N1)
  sở giáo dục và đào tạo department of education and training in a city or province

đảo dẫn hướng navigation island (C3, N1)

đạo Cao Đài Caodaism (C12, Culture3)

đạo diễn film director, theater director (C11, N2)

đạo Hoà Hảo Hoà Hảo Buddhism (C12, Culture3)

đạo Hồi Islam (C12, Culture3)

đạo lí morals (C12, N1)

đạo Phật Buddhism (C12, Culture3)

đạo Tin Lành Protestantism (C12, Culture3)

đạo Thiên Chúa Catholicism (C12, Culture3)

đáp lại to reply (C14, N1)

đáp ứng to meet someone's need or demand (C5, N1)

đạt to achieve (C3, N2)

đau đầu to have a headache (C8, N1)

đau đớn (reduplicative) painful; miserable (C15, Poem2)

đau khổ suffering (C15, Story)

262 VIETNAMESE-ENGLISH GLOSSARY

đau thương sorrow (C14, N2)

đặc biệt special; especially (C5, N1)

đặc biệt là especially (C3, N2)

đặc thù specific (C4, N2); specific feature (C3, N2)

đặc trưng characteristic of, typical of; special (C2, N2); specific feature (C13, N2)

đăng kí to register, sign up (C6, N2)
tổng vốn đăng kí đầu tư total registered invested capital

đẳng cấp caste (C15, Story)

đặt to be established (C8, N2); to lay (C14, N2)

đặt tên là to name (C13, N2)

đất liền mainland (C1, N1)

đất nước country (C4, N1)

đầu top (C9, N2); head (C13, N2)

đầu đường the beginning of a street (C3, N1)

đầu mối junction (C7, N2)
đầu mối giao thông công cộng public transportation junction

đầu ngành leading (in an academic area) (C13, N1)

đầu người per capita (C7, N2)
bình quân thu nhập đầu người the average income per capita

đầu tiên first (C9, N2)

đầu tư trực tiếp nước ngoài foreign direct investment (FDI) (C6, N2)

đấu thủ bóng bàn table tennis player (C9, GU3)

đấu thủ cờ vua chess player (C9, GU3)

đấu thủ quần vợt tennis player (C9, GU3)

đầy full (C15, Story)

đẻ to give birth (C15, Story)

đem lại to bring (C12, N2)

đen black (C4, N1)

đèn đỏ red light (C3, N1)

đề nghị to request (C5, N1)

đề tài topic (C10, N2); theme (C11, N2)

đề xuất to propose (C11, N1)

để ý thấy to notice (C4, N2)

đêm night (C2, N2)

đêm đêm every night (C4, N2)

đền temple (C12, N1)

đến kinh người unbelievably (C15, Story)

đều emphatic marker for the plural (C4, N1)

đều đặn (reduplicative) continuously (C4, N2)

đều đặn khách the restaurant's food is in demand (C4, N2)

đi bộ to walk (C2, N2)
phố đi bộ a street for pedestrians (vehicles prohibited)

địa điểm place, location (C5, N2)

địa hình terrain (C2, N2)

địa lí geography (C13, N1)

điểm point; stop (C3, N2); grade (C10, N2)
điểm chờ xe buýt a bus stop [literally: point where passengers wait for a bus]

điểm đến destination (C4, N2)

điểm nổi bật a notable point (C7, N2)

điểm nhấn point of interest (C2, N2)

điểm phần trăm percentage point (C7, N1)

điểm sáng a rising star (C7, N2)

điền kinh track and field (C9, N1)

điện ảnh cinema (C11, N2)

điện thờ place of worship (C12, N2)

điêu khắc sculpture (C13, N1)

điều chỉnh to adjust (C3, N1)

điều kiện condition (C6, N1)

điều lệ rule (C9, N2)

điều phối to coordinate (C8, N2)

điều trị to treat, cure (C8, N1)

đình community hall (C12, N2)

định to want (C15, Story)

định hướng to orient; orientation (C7, N2)

định kì monthly (C6, N1)

đỏ chót bright red (C13, N2)

đoàn kết to unite; unity (C12, N1)
  đại đoàn kết great unity

đoàn quân team (C9, N2)

đoán to guess (C15, Story)

đoạn section (C2, N2)

đoạt to win (C11, N2)

đòi to claim one's debt (C15, Poem2)
  đòi cho được I insist on your paying back what you owe me

đón to welcome (C4, N2)

đón đi to take someone from a place to bring to one's house (C15, Story)

đóng to act in a film or play (C10, N2); to build (C13, N2)

đóng quân to (be) garrison(ed) (C14, N2)

đóng tiền to pay a fee (C12, N2)

đô thị urban area; city (C7, N2)

đô vật wrestler (C9, GU3)

đồ ăn food (C4, N2)

đồ khô dried foods (C5, N1)

đổ về to be delivered in large amounts (C5, N1); to flock, gather in a flock (C9, N1)

đổ xuống to move down (speaking of traffic) (C3, N1)

độc đáo unique (C2, N2)

độc lập independent; independence; separate (C10, N1)

đôi two (C15, Poem1)

đôi bàn tay one's hands (C15, Story)

đôi chút a little bit (C9, N2)

đối phương enemy (C14, N2)

đối tác partner, counterpart (C6, N2)

đối thủ rival, opponent (C9, N2)

đối với for, to (C4, N1)

đội bóng soccer team (C9, N2)

đội mưa to do something in the rain (C12, N2)

đội ngũ (formal) ranks (C11, N2)

đội tuyển national team (C9, N2)

đồn to spread rumors (C15, Story)
  người ta đồn rằng there were rumors that

Đông Bắc bộ Eastern Region of Northern Viet Nam (C1, Culture1)

đông đảo (reduplicative) a large number of people (C9, N1)

đông đúc (reduplicative) crowded (C12, N2)

Đông Nam Á Southeast Asia (C4, N1)

đông xe busy (speaking of a street) (C4, E4.1)

đồng co- (C9, N1)

đồng copper, bronze (C13, N2)

đồng bằng sông Cửu Long the Mekong River Delta (C1, Culture2)

đồng bằng sông Hồng the Red River Delta (C1, Culture2)

đồng thời at the same time (C3, N2)

động grotto (C2, N2)

động vật animal (C8, N2)

đột biến sudden, unexpected (C7, N1)

đột quị stroke (C8, N1)

đời trước in the past (C13, N2)

đơn vị a unit; company (C2, N2); retailer (C5, N2); clinic, hospital (C8, N1)

đợt wave, spate, rash (C1, N1)
  đợt không khí lạnh an influx of cold air

đủ enough, sufficient (C2, N2)

đúc to cast, mold (C13, N2)

đúng đắn appropriate (C7, N2)

đúng giờ on time (C3, N2)

đuôi tail (C13, N2)

đưa cho to hand (C15, Story)

đứa trẻ a child (C11, N2)

Đức honorific title; in this case: His Holiness (C12, N1)

đứng thứ hai to be in second place (C7, N2)

được biết đến to be known (C4, N1)

được phép to have / receive permission, be allowed (C9, N1)

đương kim current, present (C9, N2)
  đương kim vô địch defending champ(ion)

đường lối đổi mới policy of renovation (C6, Culture2)

đường mòn trail (C2, N2)

đường phố (collective noun) streets (C3, N2)

E

e ngại to be reluctant to (C3, N2)

G

gác lại to leave behind (C14, N2)

gạch brick (C15, Story)

gắn bó to be attached to; to remain devoted to (C4, N2)

gắn kết (với) to (be) relate(d) to (C12, N1)

gặp gỡ (reduplicative) to meet (C14, N2)
  cuộc gặp gỡ a meeting, reunion

gần đây recently (C4, N1)

gần gũi (reduplicative) close, similar (C13, N2)

gần nhất most recent (C9, N2)

gần như almost (C3, N2)

gây to cause (C8, N1)

gây ra to cause (C1, N1)

gầy gò (reduplicative) skinny (C15, Story)

ghé to stop by (C4, N2)

ghé sát miệng vào to put the mouth close to (C15, Story)

ghi nhận to recognize, notice (C3, N1)

ghi nhớ to memorize (C6, N2)
  biên bản ghi nhớ memorandum

gò má cheekbone (C15, Story)
  những giọt nước mắt lăn trên gò má tears ran down his cheeks

gọi to order food in a restaurant (C4, N2); to call (C10, N2)
  gọi thêm to add to one's order

gọi ... là ... to call (C9, N2)

góp phần to contribute to (C3, N2)

gồm to include (C5, N1)

gửi to deposit (C6, N1)

Gi

gia cầm poultry (C5, N1)

gia súc livestock (C5, N1)

giá price (C4, N2)

giá trị value (C2, N2)

giải prize, award (C9, N1)

giải đấu competition for a prize (C9, N1)

giải hạn to relieve someone (including oneself) of bad luck (C12, N2)

giải ngân disbursement (C6, Culture2)

giải phóng to liberate; liberation (C13, N1)

giải thưởng prize, award (C10, N2)

giải trí to relax; entertainment (C7, N2)

giải vô địch / giải championship (C9, N2)

giám định to evaluate as an expert (C13, N2)

giám đốc director (C2, N2)

giám sát to examine and detect (C8, N2)

giảm to decrease (C3, N1)
  giảm giá to reduce the price

giảm giá sập sàn a deep price cut (literally: the price drops so sharply that it breaks the floor of the store) (C5, N2)

Giáng sinh Christmas (C11, N1)

giảng viên college or university faculty member (C10, N2)

giao dịch to transact; transaction (C7, N1)

giao thoa crossroad (C7, N2)

giáo dục to educate; education (C10, N1)

giáo sĩ missionary (C11, GU1)

Giáp Thìn the Year of the Dragon (C12, N1)

giày da (collective noun) shoes (C6, N2)

giày dép (collective noun) shoes (C5, N2)

giết to kill (C15, Story)

gió đông bắc Northeast wind (C1, N1)

gió giật mạnh strong gust of wind (C1, N2)

gió sóng trouble (C15, Poem2)

giọt drop (C15, Story)

giỗ death anniversary (C12, N1)

giống similar (C2, N2)

giơ tay to raise one's hand or arm (C14, N2)

giới circles (C11, N2)

giới chuyên môn professional circles

giới chức authorities (C7, N2)

giữ gìn (reduplicative) to preserve (C10, N2)

giữ nước to defend one's country (C12, N1)

giữ quan hệ to keep in touch (C14, N2)

H

hài cốt remains (C14, N1)

hài lòng to be satisfied (C4, N2)

hải hành navigation at the open sea (C13, N2)

hải quân navy (C14, N2)

hàn gắn to heal (C14, N2)

Hán Chinese (C10, N2)

hạn chế to limit, restrict (C2, N2)
sự hạn chế limitation, restriction

hang cave (C2, N2)

hàng / hàng hoá goods (C5, N1)

hàng row (C12, N2)
ngồi theo hàng to sit in rows

hàng đầu leading; most likely (C9, N2)

hàng nghìn thousands of (C2, N2)

hàng thuỷ hải sản freshwater and saltwater seafood (C5, N1)

hãng company, firm (C11, N2)

hạng rank, place (C9, N2)

hạng mục genre (C11, N2)

hành chính administration; administrative (C7, N2)

hành động action (C8, N2)

hành khách passenger (C3, N2)

hành trình trip, itinerary, route (C2, N2)

hạnh phúc to be happy (C12, N2)

hào hiệp generous (C15, Story)

hát ru lullabies (C11, Culture1)

hằng every (C2, N2)
hằng tuần every week, once a week

hâm mộ to be a fan of (C9, N1)
người hâm mộ fan

hấp dẫn attractive, eye-catching (C4, N2)

hầu hết most of (C3, N2)

hẻm (Sài Gòn dialect) alley (Hà Nội dialect: **ngõ**) (C4, N2)

hễ ... là ... whenever ... [then] ... (C3, N2)

hệ thống system (C3, N2)

hi sinh to be killed in the line of duty (C14, N2)

hi vọng to hope (C5, N1)

hiếm rare, scarce (C15, Story)

hiền gentle (C4, N2)

hiện đại modern (C3, N2)

hiện vật artifact, object (C13, N1)

hiệp half (C9, N2)
hai hiệp chính (two halves of the) regulation time
hai hiệp phụ (two halves of the) extra time

Hiệp định Genève Geneva Accords (C12, Culture2)

Hiệp định Paris the Paris Peace Accords (C14, Culture6)

hiệp hội association (C2, N2); society (C11, N1)

hiểu rất rõ to be very familiar with (C15, Story)

hình shape (C2, N2); picture, image (C13, N2)

hình ảnh image (C9, N1)

hình chữ nhật rectangle (C13, N2)

hình thức form (C10, N1)

họ component referring to the child of one's aunt or uncle (C4, N2)

  anh họ cousin (son of one's aunt or uncle)

họ family (group of related animals, plants, etc.) (C8, N2)

hoà to tie (C9, N2)

hoà bình peace (C14, N2)

hoà nhạc concert (C11, N1)

hoá chất (collective noun) chemicals (C6, N2)

hoá giải to resolve (C14, N2)

hoạ báo illustrated magazine (C12, GU1)

hoàn toàn completely, entirely, absolutely, undoubtedly (C13, N2)

hoàn thiện to perfect (C8, N2)

hoàng gia royal (C2, N2)

  Hiệp hội Hang động Hoàng gia Anh the British Royal Caving Association

  Hoàng Thành Thăng Long the Imperial Citadel of Thăng Long (C2, N2)

hoạt động activity (C5, N2)

hoạt hình animated (C11, N2)

  phim hoạt hình animated cartoons

học giả scholar (C10, GU4)

học sinh elementary, middle or high school student (C10, N1)

học tập to study (C10, N2)

học thuật academic (C10, N2)

học viên student (C10, N2)

hóm hỉnh (reduplicative) humorous (C14, N2)

  nói bằng một giọng hóm hỉnh to say with charm and good humor

hòn classifier for round or small things (C15, Story)

hô hấp respiration; respiratory (C8, N2)

hồ lake (C2, N2)

hồ sơ file, document (C14, N1)

hổ tiger (C15, Story)

hổ cốt tiger bones (C15, Story)

  cao hổ cốt medicinal extract made from tiger bones

hỗ trợ to assist (C5, N2)

Hồi giáo Islam (C12, Culture3)

hội association (C11, N1)

hội chứng syndrome (C8, N2)

Hội đồng Thế vận hội châu Á Olympic Council of Asia / OCA (C9, Culture5)

hội nghị conference (C6, N2)

hội ngộ (formal) to reunite, get together (C14, N2)

hội quán guildhall (Chinese: 會館 \ 会馆) (C13, N2)

hội tụ to converge (C11, N2)

hờ slight, not very tight (C15, Poem1)

hợp tác to cooperate; cooperation (C6, N2)

huấn luyện viên / HLV (head) coach (C9, N2)

hút thuốc to smoke (C8, N1)

huyện district in the rural areas (C5, N1)

huyết áp blood pressure; high blood pressure (C8, N1)

hương incense (C12, N1)

hương vị flavor, taste (C4, N1)

VIETNAMESE-ENGLISH GLOSSARY 267

hường / hồng pink, red (C15, Poem1)

hướng direction (C3, N1)

hướng dẫn to direct (C12, N2)

hướng đi direction (C7, N2)

hướng về to look back on (C12, N1)

hưởng to take advantage of (C6, N1)

hươu elk, moose (C13, N2)

  sừng hươu antlers

I

in hình to form shapes (C15, Story)

ít nhất at least (C9, N2)

ít nhiều to some extent (C11, N2)

K

kẽ small gap (C15, Story)

  kẽ tay small gaps between the fingers

kéo dài to extend (C3, N1)

kế hoạch plan (C5, N1)

kể to tell a story (C14, N2)

kể đến to mention (C3, N2)

kể lể (reduplicative) to tell something in detail (C15, Story)

kể từ khi since (C4, N1)

kết nối to connect, link (C7, N2)

kì ảo amazing, miraculous (C2, N2)

kì hạn term (C6, N1)

kì thú to be of extraordinary beauty (C2, N2)

kì tích an exceptional feat (C9, N2)

kì vọng to expect (C3, N2)

kí to sign (C14, N1)

kí kết (reduplicative) to sign (C6, N2)

kỉ niệm to celebrate, commemorate (C10, N2)

kỉ vật souvenir; relic from the war (C14, N1)

kích cầu to stimulate consumer demand (C5, N2)

kịch nói drama (C11, Culture6)

kiều nữ (formal) beautiful young woman (C15, Poem1)

kiểu way, manner (C4, N1)

kim ngạch turnover (C6, N2)

kinh Buddhist prayers (C12, N2)

kinh doanh to do business (C6, N2)

kinh tế economy; economic (C7, N2)

kịp thời timely; in a timely manner (C5, N2)

Kh

khá giả wealthy (C5, E2.2)

khác biệt distinctive, unusual, exceptional (C2, N2)

khách customer (C4, N2)

khách ăn đông to have a lot of customers (speaking of a restaurant) (C4, N2)

khách quan objective (C10, N1)

khai quốc công thần founding father (Chinese: 開國 \ 开国功臣) (C13, N1)

khai thác to execute, carry out (C2, N2); to exploit, make use of, take advantage of (C3, N2)

khán giả spectator (C9, N1)

kháng chiến chống Pháp the Anti-French Resistance War (C1, Culture2)

khảo cổ archaeology; archaeological (C13, N2)

khảo sát to research, investigate, survey (C2, N2)

khắc to carve, engrave (C13, N2)

khắc hoạ (formal) to describe, depict (C13, N1)

khắp all over (C4, N1)

khắp nơi đây đó everywhere in the village (C15, Story)

khẽ lightly (C15, Story)

khen ngon to be happy with the food's quality (literally: to praise the tasty food) (C4, N2)

khép lại to be closed (speaking of an event) (C11, N2); to leave behind (C14, N1)

khí tượng meteorology (C1, N1)

khiến to cause (C3, N2)

khoa faculty, professional school (C10, N2)

khoa học science; reasonable (C3, N2)
  một cách khoa học in a reasonable or rational manner

khoá course, session (C12, N2)

khoá giá to lock the price (C5, N2)

khoá luận college senior thesis (C10, N2)

khoang cavity (C2, N2)

khoảng approximately, around; range (C1, N1)

khoẻ mạnh sturdy (C15, Story)

khối mass (C1, N1)
  khối không khí lạnh a cold air mass

không ai nobody, no one (C4, N2)

không chỉ ... mà còn ... not only … but also … (C4, N1)

không chiến air battle (C14, N2)

không chuyên amateur (C9, N1)

không gian space; environs (C2, N2); atmosphere (C7, N2)

không kém not less (C13, N2)

không khí air (C1, N1)

không làm sao ... được ... to be unable to do something (C15, Story)

không mấy not very (C4, N2)

không quân air force (C14, N2)

khởi động to warm up; to start (C2, N2)

khởi hành to set out on a trip (C2, N2)

khởi nghĩa to rise up, rebel; uprising, rebellion (C13, N1)

khởi sắc auspicious (C11, N2)

khuấy động to rouse (C9, N1)

khung giờ work hours (C4, N2)

khuôn khổ framework (C11, N1)

khuôn viên yard (C12, N2)

khuya late night (C4, N2)

khuyến cáo to advise (C8, N1)

khuyến nghị to recommend; recommendations (C8, N2)

L

la cà to hang around (C15, Story)

La Tinh hoá to romanize (C11, E1.3)

là mình thấy vui it makes me happy (C4, N2)

là phải (idiom) as expected (C4, N2)

lạ unusual (C4, N2); strange (not known or seen before) (C15, Story)
  khách lạ stranger

lạ kì unusual, extraordinary (C14, N2)

lạ lùng (reduplicative) strange (C15, Story)

lạ thường amazingly (C15, Story)

lái to fly an airplane (C14, N2)

lãi interest (C6, N1)

lãi suất interest rate (C6, N1)

làm chủ to own, be the owner of; to control (C13, N2)

làm duyên to try to attract admiration (C15, Poem1)

làm lễ to carry out religious ceremony (C12, N2)

lan toả to spread (C3, N2)

làn lane (C3, N1)
  làn chờ waiting lane

làn sóng wave (C7, N2)

lãnh sự consul (C6, N2)
  tổng lãnh sự consul general

lãnh thổ territory (C6, N2)
  vùng lãnh thổ a territory that belongs to or is controlled by the government of a country

VIETNAMESE-ENGLISH GLOSSARY 269

lao xao (reduplicative) to produce light, continuous sounds (C15, Poem1)

Lào Laos (C2, Culture7)

lăn to run down (C15, Story)

lặng người to be in stunned disbelief (C15, Story)

lần đầu tiên for the first time (C4, N1)

lần gần nhất the last time (literally: the latest time) (C9, N2)

lần lượt in turn (C15, Story)

lễ holiday (C5, N2); ceremony (C10, N2); religious ceremony (C12, N1)

lệch to be tilted, on a slant; to move eastward (C1, N1)

lên đèn to turn on lights (C4, N2)

lên kế hoạch to make a plan (C14, N2)

lên xe to get on a means of transportation; to drive one's car or motorbike (C3, N2)

li ti tiny (C15, Story)

lí thuyết theory (C9, N2)
 về lí thuyết theoretically

lịch sử history (C2, N2)

liên đoàn bóng đá football federation (C9, Culture7)

liên hoan festival (C11, N2)

liên kết to coordinate (C6, N2)

liên lạc liaison (C11, N1)
 Hội liên lạc với người Việt Nam ở nước ngoài Association for Liaison with Overseas Vietnamese

liên quan (đến) to relate to; related to (C8, GU4)

liên tiếp consecutive(ly) (C9, N2)

liên tục continuous(ly), with no interruption (C3, N1)

liền right away, immediately (C15, Poem2)

liệt sĩ revolutionary martyr, dead hero (C11, GU1); a soldier killed in battle, fallen soldier (C14, N1)
 xác định danh tính hài cốt liệt sĩ to indentify fallen soldiers' remains

liệu a question word (C9, N2)

linh vật mascot (C13, N2)

lĩnh to collect, receive (C6, N1)

loại to eliminate (C9, N2)
 bị loại to be eliminated

loại type, sort, strain (C8, N2)

lòng bed, bottom (C2, N2)
 trong lòng hang on the cave bed, at the bottom of the cave

lọt vào to qualify for (C9, N2)

lộ trình route (C2, N2)

lốc tornado (C1, N2)

lối đi way, path (C2, N2)

lối sống lifestyle (C4, N1)

lội to wade (C2, N2)

lông thú fur (C15, Story)

lỡ to miss (C3, N2)

lợi ích advantage (C3, N2)

lợi thế advantage (C5, N2)

luận văn thesis (C10, N2)

lục địa continent (C11, N2)

luôn always (C5, N2)

luỹ kế accumulation (C7, N2)

lửa fire (C15, Story)

lực lượng forces (C14, N2)

lượn to move in curves (C2, N2)

lượng amount, number (C3, N2)

lượt turn (C5, N2)
 chờ khoảng 15-20 phút mới đến lượt to wait in line about 15 to 20 minutes to pay

lưu giữ to keep and protect (C13, N2)

lưu hành to be communicated, spread (C8, N2)

lưu niệm to remind one of a person, place of event (C13, N1)
  khu lưu niệm memorial center

lưu thông to move (C3, N1)

lưu trữ to archive (C14, N1)
  hồ sơ lưu trữ archives

M

ma ghost (C15, Story)

mã não agate (C13, N2)

mạch pulse (C8, N1)

mạch máu blood vessel, capillary (C15, Story)

mãi far away (C15, Story); continuously (C15, Poem1)

mang đến (cho) to bring (C2, N2)

mang lại to bring (C3, N2)

mang tên to be named after / for (C10, N2)

mạng lưới network (C8, N2)

mạnh strong, powerful (C1, N1)

mạnh mẽ (reduplicative) strong, powerful; rapid (C3, N2)

may mắn (reduplicative) to have good luck (C12, N2)

mắc (Sài Gòn dialect) expensive (Hà Nội dialect: **đắt**) (C4, N2)

mắc nợ to owe, be in debt (C15, Poem2)

mặc váy áo đẹp to be well-dressed (C15, Story)

mắt xích link of a chain (C13, N2)

mặt hàng product (C6, N2)

Mặt trận Dân tộc Giải phóng miền Nam Việt Nam the National Liberation Front of South Viet Nam (C14, Culture5)

mầm non preschool (C10, Culture1)

mất mát (reduplicative) loss (C14, N2)

mất tích to miss (C14, N1)
  mất tích trong chiến tranh missing in action (MIA)

mật độ density (C7, N2)

mấu chốt key (C4, N2)
  điểm mấu chốt key point

mẫu mother (C12, N1)

mẫu giáo higher kindergarten (C10, Culture1)

mây cloud (C1, N2)

mè loi a type of bamboo (C15, Story)

mép edge (C15, Poem1)

mét vuông / **m²** square meter (C7, N1)

mềm soft; inexpensive (C7, N1)

mến to like (C15, Poem2)

mệt to be tired (C4, N2)

mĩ thuật fine arts (C13, N1)

miếng a piece (C4, N2)

miếu shrine (C15, Story)

mình body (C13, N2)

mỏ beak, bill (C13, N2)

mọc to grow; to rise, emerge (C2, N2)
  mọc từ dưới nước lên to emerge from the water

mọi every (C4, N1)
  khắp mọi miền all the regions

món dish (C4, N2)

món classifier for some nouns (C11, N1)

mong to expect (C15, Poem2)

mong muốn to wish (C6, N2)

mong ngóng to wait and hope (C14, N1)

mỏng thin (C15, Poem1)

mô hình model (C7, N2)

mô phỏng to copy, imitate, reproduce (C13, N1)

mồ côi orphan (C15, Story)

môi giới broker (C7, N1)
  môi giới bất động sản real estate broker

mối đe doạ threat (C14, GU4)

mối lo / **mối lo ngại** worry, concern (C14, GU4)

mối quan hệ relations (C14, GU4)

VIETNAMESE-ENGLISH GLOSSARY 271

mối sầu sadness (C14, GU4)

mối tình love (C14, GU4)

mối thù hatred (C14, N2)

môn subject, course (in school) (C10, N1)

mộng to dream (C15, Poem2)

một cách in a manner (C3, N2)

một loạt a number of (C2, N2)

một thứ a kind of (C15, Story)

mơ ước to dream (C15, Poem2)

mở to open up (C3, N1)

mỡ máu blood lipids; high triglyceride level (C8, N1)

mới đây recent (C3, N1)

mù / sương mù fog (C12, N2)

mua nhiều lợi nhiều the more you buy, the less you pay (C5, N2)

múa rối nước water puppet theater (C11, Culture5)

mục sư minister (Protestant clergyman) (C10, GU5)

mục tiêu goal, aim, target (C9, N2)
  đặt mục tiêu to set a goal

mùi smell, fragrance, aroma (C4, N2)

mũi nose; bow (C13, N2)

muỗm a type of mango (C15, Story)

muông thú (collective noun) animals (C2, N2)

mưa rào torrential downpour (C1, N2)

mưa to heavy rain, downpour (C1, N2)

mưa vừa moderate rain (C1, N2)

mức level, extent (C5, N2); rate (C6, N1)

N

Nam bộ Southern Viet Nam (used only in weather forecasts) (C1 N2)

nàng 1) a word used before a female name to refer to a teenage girl; 2) she, her (C15, Story)

nảy lửa fierce (C14, N2)

năm nào a long time ago (C14, N2)

năm xưa long ago (C14, N2)

nắm tay fist (C15, Story)

năng động dynamic (C6, N2)

năng lực capacity (C3, N2)

nặng (speaking of disease, illness) serious, severe (C8, N2)

nâng cấp upgrade (C9, N1)

nét feature (C4, N1)

nền underlying (C8, N1)
  bệnh lí nền underlying conditions
  nền kinh tế quan liêu bao cấp centrally planned economy (C6, Culture2)

niêm yết to post, put up (C6, N1)

niềm tin belief (C12, N2)

niên đại era, age (C13, N2)
  có niên đại cách đây khoảng 2.300 năm to date back about 2,300 years

nói chung in general (C3, N2)

nói khó to have difficulty speaking (C8, N1)

nói ngọng to lisp, mispronounce (C8, N1)

nói riêng in particular (C3, N2)

nón Vietnamese conical palm hat (C2, N2)
  hình tháp nón cone

nỗ lực to make every effort (C7, N2)

nối đuôi nhau to move one after another (C3, N1)

nổi bật outstanding (C11, N2)

nổi tiếng famous (C11, N1)

nỗi classifier for some feelings (C15, Story)

nội chiến civil war (C13, GU1)

nội dung content (C13, GU1)

nội địa domestic (C13, GU1)

nội thành inside the city or town (C13, GU1)

nội thất interior (C13, N1)

Nôm old writing system of Vietnamese (C10, N2)

nộp to pay an amount of money (C12, N2)

nút a major road junction (C3, N1)

nữ sinh female student (C14, E4.1)

nước mắt tear (C15, Story)

nước ngầm underground water (C2, N2)

nước nhà our country (C9, N1)

nướng to bake, barbecue; baked, barbecued (C4, N2)

Ng

ngã tư intersection (C3, N1)

  Ngã Tư Sở one of the largest intersections in Hà Nội

ngạc nhiên to be surprised (C4, N2)

ngại to be reluctant to (C3, N2)

ngành area, field (C5, N1)

ngay right (C3, N1)

ngày một tăng to increase day by day (C5, N1)

ngày nào a long time ago (C15, Story)

ngày thường at other times of the year (C5, N1)

ngày xưa once upon a time (C15, Story)

ngắm to gaze at (C2, N2)

ngăn to stop (C9, N2)

ngân hàng bank (C6, N1)

Ngân hàng Nhà nước Việt Nam State Bank of Viet Nam (C6, Culture1)

ngân hàng thương mại cổ phần joint-stock commercial bank (C6, Culture1)

ngân hàng thương mại do Nhà nước làm chủ sở hữu commercial bank owned by the Vietnamese government (C6, Culture1)

ngập to be flooded (C5, E6.1)

ngập mặn saltwater intrusion (C13, E5.3)

ngẫu nhiên by accident, accidentally (C4, N2)

  không phải ngẫu nhiên not by accident

ngẫu vật idol (C15, Story)

nghe nói to hear people say (C15, Story)

nghệ sĩ artist (C11, N1)

nghi lễ ritual (C12, N2)

nghiên cứu to research (C10, N2)

nghiên cứu sinh Ph.D. student (C10, N2)

ngoài in addition to (C3, N2)

ngoài ra besides (C3, N1)

ngoại on the maternal side or daughter's side (C14, N2)

  cháu ngoại child(ren) of one's daughter

ngoại giao diplomacy (C13, N1)

  nhà ngoại giao diplomat

ngoại khoá extracurricular (C13, GU1)

ngoại ngữ foreign language (C10, N1)

ngoại ô suburbs, outskirts (C13, GU1)

ngoại tệ foreign currency (C13, GU1)

ngoại thành suburbs, outskirts (C13, GU1)

ngoại trưởng state secretary (C13, GU1)

ngoại văn in foreign languages (C13, GU1)

ngoại xâm foreign invader (C13, GU1)

ngoan obedient (C15, Poem2)

ngoằn ngoèo (reduplicative) meandering, zigzagging, winding (C3, N2)

ngóc ngách (collective noun; reduplicative) alleys (C3, N2)

ngón finger (C15, Story)

  ngón không ra ngón the fingers are ugly (C15, Story)

ngón tay finger (C15, Poem1)

ngọn nước water current (C15, Poem2)

ngót nghét (reduplicative; informal) almost (C4, N2)

ngộ độc poisoning (C5, N1)

ngôi vô địch champion (C9, N2)

ngôn ngữ language (C14, N2); writing system (C10, N2)

ngờ to expect (C15, Poem2)

  ai ngờ I didn't expect

VIETNAMESE-ENGLISH GLOSSARY 273

nguồn spring (C12, N1)

nguồn gốc origin (C12, N2)

nguyên nhân reason (C3, N2)

nguyên sinh not affected by human activity (C2, N2)
   rừng nguyên sinh virgin forest

nguyên vẹn intact (C13, N2)
   còn nguyên vẹn to remain intact

ngữ văn philology (C10, N1)

ngựa horse (C15, Story)

ngược lại opposite; in the opposite direction (C3, N1)

người human (C15, Story)

người bệnh patient (C8, N1)

người dân resident, people (C3, N2)

người người everybody (C4, N1)

người thân relatives (C14, N1)

người tiêu dùng consumer (C5, N1)

người xưa people in the past (C13, N2)

Nh

nha sĩ dentist (C11, GU1)

nhà báo journalist (C9, N1)

nhà chính trị politician (C13, N1)

nhà chùa monks in a pagoda (C12, N2)

nhà cung cấp supplier, provider (C5, N2)

nhà giáo (formal) teacher (C10, N2)

nhà giáo nhân dân / NGND the highest title for a teacher (literally: people's teacher) (C10, N2); (C10, Culture1)

nhà giáo ưu tú / NGƯT (honorary title) eminent teacher (C10, Culture1)

nhà hát theater (C2, N2)

nhà khách guest house (C2, N2)

nhà làm phim filmmaker (C11, N2)

nhà nhà every family, every household (C4, N1)

nhà soạn nhạc composer (C9, E7.5)

nhà thơ poet (C13, N1)

nhà trẻ kindergarten (C7, N2); lower kindergarten (C10, Culture1)

nhà trường (formal) school; university (C10, N2)

nhà văn writer, author (C13, N1)

nhạc nhẹ light music (C11, GU3)

nhạc phẩm musical work (C11, N1)

nhạc sĩ musician (C9, E7.5); composer (C11, N1)

nhạc tiền chiến pre-war songs (C11, Culture2)

nhạc trưởng conductor (C11, GU3)

nhạc viện music conservatory (C11, GU3)

nhanh thoăn thoắt fast and skillfully (C4, N2)

nhánh branch (C9, N2)
   nhánh đấu khác other groups

nhảy cầu to dive; diving (from a platform) (C9, GU3)

nhằm in order to, with a view to (C2, N2)

nhẵn smooth (C15, Story)
   nhẵn thín extremely smooth

nhấc to lift up (C15, Story)

nhân to multiply (C5, N2)

nhân dịp on the occasion of (C10, N2)

nhân sư the Sphinx (C13, N2)

nhân văn humane; humanity (C11, N1)

nhân viên employee (C5, N2)

nhấn mạnh to emphasize, stress (C9, N1)

nhận định to appraise, assess (C7, N1)

nhận lại to receive, get back (C14, N1)

nhập hàng to order goods (C5, N1)

nhập khẩu to import (C6, N2)

nhật kí diary (C14, N1)

nhẹ slight (C14, N2)
   bị thương nhẹ to be slightly wounded

nhích từng chút to inch (C3, N1)

nhiệt độ temperature (C1, N1)

nhiệt tình enthusiasm (C9, N1)

nhộn nhịp (reduplicative) to bustle; bustling (C5, N1)

nhờ thanks to (C11, N2)

như as if (C2, N2)

như bởn with great ease (C15, Story)

như cũ as before, with no change (C3, N1)

như sau as follows (C6, N1)

như thể as if, apparently (C4, N2)

như vậy that being said (C6, N1)

nhưng mà (informal) / **nhưng** (C4, N2)
mệt thì có mệt nhưng mà … of course I get tired but …

Ô

ô black (speaking of horses) (C15, Story)

Ph

phải must, to have to (C3, N2)

phải right (C3, N1)
rẽ phải to turn right

pháo hoa fireworks (C12, N1)

phát to distribute (C12, N2)

phát hiện to excavate; excavation (C13, N2); to discover (C14, N1)

phát triển developed, advanced (C3, N2)

phảy / phẩy comma (C6, N2)

phân khu district, section (C7, N2)

phân luồng to orient (C10, N1)

phần part (C4, N1); portion (C4, N2)

phần trăm (%) percent (C5, N1)

phấn face powder (C15, Poem1)

Phật giáo Buddhism (C12, Culture3)

phật tử Buddhist (C12, N2)

phép lạ miracle (C15, Story)

phi công pilot (C14, N2)

phiếu ticket (C12, N2)

phim truyện feature film (C11, N2)

phó giáo sư / PGS associate professor (C8, N1)

phó tổng thống vice president (C14, E1.1)

phong cách style (C11, N2)

phong cảnh scene (C2, N2)

phong phú plentiful, abundant (C5, N1)

phong tục custom (C15, Story)

phòng to prevent (C5, N1); to protect (C8, N1)

phòng thí nghiệm lab (C8, N2)

phòng tránh to avoid (C8, N1)

phổ biến popular; to make widely known; typically (C1, N1)

phổ thông general, basic (C10, N1)
trung học phổ thông high school

phối hợp to coordinate (C11, N1)

phù điêu relief (C12, N1)

phù hợp (với) to be in agreement with, to suit, be suitable (C10, N1)

phủ to cover (C7, N2)
mật độ phủ xanh toàn tỉnh the tree density of the entire province

phụ (Sài Gòn dialect) to help (Hà Nội dialect: **giúp**) (C4, N2)

phụ kiện clothing accessories (C5, N2)

phụ nữ (formal) woman (C4, N2)

phục dựng to restore (C13, N1)

phục vụ to serve (C5, N1)

phương án plan (C3, N1)

phương tiện means; vehicle (C3, N1)
dòng phương tiện flow of traffic

phường ward (a section of a district in a city) (C2, N2)

Q

qua đường passersby (C15, Poem1)

quà gift (C11, N1)
món quà a gift

quá khứ the past (C14, N2)

quá tải to be overcrowded (C5, N2)

quan hệ đối tác chiến lược toàn diện comprehensive strategic partnership (C14, Culture7)

quan hệ đối tác toàn diện comprehensive partnership (C14, Culture7)

quan tâm (đến) to pay attention to (C8, GU4)

quán small shop, eatery (C4, N2)

quản lí to keep under control (C8, N1)

quang cảnh đồng lúa rice field landscape (C10, E1.4)

quảng trường square (C7, N2)

quay đầu to make a U-turn (C3, N1)

quân army (C12, N1)

quân chủ monarchy; monarchic(al) (C13, N1)

quân nhân serviceman (C14, N2)

quân sự military (C13, N1)
  nhà quân sự military strategist

quần đảo archipelago (C13, N2)

quần soóc shorts (C9, GU1)

quận district in the urban areas (C5, N1)

quận 10 / Q. 10 District 10 (C4, N2)

quầy stand, stall (C4, N2)

quầy thanh toán checkout counter (C5, N2)

quen to get accustomed to (C4, N2)

quen thuộc (với) to be familiar (C4, N2)

quên bẵng mất to completely forget about (C15, Story)

qui hoạch to design (C7, N2)

qui tập to gather, collect (C14, N1)

quốc gia national (C2, N2)

quốc hội national assembly, congress (C14, N1)

Quốc ngữ literally: national language (C10, N2)
  chữ Quốc ngữ romanized writing system of Vietnamese

quyết định to decide (C4, N2)

quyết sách decisive policy (C7, N2)

R

rải to pave (C15, Story)
  con đường rải đá path paved with stones

rạng sáng dawn, daybreak, sunrise (C4, N2)
  tới rạng sáng hôm sau till dawn of the next day

rau củ quả (collective noun) fruits and vegetables (literally: vegetables, edible roots, fruits) (C5, N1)

rắc rối dễ nhầm confusing (speaking of streets) (C4, E4.1)

rằm tháng giêng the full-moon day of lunar January (C5, Culture1)

rẽ to turn (C3, N1)

rẽ lối (cho) to step aside to let someone pass (C15, Story)

rèn luyện to train (C3, N2)

reo hò to shout with delight (C15, Story)

rét đậm intense(ly) cold (C1, N2)

rét hại bitter(ly) cold causing damage to trees and farming (C1, N2)

riêng in particular, particularly (C1, N1); separate, private (C4, N2)
  công thức riêng one's own recipe

rõ rệt (reduplicative) obvious(ly), evident(ly) (C3, N1)

rộng rãi (reduplicative) wide(ly) (C3, N2)

rơ moóc trailer (C9, GU1)

rơi to fall (C9, N2)

rời to leave a place (C15, Story)

ruộng rice field (C2, N2)

rực rỡ (reduplicative) resplendent (C11, N2)

rừng forest, woods (C2, N2)

S

san sát (reduplicative) a large number of something standing next to each other (C15, Poem1)

sản phẩm product (C2, N2)

sang trọng to be of noble character (C15, Story)

sáng đèn lights are on (C4, N2)

sáng ngời shiny (C15, Poem1)

sao star (C12, N2)

sát close to, adjacent to (C3, N1)

sắm to buy (C15, Story)

sẵn sàng to be ready, do something voluntarily, be happy to do something (C3, N2)

sắp xếp to arrange (C3, N2); to display (C4, N2)

sân bay airport; military airfield (C14, N2)

sân khấu 1) stage, 2) theater (theatrical performance as an art) (C11, Culture5)

sân khấu cổ truyền traditional theater (C11, Culture5)

sâu inside (C15, Story)

sâu sắc (reduplicative) profound (C12, N1)

SEA Southeast Asia (C9, Culture5)

sen lotus (C11, N2)

sét thunderbolt (C1, N2)

sỉ wholesale (C5, N1)

siêu thực surrealist(ic) (C13, N2)

sinh học biology (C2, N2)

sinh thái ecology (C7, N2)
  hồ sinh thái eco-lake

sinh viên undergraduate student (C10, N2)

so sánh to compare (C6, N1)

so với to compare; compared to (C5, N1)

so với cùng kì năm ngoái compared to the same period last year (C5, N2)

soát lại to check (C15, Story)

son lipstick (C15, Poem1)

song phương bilateral (C6, N2)

sóng wave (C2, N2)
  đường lượn sóng lines in the shape of waves

số lượng amount, number (C5, N1)

số phận fate (C15, Story)

sôi động lively (C7, N2)

sôi nổi lively, exciting (C9, N1)

sống live (C5, N2)

sơ khai early, first (C13, N2)

sờ to touch (C15, Story)

sở request, petition (C12, N2)

sở a major ministry office in a city or province (C2, N2)

sợi dây string (C14, N2)

sơn paint (C15, Poem1)

suất spot, slot (C9, N2)

sung sướng (reduplicative) happy (C15, Story)

suối stream (C2, N2)

suốt throughout (C4, N2)
  suốt những năm qua throughout recent years

sư phạm pedagogical, teacher training (C10, N2)

sư tử lion (C13, N2)

sứ mệnh mission (C14, N1)

sử dụng to use, take a means of transportation (C3, N2)

sử học history as a branch of study (C13, N1)

sự a word used to turn a verb or adjective into a noun (C2, N2)

sự kiện event (C10, N2)

sự kiện Vịnh Bắc bộ Gulf of Tonkin incident (C14, Culture3)

sự nghiệp cause (C13, N1)

sữa milk (C4, N1)

sữa chua yogurt (C4, N1)

sức khoẻ health (C3, N2)
  rèn luyện sức khoẻ to exercise

sức mạnh strength (C12, N1)

sừng horn (C13, N2)

sửng sốt (reduplicative) to be flabbergasted (C15, Story)

sườn rib (C4, N2)

sườn cây sparerib (C4, N2)

sương dew (C11, N2)

sương mù fog / **mù** fog (C12, N2)

sưu tầm to search for documents (C13, N1)

T

tác phẩm work (C11, N1)

tai ách disaster (C12, N2)

tài chính finance; financial (C7, N2)

tài liệu document (C11, N2)
  phim tài liệu documentary film

tài nguyên resource (C2, N2)

Tam Bảo Buddhist Trinity (C12, N2)

tan to melt (C15, Story)
  tan thành nước to melt into water

tạo to create (C3, N1)

tạo thành to create, form (C2, N2)

tàu sân bay aircraft carrier (C14, N2)

tăng tốc to gain / gather / pick up speed (C7, N2)

tắt short cut (C10, N2)
  gọi tắt là for short

tâm điểm center; most popular location (C7, N2)

tâm hồn soul (C11, N1)

tâm lí psychology, mindset (C3, N2)

tâm linh spirit; spiritual (C12, N2)
  mang ý nghĩa tâm linh to have spiritual / religious significance

tâm sự to share one's thoughts or feelings (C4, N2)

tầm at the level of (C9, N2)

tầm cao great height (C12, N1)

tầm soát to carry out a screening or systematic examination (C8, N1)

tân nhạc modern songs (C11, Culture2)

tấn metric ton (C5, N1)

tận as far as; as close as (C3, N2)
  vào tận nơi to come in as close to the location as possible

tận hưởng to take advantage of, enjoy (C7, N2)

tấp nập (reduplicative) to bustle; bustling; booming; very active (C5, N1)

tập kết về to be gathered (about goods) (C5, N1)

tập luyện to exercise (C8, N1)

tập thể collective; group (C10, N2)

tập trung typically, especially (C5, N1)

tập trung (vào) to focus on (C8, N2)

tất cả in all, all told (C12, N2)

tất cả mọi người everybody (C4, N1)

Tây Bắc bộ Western Region of Northern Viet Nam (C1, Culture1)

Tây Nguyên Central Plateaux (C1, Culture1)

Tết Dương lịch Solar New Year (C5, N2)

tích hợp to integrate (C7, N2)

tích luỹ to accumulate (C5, N2)
  nhân điểm tích luỹ to accumulate bonus points

tích tụ to store up (C15, Story)

tiên fairy (C15, Poem1)

tiên phong vanguard (C12, N1)

tiền nào của nấy (saying) the worth of a thing is what it will bring (C4, N2)

tiền nhân forefathers (C12, N1)

tiền thân predecessor (C9, N1)

tiến to advance (C11, N2)
  bước tiến a step forward

tiến hành to carry out (C14, N1)

tiến hoá to evolve; evolution (C8, N2)

tiến sĩ / TS Ph.D., doctor (C8, N1); doctor (who holds a doctorate) (C10, Culture1)

tiện ích convenience (C3, N2)

tiếp cận to approach; to start using (C3, N2)

tiếp nhận to admit (C8, N1)

tiếp sức (cho) to give additional energy to (C9, N1)

tiếp tục to continue (C2, N2)

tiết kiệm savings (C6, N1)
  gửi tiết kiệm to deposit in savings

tiểu đường diabetes (C8, N1)

tiểu học elementary school (C10, Culture1)

tiểu thương seller (C5, N1)

tim heart (C8, N1)

tim mạch heart disease (C8, N1)

tìm hiểu to learn about (C6, N2)

tìm kiếm to search for (C14, N1)

tình love (C15, Poem2)

tình bạn friendship (C14, N2)

tình trạng situation, condition (C3, N1)

tính trait (C2, N2)

tính to calculate (C6, N1)

tò mò (reduplicative) curious (C4, N2)

toả ra to give off (C4, N2)

toả sáng to spread, become popular (C13, N2); glow (C15, Story)

toạ đàm workshop, informal conference (C13, N1)

toàn all, entire, whole (C10, N1)

toàn cầu global (C8, N2)

toán mathematics (C10, N1)

tổ ancestor (C12, N1)
  giỗ tổ ancestor's death anniversary; commemorating ancestors

tổ tiên (collective noun) ancestors (C12, N1)

tốc độ phát triển kinh tế economic growth rate (C7, E2.3)

tối đa best (C5, N1); maximum (C13, N1)

tổng total (C6, N2)

tổng thống president (C14, N1)

tốt nghiệp to graduate (C10, N1)

tơi bời (reduplicative) unstoppable (C15, Poem1)

tục lệ / tục custom (C12, N2)

tuỳ thuộc (vào) to depend on (C12, N2)

tuỳ viên attaché (C14, N2)

tuyến line; route (C2, N2)

tuyến giao thông huyết mạch arterial route (C7, N2)

tuyển sinh to select students (C10, N1)

tuyết snow (C9, N2)

tư liệu document, material (C10, N2)

tư nhân private (C13, N2)

tư tưởng thought, idea (C13, N1)
  nhà tư tưởng thinker

tư vấn to consult; consulting (C8, N2)

từ bao đời rồi since time immemorial (C15, Story)

từ bỏ to quit, give up (C8, N1)

từ đó and then (C3, N2); since then (C14, N2)

từ trước tới nay until now (C11, N2)

tứ kết quarterfinal (C9, N2)

tự giác self-imposed; to realize the necessity of doing something (C3, N2)

tự giới thiệu to introduce oneself (C14, N2)

tự luận to deduce (C10, N1)

tự nhiên nature; natural
  tính tự nhiên authenticity, genuineness

tự tin self-confident; to have peace of mind (C13, N2)

từng each (C15, Story)

tươi cheerful (C4, N2)
  cười tươi to smile cheerfully

VIETNAMESE-ENGLISH GLOSSARY 279

tươi fresh (C5, N2)

tương lai future (C7, N2)

tương tự similar(ly) (C7, N1)

tương xứng (với) commensurate (with), proportionate (to) (C6, N2)

tường wall (C2, N2)
 bức tường a wall

tưởng to think, believe (C15, Poem2)

tưởng niệm to pay tribute to (C12, N1)

tượng statue (C13, N2)

tượng đài memorial (C14, N2)

tựu trường (obsolete) first day of the school year (C15, Poem1)

Th

thạc sĩ master (who holds a master's degree) (C10, Culture1)

thạch nhũ stalactite or stalagmite (C2, N2)

thái độ attitude (C14, N2)

tham chiến to fight, be involved in a war (C14, N2)

tham chiếu to compare, correlate (C8, N2)

tham dự to participate (C10, N2)

thám hiểm to explore (C2, N2)

thanh âm sound (C9, N1)

thành phần composition (C8, N2)

thành phố trực thuộc Trung ương city directly reporting to the Vietnamese government (C3, Culture1)

thành tích achievement (C11, N2)

tháo gỡ to get rid of (C3, N2)

thảo luận to discuss (C13, N1)

tháp tower (C2, N2)

thạp big jar (C13, N2)

thay đổi to change; overcome, get rid of (C3, N2)

thăng bằng balance (C13, N2)
 giữ thăng bằng to maintain the balance

thắng to win (C9, N2)

thẳng straight (C3, N1)
 đi thẳng to move straight ahead

thắp to burn (C14, N2)

thân part of a dress (C15, Poem1)

thân thế (formal) life (C13, N1)

thân thiện friendly (C9, N1)

thập niên decade (C7, N2)

thất thoát (reduplicative) to be lost (C13, N2)
 thất thoát ra nước ngoài to be illegally traded on the international market

thất vọng to be frustrated (C15, Poem2)

theo dõi to follow (C8, N2)

theo đuổi to pursue (C11, N2)

thế giới world (C8, N2)

thế hệ generation (C11, N2)

thế kỉ century (C4, N1)

Thế vận hội Olympic games, Olympics (C9, N2)

thể dục dụng cụ gymnastics (C9, GU3)

thể loại genre (C11, N2)

thể thao sports (C9, N1)

thi đấu to compete in sports (C9, N1)

thi học kì hai to take final exams for second semester (C5, E6.2)

thi tuyển competitive entrance examination for (C10, N1)

thị lực vision (C8, N1)

thị trường sơ cấp primary market (C7, N1)

thị trường thứ cấp secondary market (C7, N1)

thị xã / thị town (smaller than a city) (C12, N1)

thiện chí goodwill (C14, N2)

Thiên Chúa giáo Catholicism (C12, Culture3)

thiên đường heaven, paradise (C11, N1)

thiên nhiên nature; natural (C2, N2)
  tài nguyên thiên nhiên natural resources

thiên văn học astronomy (C12, N2)
  nhà thiên văn học astronomer

thiêng sacred (C12, N2)

thiêng liêng (reduplicative) sacred (C15, Story)

thiết bị equipment, gear (C2, N2)

thiết lập to establish (C8, N2)

thiết thực practical, actual (C7, N2)

thiết yếu essential (C5, N2)

thiếu to lack (C4, N1)
  không thể thiếu should be available

thiếu gì (informal) there's a lot (C4, GU4)

thiếu nữ teenage girl (C15, Story)

thiếu tướng major general (C14, N2)

thoả mãn to satisfy (C14, N2)

thoái vị to abdicate; abdication (C14, E2.1)

thoát smoothly (C3, N1)

thói quen habit (C3, N2)

thon slender (C15, Poem1)

thôi thúc to urge (C14, N2)

thông báo to notify; written notification (C12, N2)

thông điệp message (C3, N2)

thông nhau to have openings to each other, connect or communicate (C2, N2)

thông qua via, through (C5, N1)

thông thoáng clear of heavy traffic (C3, N1)

thông thường common (C8, N2)

thông tin information (C6, N2)
  công nghệ thông tin information technology

thông với to have openings to (C2, N2)

thơ poetry (C15, Poems1&2)
  bài thơ poem

thờ to worship (C15, Story)

thờ cúng tổ tiên to worship ancestors (C12, Culture3)

thời đại era, age (C13, N2)

thời điểm moment (C5, N1)

thời Pháp thuộc during the period of French rule (C2, N2)

thời thượng contemporary, trending (C7, N2)

thời trang fashion (C5, N2)

thơm fragrant, perfumed (C15, Poem1)

thơm nức mũi (idiom) delicious-smelling (C4, N2)
  mùi sườn nướng toả ra thơm nức mũi delicious aromas are wafting from the barbecued ribs

thu giữ to keep (C14, N1)

thu hút to attract (C5, N2)

thu nhỏ to reduce (C2, N2)

thú vị interesting (C2, N2)

thủ tục procedure (C12, N2)

thụ hưởng to take advantage of (C3, N2)

thua to lose to (C9, N2)

thuận lợi favorable (C10, N1)
  bảo đảm thuận lợi to provide favorable conditions

thuận tiện convenient (C7, N2)

thui thủi (reduplicative) lonely (C15, Story)

thung lũng valley (C15, Story)

thuộc (về) to belong to; be part of (C7, N1)

thuỷ quân lục chiến marine (C14, N1)

thuỷ thủ sailor (C11, E1.2)

thuyền boat (C13, N2)
  mũi thuyền bow of a boat

thư từ (reduplicative) letters (C14, N2)

thử to try (C15, Story)

thừa kế to inherit (C14, E6.5)

thức uống drink (C4, N1)

thực hiện to implement (C5, N2)

VIETNAMESE-ENGLISH GLOSSARY 281

thực sự indeed (C9, N1)

thực tế in fact (C12, N2)

thương cảng commercial port (C13, N2)

thương mại commerce (C5, N2)
  trung tâm thương mại shopping center, shopping mall

thường common, ordinary (C6, N1)
  ở điều kiện thường under common conditions

thường niên annual, yearly (C9, N1)

Tr

trải nghiệm to experience (C2, N2)

trải qua to go through (C2, N2)

trang bị to equip (C8, N2)

trang sức to beautify, adorn (C13, N2)
  đồ trang sức jewelry

trang thông tin website (C7, N1)

tranh to compete for (C9, N2)

tránh to avoid (C8, N1)

trao to present, confer (C10, N2)

trao đổi to exchange (C6, N2)

trao tặng / trao to present, confer (C10, N2)

trao trả to return (C14, N1)

trắc nghiệm multiple-choice (C10, N1)

trắng white (C9, N2)

trần ceiling (C2, N2)

trận match, game (C9, N2)

trận bán kết semifinal match (C9, E2.4)

trật tự order (C12, N2)
  đảm bảo trật tự to maintain order

trâu water buffalo (C15, Story)
  vừa lối trâu đi the path is just wide enough for buffaloes to go through

tre bamboo (C15, Story)

trêu ngươi to bother (C15, Poem1)

tri ân to express gratitude (C12, N1)

triển khai to implement, carry out (C2, N2)

triển lãm exhibition (C7, N2)

triệt để consistent; to the full (C3, N2)

triều đại dynasty (C13, N1)

triều Lý Lý dynasty (C2, E1.5)

tro tàn ashes (C11, N2)

trong clear (C2, N2)
  trong vắt crystal clear

trong lành fresh, clean and healthy (C7, N2)

trọng điểm most important (C7, N2)

trôi to flow (C15, Poem2)

trống drum (C13, N2)

trống cơm cylindrical drum (C11, Culture1)

trống đồng bronze drums (C12, Culture1)

trở lên from … (up) (C2, N2)
  đủ 10 khách trở lên to have at least ten tourists

trở nên to become (C4, N1)

trú to reside (C13, N2)

Trung bộ Central Viet Nam (used only in weather forecasts) (C1, N1)

Trung Đông Middle East (C8, N2)

trung học middle and high school (C10, N1)

trung học cơ sở middle school (C10, N1)

trung học phổ thông high school (C10, Culture1)

trung tâm center (C5, N2)

trung tâm hội nghị convention center (C7, N2)

trung tướng lieutenant general (C14, N2)

trung uý lieutenant (C14, N2)

Trung và Nam Bắc bộ Central and Southern Region of Northern Viet Nam (C1, Culture1)

trùng điệp one after another (C2, N2)

truyền lại to pass down (C13, N2)

truyền tải to send (C3, N2)

truyền thông media (C3, N2)

trực đêm to be on night [shift] (C8, N1)

trực tiếp in person (C14, N1)

trứng egg (C4, N1)

trước mặt in front of (C15, Story)

trước tác (formal) work (C13, N1)

trường nội trú boarding school (C13, GU1)

trường ngoại trú day school (C13, GU1)

trượt băng to skate, ice skating (C9, GU3)

U

uẩn khúc secret, mystery (C15, Story)

ùn tắc to back up (C3, N1)

ủng hộ to support (C14, N1)

Uống nước nhớ nguồn (saying) When you drink from the stream, remember the spring. (C12, N1)

Uỷ ban Thế vận hội Quốc tế International Olympic Committee / IOC (C9, Culture5)

Ư

ứng cử viên candidate (C9, N2)

ứng dụng to apply (C11, N2)

ứng phó to cope with (C8, N2)

ước muốn to dream and hope (C14, N2)

ước tính to estimate (C5, N2)

ướp to marinate (C4, N2)

ưu tiên to prefer (C3, N2)

V

vai trò role in an activity or situation (C10, N2)

  đóng vai trò quan trọng to play a key role

vành đai belt; a belt road or highway (C3, N1)

vào chung kết to qualify for the final match (C9, N2)

váy dress (C15, Story)

văn chương literary (C13, E2.4)

văn hoá culture (C2, N2)

văn học literature (C10, N2)

văn minh civilized; civilization (C3, N2)

văn phòng office (C7, N2)

vắng khách to have few customers; have few passengers (C3, N2)

vân vein (C15, Story)

vận chuyển to transport, deliver (C5, N2)

vận động to be physically active (C8, N1)

vận động viên athlete (C9, N1)

vận tải transportation (C3, N1)

vầu a type of bamboo (*Bambusa nutans*) (C15, Story)

ven biển coastal (C1, N1)

về đêm và sáng at night and in the early morning (C1, N1)

về sau afterwards (C15, Story)

vệ tinh satellite (C7, N2)

vi hành to travel incognito (speaking of a king) (Chinese: 微行) (C15, Story)

vì classifier for stars (C12, N2)

ví dụ for example (C6, N1)

Viện Hàn lâm Khoa học và Công nghệ Academy of Science and Technology (C7, E3.5)

Viện Hàn lâm Khoa học Xã hội Academy of Social Sciences (C7, E3.5)

Viện Viễn Đông bác cổ Pháp French School of the Far East (French: École Française d'Extrême-Orient) (C2, Culture3)

việt dã cross-country (C9, N1)

Việt Nam Cộng hoà the Republic of Viet Nam (C9, Culture6)

Việt Nam Dân chủ Cộng hoà the Democratic Republic of Viet Nam (C9, Culture6)

viết nên to create (C14, N2)

Vịnh Bắc bộ Gulf of Tonkin (C1, Culture2)

võ martial arts (C9, Culture4)

võ sĩ quyền Anh boxer (C9, GU3)

VIETNAMESE-ENGLISH GLOSSARY **283**

võ Tàu Chinese martial arts (C9, Culture4)

vòm vault (C2, N2)

vòng round (C9, N2)

vòng bảng preliminary round group games, group stage (a series of games played in one group) (C9, N2)

vòng hoa wreath (C14, N2)

vô cùng extremely (C2, N2)

vô địch invincible, unbeatable; champion (C9, N1)
  giải vô địch championship
  giải vô địch quốc gia national championship

vô hình invisible (C14, N2)

vốn capital (C6, N2)

vốn used to (C13, N2)

vũ trang armed (C14, N2)
  anh hùng lực lượng vũ trang hero of the armed forces

vua king (C12, N1)

vui chơi to entertain; entertainment (C5, N2)

vui vẻ (reduplicative) to be happy to enjoy something (C4, N2)

vụn in loose bits; very little (C15, Poem2)

vùng area (C1, N1)

vùng núi mountainous area (C1 N2)

vùng ven suburbs, outskirts (C7, N1)

vừa just (C15, Story)

vừa ... vừa ... both ... and ... (C5, N2)

vừa đủ just enough (C5, N1)

vườn quốc gia national park (C2, N2)

vương king (C12, N1)
  Hùng Vương King Hùng

vượt bậc by / in leaps and bounds (C11, N2)

vượt qua to cross over; climb over (C2, N2); overcome (C3, N2)

vượt xa to surpass considerably (C7, N2)

X

xa lạ unfamiliar, not well known (C4, N2)

xã commune (third-level administrative unit in rural areas, below **tỉnh** province and **huyện** district) (C13, N1)

xây dựng to build, construct (C2, N2)

xe đạp bicycle (C2, N2)

xé to tear apart (C15, Poem2)

xem ... như ... to regard as, consider (C4, N1)

xem phim to watch a movie (C5, N2)

xén to cut out a part of the traffic circle to build a new lane for traffic (C3, N1)

xét to consider, appraise (C10, N1)

xét duyệt to appraise and approve (C10, N2)

xích lại to come closer (C14, N2)

xiếm nautical seesaw, boat balance instrument (C13, N2)

xin nhận làm con của gia đình to ask to be accepted as a son of the family (C14, N2)

xinh đẹp beautiful (C13, N2)

xoá bỏ to eradicate (C12, N2)

xoong saucepan, pot (C9, N1)

xôi steamed glutinous rice (C4, Culture2)

xu hướng trend, inclination, tendency (C7, N2)
  có xu hướng to have an inclination / tendency

xù hairy, bushy (C13, N2)

xuất hiện to appear (C12, N2)

xuất khẩu to export (C6, N2)

xuất phát to be based on (C12, N2)

xui xẻo (reduplicative) to have bad luck (C12, N2)

xúm xít (reduplicative) to crowd around (C15, Story)

xung quanh around (C14, N2)

xuôi downstream (C15, Poem2)

xuôi lowlands (C15, Story)

Y

y tế health care (C8, N2)

ý nghĩa significance (C12, N2)

yêu cầu to require, request (C4, N2)
  theo đúng yêu cầu to fully meet the requirements

yêu nước patriotism; patriotic (C12, N1)

yêu thích to love and desire (C4, N1)

yếu tố factor (C7, N1)

English-Vietnamese Glossary

This glossary contains the English words, phrases and set expressions, the Vietnamese equivalents of which are used in this reader. An English verb is indicated by (to) before the verb. The code is the same as used in the Vietnamese-English Glossary.

A

a bamboo curtain **bức mành** (C2, GU9)

a belt road or highway **vành đai** (C3, N1)

a bit **chút** (C15, Poem2)

a child **đứa trẻ** (C11, N2)

a deep price cut **giảm giá sập sàn** (literally: the price drops so sharply that it breaks the floor of the store) (C5, N2)

a kind of **một thứ** (C15, Story)

a number of **một loạt** (C2, N1)

a large number of people **đông đảo** (reduplicative) (C9, N1)

a large number of something standing next to each other **san sát** (reduplicative) (C15, Poem1)

a letter **bức thư** (C2, GU9)

a little bit **đôi chút** (C9, N2)

a long time ago **năm nào** (C14, N2); **ngày nào** (C15, Story)

a major ministry office in a city **sở** (C2, N1)

a major road junction **nút** (C3, N1)

a notable point **điểm nổi bật** (C7, N2)

a painting **bức tranh** (C2, GU9)

a photo **bức ảnh** (C2, GU9)

a piece **miếng** (C4, N2)

a rising star **điểm sáng** (C7, N2)

a section in the magazine **chuyên trang** (C4, N1)

a soldier killed in battle **liệt sĩ** (C11, GU1); (C14, N1)

a trip **chuyến** (C3, N2) (to) miss a bus **lỡ chuyến**

a wall **bức tường** (C2, GU9)

(to) abdicate; abdication **thoái vị** (C14, E2.1)

absolutely **hoàn toàn** (C13, N2)

abundant **phong phú** (C5, N2)

academic **học thuật** (C10, N2)

Academy of Science and Technology **Viện Hàn lâm Khoa học và Công nghệ** (C7, E3.5)

Academy of Social Sciences **Viện Hàn lâm Khoa học Xã hội** (C7, E3.5)

access **cửa ngõ** (C7, N2)

accidentally **ngẫu nhiên** (C4, N2)

(to) accumulate **tích luỹ** (C5, N2) (to) accumulate bonus points **nhân điểm tích luỹ**

accumulation **luỹ kế** (C7, N2)

(to) achieve **đạt** (C3, N2)

achievement **thành tích** (C11, N2)

(to) act in a film or play **đóng** (C10, N2)

action **hành động** (C8, N2)

activity **hoạt động** (C5, N2)

actual **thiết thực** (C7, N2)

acute **cấp tính** (C8, N2)

add **bổ sung** (C5, N2)

adjacent to **sát** (C3, N1)

(to) adjust **điều chỉnh** (C3, N1)

administration; administrative **hành chính** (C7, N2)

(to) admit **tiếp nhận** (C8, N1)

(to) adorn **trang sức** (C13, N2)
  jewelry **đồ trang sức**

advance **bước tiến** (C9, N2)

(to) advance **tiến** (C11, N2)
  a step forward **bước tiến**

advanced **phát triển** (C3, N2)

advantage **lợi ích** (C3, N2); **lợi thế** (C5, N2)

(to) advise **khuyến cáo** (C8, N1)

affordable for ordinary people **bình dân** (C4, N1)

afterwards **về sau** (C15, Story)

agate **mã não** (C13, N2)

age **niên đại** (C13, N2)
  (to) date back about 2,300 years **có niên đại cách đây khoảng 2.300 năm**

age **thời đại** (C13, N2)

ago **cách nay / cách đây** (C9, N2)

(to) agree **bằng lòng** (C15, Poem2)

aim **mục tiêu** (C9, N2)

air **không khí** (C1, N1)

air battle **không chiến** (C14, N2)

air force **không quân** (C14, N2)

aircraft carrier **tàu sân bay** (C14, N2)

(to) alert **cảnh báo** (C8, N1)

all of a sudden **bỗng** (C15, Story)

all over **khắp** (C4, N1)
  all the regions **khắp mọi miền**

all **toàn** (C10, N1)

all told **tất cả** (C12, N2)

alley **hẻm** (Sài Gòn dialect), (Hà Nội dialect: **ngõ**) (C4, N2)

alleys **ngóc ngách** (collective noun; reduplicative) (C3, N2)

(to) allow **cho ... được phép / cho phép** (C15, Poem2)

almost **gần như** (C3, N2); **ngót nghét** (reduplicative; informal) (C4, N2)

always **luôn** (C5, N2)

amateur **không chuyên** (C9, N1)

amazing **kì ảo** (C2, N2)

amazingly **lạ thường** (C15, Story)

ambassador **đại sứ** (C14, N1)

amount **lượng** (C3, N2); **số lượng** (C5, N1)

an exam **bài thi** (C10, N1)

an exceptional feat **kì tích** (C9, N2)

ancestor **tổ** (C12, N1)
  ancestor's death anniversary; in this context: commemorating ancestors **giỗ tổ**

ancestors **tổ tiên** (collective noun) (C12, N1); **các cụ** (C13, N2)

ancient **cổ đại** (C13, N2)

and then **từ đó** (C3, N2)

animal **động vật** (C8, N2)

animals **muông thú** (collective noun) (C2, N2)

animated **hoạt hình** (C11, N2)
  animated cartoons **phim hoạt hình**

(to) announce **ban hành** (C10, N1)

(to) announce publicly **công bố** (C2, N1)

annual **thường niên** (C9, N1)

Anti-French Resistance War **kháng chiến chống Pháp** (C1, Culture2)

antiquities and archaeological artifacts **cổ vật** (C13, N2)

any **bất cứ** (C2, N2)

apartment building; an apartment **chung cư** (C7, N1)

apparently **như thể** (C4, N2)

(to) appear **xuất hiện** (C12, N2)

appearance **bộ mặt** (C3, N2)

(to) apply **ứng dụng** (C11, N2)

ENGLISH-VIETNAMESE GLOSSARY 287

(to) appraise and approve **xét duyệt** (C10, N2)

(to) appraise **nhận định** (C7, N1); **đánh giá** (C8, N2); **xét** (C10, N1)

appropriate **đúng đắn** (C7, N2)

archaeology; archaeological **khảo cổ** (C13, N2)

archipelago **quần đảo** (C13, N2)

(to) archive **lưu trữ** (C14, N1)
  archives **hồ sơ lưu trữ**

arduous(ly) **miệt mài** (reduplicative)

area **vùng** (C1, N1); **ngành** (C5, N2); **chuyên ngành** (C10, N2)

armed **vũ trang** (C14, N2)
  hero of the armed forces **anh hùng lực lượng vũ trang**

army **quân** (C12, N1)

aroma **mùi** (C4, N2)

around **khoảng** (C1, N1); **xung quanh** (C14, N2)

(to) arrange **sắp xếp** (C3, N2)

arterial route **tuyến giao thông huyết mạch** (C7, N2)

artifact **hiện vật** (C13, N1)

artist **nghệ sĩ** (C11, N1)

as before **như cũ** (C3, N1)

as close as **tận** (C3, N2)
  vào tận nơi to come in as close to the location as possible

as expected **là phải** (idiom) (C4, N2)

as follows **như sau** (C6, N1)

as if **như** (C2, N2); **như thể** (C4, N2); **dường như** (C14, N2)

ashes **tro tàn** (C11, N2)

(to) ask to be accepted as a son of the family **xin nhận làm con của gia đình** (C14, N2)

(to) assess **nhận định** (C7, N1)

(to) assist **hỗ trợ** (C5, N2)

associate professor **phó giáo sư / PGS** (C8, N1)

association **hiệp hội** (C2, N2); **hội** (C11, N1)

astronomy **thiên văn học** (C12, N2)
  astronomer **nhà thiên văn học**

at least **ít nhất** (C9, N2)

at maturity **cuối kì** (C6, N1)

at night and in the early morning **về đêm và sáng** (C1, N1)

at other times of the year **ngày thường** (C5, N2)

at the level of **tầm** (C9, N2)

at the same time **đồng thời** (C3, N2)

athlete **vận động viên** (C9, N1)

atmosphere **không gian** (C7, N2)

attaché **tuỳ viên** (C14, N2)

attitude **thái độ** (C14, N2)

(to) attract **thu hút** (C5, N2)

attractive **hấp dẫn** (C4, N2)

aunt (mother's sister) **dì** (C4, N2)

auspicious **khởi sắc** (C11, N2)

author **nhà văn** (C13, N1); **chủ nhân** (C14, N1)

authorities **giới chức** (C7, N2)

available (not built) **có sẵn** (C2, N2)

average **bình quân** (C5, N2)

(to) avoid **tránh** (C8, N1); **phòng tránh** (C8, N1)

award **giải** (C9, N1); **giải thưởng** (C10, N2)

B

bachelor (who holds a bachelor's degree) **cử nhân** (C10, Culture1)

(to) back up **ùn tắc** (C3, N1)

(to) bake; baked **nướng** (C4, N2)

balance **thăng bằng** (C13, N2)
  (to) maintain the balance **giữ thăng bằng**

ball **bóng** (C9, N2)

bamboo **tre** (C15, Story)

bank **ngân hàng** (C6, N1)

(to) barbecue; barbecued **nướng** (C4, N2)

base **căn cứ** (C14, N2)

basic **phổ thông** (C10, N1)

basin **chậu** (C9, N1)

basketball player **cầu thủ bóng rổ** (C9, GU3)

battlefield **chiến trường** (C14, N1)

(to) be a fan of **hâm mộ** (C9, N1) fan **người hâm mộ**

(to) be achieved **có được** (C3, N1)

(to) be allowed **được phép** (C9, N1)

(to) be based on **xuất phát** (C12, N2)

(to) (be) base(d) on **dựa trên** (C8, N2)

(to) be closed **khép lại** (speaking of an event) (C11, N2)

(to) be communicated **lưu hành** (C8, N2)

(to) be delivered in large amounts **đổ về** (C5, N2)

(to) be established **đặt** (C8, N2)

(to) be familiar **quen thuộc (với)** (C4, N2)

(to) be flabbergasted **sửng sốt** (reduplicative) (C15, Story)

(to) be flooded **ngập** (C5, E6.1)

(to) be frustrated **thất vọng** (C15, Poem2)

(to) (be) garrison(ed) **đóng quân** (C14, N2)

(to) be gathered (about goods) **tập kết về** (C5, N2)

(to) be grateful **biết ơn** (C12, N1)

(to) be happy **hạnh phúc** (C12, N2)

(to) be happy to do something **sẵn sàng** (C3, N2)

(to) be happy to enjoy something **vui vẻ** (reduplicative) (C4, N2)

(to) be happy with the food's quality **khen ngon** (literally: to praise the tasty food) (C4, N2)

(to) be in agreement with **phù hợp (với)** (C10, N1)

(to) be in debt **mắc nợ** (C15, Poem2)

(to) be in first place **dẫn đầu** (C6, N1)

(to) be in second place **đứng thứ hai** (C7, N2)

(to) be in stunned disbelief **lặng người** (C15, Story)

(to) be in the same group **chung bảng** (C9, N2)

(to) be influenced by **chịu ảnh hưởng** (C1, N1)

(to) be injured or wounded **bị thương** (C14, N2)

(to) be slightly wounded **bị thương nhẹ**

(to) be involved in a war **tham chiến** (C14, N2)

(to) be killed in the line of duty **hi sinh** (C14, N2)

(to) be known **được biết đến** (C4, N1)

(to) be lost **thất thoát** (reduplicative) (C13, N2); **bị thất lạc** (C14, N1)

(to) be illegally traded on the international market **thất thoát ra nước ngoài**

(to) be moved **cảm động** (C14, N2)

(to) be named after / for **mang tên** (C10, N2)

(to) be of extraordinary beauty **kì thú** (C2, N2)

(to) be of high quality **chất lượng** (C4, N2)

(to) be of noble character **sang trọng** (C15, Story)

(to) be on night shift (duty) **trực đêm** (C8, N1)

(to) be overcrowded **quá tải** (C5, N2)

(to) be part of **thuộc (về)** (C7, N1)

(to) be physically active **vận động** (C8, N1)

(to) be ready **sẵn sàng** (C3, N2)

(to) (be) relate(d) to **gắn kết (với)** (C12, N1)

(to) be reluctant to **ngại** (C3, N2); **e ngại** (C3, N2)

ENGLISH-VIETNAMESE GLOSSARY 289

(to) be satisfied **hài lòng** (C4, N2)

(to) be suitable **phù hợp (với)** (C10, N1)

(to) be surprised **ngạc nhiên** (C4, N2)

(to) be tilted **lệch** (C1, N1)

(to) be tired **mệt** (C4, N2)

(to) be together **có nhau** (C15, Poem2)

(to) be touched **cảm động** (C14, N2)

(to) be unable to do something **không làm sao … được …** (C15, Story)

(to) be very familiar with **hiểu rất rõ** (C15, Story)

(to) be well-dressed **mặc váy áo đẹp** (C15, Story)

(to) be worth **đáng** (C3, N1)

(to) be worth doing **đáng làm** (C3, GU1)

(to) be worth seeing / watching **đáng xem** (C3, GU1)

(to) be worth visiting **đáng đi thăm** (C3, GU1)

beak **mỏ** (C13, N2)

beautiful **xinh đẹp** (C13, N2)

beautiful young woman **kiều nữ** (formal) (C15, Poem1)

(to) beautify **trang sức**

because **bởi / bởi vì** (C4, N2)

(to) become **trở nên** (C4, N1)

(to) become popular **toả sáng** (C13, N2)

bed **lòng** (C2, N2)
on the cave bed, at the bottom of the cave **trong lòng hang**

(to) behave and treat people **cư xử** (C15, Story)

belief **niềm tin** (C12, N2)

(to) believe **tưởng** (C15, Poem2)

besides **ngoài ra** (C3, N1); **bên cạnh đó** (C3, N2); **bên cạnh** (C4, N1)

best **tối đa** (C5, N2)

(to) bewitch **chài** (C15, Story)

bicycle **xe đạp** (C2, N1)

big jar **thạp** (C13, N2)

bilateral **song phương** (C6, N2)

bill **mỏ** (C13, N2)

biology **sinh học** (C2, N2)

bird **chim** (C13, N2)

bitter(ly) cold causing damage to trees and farming **rét hại** (C1, N2)

black **đen** (C4, N1); **ô** (speaking of horses) (C15, Story)

blameworthy **đáng chê** (C3, GU1); **đáng trách** (C3, GU1)

blood lipids **mỡ máu** (C8, N1)

blood pressure **huyết áp** (C8, N1)

blood vessel **mạch máu** (C15, Story)

boarding school **trường nội trú** (C13, GU1)

boat **thuyền** (C13, N2)
bow of a boat **mũi thuyền**

body **mình** (C13, N2)

bolt **bù loong** (C9, GU1)

booming **tấp nập** (reduplicative) (C5, N2)

both … and … (C5, N2) **vừa … vừa …**

(to) bother **trêu ngươi** (C15, Poem1)

bottom **lòng** (C2, N2)
on the cave bed, at the bottom of the cave **trong lòng hang**

bottom (the lowest part) of a bridge or overpass **chân** (C3, N1)

bow **mũi** (C13, N2)

boxer **võ sĩ quyền Anh** (C9, GU3)

branch **nhánh** (C9, N2)
other groups **nhánh đấu khác**

branche of foreign banks in Viet Nam **chi nhánh ngân hàng nước ngoài tại Việt Nam** (C6, Culture1)

(to) break out **bùng phát** (C8, N2)

brick **gạch** (C15, Story)

bridge **cầu nối** (C14, N2)

bright red **đỏ chót** (C13, N2)

(to) bring **mang đến (cho)** (C2, N2); **mang lại** (C3, N2); **đem lại** (C12, N2)

(to) bring down **bắn hạ / hạ** (C14, N2)

broken rice **cơm tấm** (C4, N2)

broker **môi giới** (C7, N1)
real estate broker **môi giới bất động sản**

bronze **đồng** (C13, N2)

bronze drums **trống đồng** (C12, Culture1)

brutal **ác** (C15, Poem2)

Buddhism **đạo Phật / Phật giáo** (C12, Culture3)

Buddhist **phật tử** (C12, N2)

Buddhist prayers **kinh** (C12, N2)

Buddhist Trinity **Tam Bảo** (C12, N2)

(to) build **xây dựng** (C2, N2); **đóng** (C13, N2)

(to) burn **thắp** (C14, N2)

bushy **xù** (C13, N2)

business person **doanh nhân** (C11, N1)

(to) bustle; bustling **nhộn nhịp** (reduplicative) (C5, N2); **tấp nập** (reduplicative) (C5, N2)

busy (speaking of a street) **đông xe** (C4, E4.1)

button quail **chim cút** (C15, Story)

(to) buy **sắm** (C15, Story)

by / in leaps and bounds **vượt bậc** (C11, N2)

by accident **ngẫu nhiên** (C4, N2)
not by accident **không phải ngẫu nhiên**

C

(to) calculate **tính** (C6, N1)

(to) call **gọi ... là ...** (C9, N2); **gọi** (C10, N2)
gọi tắt là for short

calloused **chai sạn** (C15, Story)

can afford **có khả năng** (C13, E1.1)

candidate **ứng cử viên** (C9, N2)

Caodaism **đạo Cao Đài** (C12, Culture3)

capacity **năng lực** (C3, N2)

capillary **mạch máu** (C15, Story)

capital **vốn** (C6, N2)

captain **đại uý** (C14, N2)

(to) carry out **triển khai** (C2, N1); **khai thác** (C2, N2); **tiến hành** (C14, N1)

(to) carry out a screening or systematic examination **tầm soát** (C8, N1)

(to) carry out religious ceremony **làm lễ** (C12, N2)

(to) carve **khắc** (C13, N2)

case **ca** (C8, N1)

(to) cast **đúc** (C13, N2)

caste **đẳng cấp** (C15, Story)

Catholicism **Công giáo / đạo Thiên Chúa / Thiên Chúa giáo** (C12, Culture3)

cause **sự nghiệp** (C13, N1)

(to) cause **gây ra** (C1, N1); **khiến** (C3, N2); **gây** (C8, N1)

cautious **cẩn trọng** (C8, N1)

cave **hang** (C2, N2)

cavity **khoang** (C2, N2)

ceiling **trần** (C2, N2)

(to) celebrate **kỉ niệm** (C10, N2)

center **trung tâm** (C5, N2)

Central and Southern Region of Northern Viet Nam **Trung và Nam Bắc bộ** (C1, Culture1)

Central Plateaux **Tây Nguyên** (C1, Culture1)

Central Viet Nam **Trung bộ** (used only in weather forecasts) (C1, N1)

centrally planned economy **nền kinh tế quan liêu bao cấp** (C6, Culture2)

century **thế kỉ** (C4, N1)

ceremony **lễ** (C10, N2)

chair **chủ nhiệm** (C10, N2)

champion **vô địch** (C9, N1); **ngôi vô địch** (C9, N2)
championship **giải vô địch**
national championship **giải vô địch quốc gia**

ENGLISH-VIETNAMESE GLOSSARY 291

championship **giải vô địch / giải** (C9, N2)

(to) change **chuyển biến** (C3, N2)

character **chữ** (C10, N2)

(to) check **soát lại** (C15, Story)

checkout counter **quầy thanh toán** (C5, N2)

cheekbone **gò má** (C15, Story)
tears ran down his cheeks **những giọt nước mắt lăn trên gò má**

(to) cheer on **cổ vũ (cho)** (C9, N1)

cheerful **tươi** (C4, N2)
(to) smile cheerfully **cười tươi**

chemicals **hoá chất** (collective noun) (C6, N2)

chess player **đấu thủ cờ vua** (C9, GU3)

Chinese **Hán** (C10, N2)

Chinese martial arts **võ Tàu** (C9, Culture4)

(to) choose; choice **chọn** (C11, N2)

Christian era **Công nguyên** (C13, N2)

Christmas **Giáng sinh** (C11, N1)

cinema **điện ảnh** (C11, N2)

circles **giới** (C11, N2)
professional circles **giới chuyên môn**

city **đô thị** (C7, N2)

city directly reporting to the Vietnamese government **thành phố trực thuộc Trung ương** (C3, Culture1)

civil war **nội chiến** (C13, GU1)

civilized; civilization **văn minh** (C3, N2)

(to) claim one's debt **đòi** (C15, Poem2)
I insist on your paying back what you owe me **đòi cho được**

clan **dòng họ** (C13, N1)

classical **cổ điển** (C11, N1)

classifier for an alley **con** (C4, N2)

classifier for flowers **bông** (C11, N2)

classifier for respected people **bậc** (C12, N1)

classifier for round or small things **hòn** (C15, Story)

classifier for some feelings **nỗi** (C15, Story)

classifier for some small objects with no certain shape **cục** (C15, Story)

classifier for stars **vì** (C12, N2)

clear **trong** (C2, N2)
crystal clear **trong vắt**

clear of heavy traffic **thông thoáng** (C3, N1)

(to) climb over **vượt qua** (C2, N2)

clinic **đơn vị** (C8, N1)

close **cận / gần** (C5, N2); **gần gũi** (reduplicative) (C13, N2)

close to **sát** (C3, N1)

clothing accessories **phụ kiện** (C5, N2)

cloud **mây** (C1, N2)

cluster **cụm** (C6, N2)
a cluster of plants and factories **cụm công nghiệp**

co- **đồng** (C9, N1)

coastal **ven biển** (C1, N1)

Coastal Southern Region of Central Viet Nam **Duyên hải Nam Trung bộ** (C1, Culture1)

cold (illness) **cảm lạnh** (C8, N2)

(to) collect **lĩnh** (C6, N1); **qui tập** (C14, N1)

collective **tập thể** (C10, N2)

college or university faculty member **giảng viên** (C10, N2)

college senior thesis **khoá luận** (C10, N2)

colonel **đại tá** (C14, N2)

(to) combat **chiến đấu** (C14, N2)

(to) come closer **xích lại** (C14, N2)

comma **phẩy / phảy** (C6, N2)

(to) commemorate **kỉ niệm** (C10, N2)

commensurate (with) **tương xứng (với)** (C6, N2)

commerce **thương mại** (C5, N2)
shopping center, shopping mall **trung tâm thương mại**

commercial bank owned by the
Vietnamese government **ngân hàng
thương mại do Nhà nước làm chủ sở
hữu** (C6, Culture1)

commercial port **thương cảng** (C13, N2)

committee **ban** (C5, N2)

common **thường** (C6, N1); **thông thường**
(C8, N2)
under common conditions **ở điều kiện
thường**

commune **xã** (third-level
administrative unit in rural areas,
below **tỉnh** province and **huyện**
district) (C13, N1)

(to) communicate **giao lưu**

community **cộng đồng** (C3, N2)

community hall **đình** (C12, N2)

company **công ti** (C2, N1); **đơn vị** (C2, N1);
hãng (C11, N2)

(to) compare **so với** (C5, N2); **so sánh**
(C6, N1); **tham chiếu** (C8, N2)

compared to **so với** (C5, N2)

compared to the same period last year
so với cùng kì năm ngoái (C5, N2)

(to) compete for **tranh** (C9, N2)

(to) compete in sports **thi đấu** (C9, N1)

competition for a prize **giải đấu** (C9, N1)

competitive entrance examination for
thi tuyển (C10, N1)

(to) complain **chê** (C4, N2)

(to) completely forget about **quên bẵng
mất** (C15, Story)

completely **hoàn toàn** (C13, N2)

complication **biến chứng** (C8, N1)

composer **nhà soạn nhạc** (C9, E7.5); **nhạc
sĩ** (C11, N1)

composition **thành phần** (C8, N2)

comprehensive partnership **quan hệ đối
tác toàn diện** (C14, Culture7)

comprehensive strategic partnership
quan hệ đối tác chiến lược toàn diện
(C14, Culture7)

concern **mối lo / mối lo ngại** (C14, GU4)

concert **hoà nhạc** (C11, N1)

condition **tình trạng** (C3, N1); **điều kiện**
(C6, N1)

condo unit **căn hộ** (C7, N1)

conductor **nhạc trưởng** (C11, GU3)

(to) confer **trao tặng / trao** (C10, N2)

conference **hội nghị** (C6, N2)

confusing (speaking of streets) **rắc rối
dễ nhầm** (C4, E4.1)

congress **quốc hội** (C14, N1)

(to) connect **kết nối** (C7, N2)

(to) connect or communicate **thông
nhau** (C2, N2)

consecutive(ly) **liên tiếp** (C9, N2)

(to) consider **coi ... là** (C3, N2); **xét** (C10,
N1)

(to) construct **xây dựng** (C2, N2)

consul **lãnh sự** (C6, N2)
consul general **tổng lãnh sự**

(to) consult; consulting **tư vấn** (C8, N2)

consumer **người tiêu dùng** (C5, N2)

(to) contain **chứa đựng** (C13, N2)

contemporary **thời thượng** (C7, N2)

content **nội dung** (C13, GU1)

continent **lục địa** (C11, N2)

(to) continue **tiếp tục** (C2, N2)

continuous(ly) **liên tục** (C3, N1); **đều
đặn** (reduplicative) (C4, N2); **mãi** (C15,
Poem1)

(to) contribute to **góp phần** (C3, N2)

contribution **công** (C12, N1)
(to) have made contribution **có công**

(to) control **làm chủ** (C13, N2)

convenience **tiện ích** (C3, N2)

convenient **thuận tiện** (C7, N2)

ENGLISH-VIETNAMESE GLOSSARY 293

convention center **trung tâm hội nghị** (C7, N2)

(to) converge **hội tụ** (C11, N2)

cookies and candies **bánh kẹo** (C5, N2)

(to) cooperate; cooperation **hợp tác** (C6, N2)

(to) coordinate **liên kết** (C6, N2); **điều phối** (C8, N2); **phối hợp** (C11, N1)

(to) cope with **ứng phó** (C8, N2)

copper **đồng** (C13, N2)

(to) copy **mô phỏng** (C13, N1)

(to) correlate **tham chiếu** (C8, N2)

counterpart **đối tác** (C6, N2)

country **đất nước** (C4, N1)

course (in school) **môn** (C10, N1); **khoá** (C12, N2)

cousin (son of one's aunt or uncle) **anh họ** (C4, N2)

(to) cover **phủ** (C7, N2)
  the tree density of the entire province **mật độ phủ xanh toàn tỉnh**

(to) create **tạo thành** (C2, N2); **tạo** (C3, N1); **viết nên** (C14, N2)

creeper **dây leo** (C15, Story)

cross-country **việt dã** (C9, N1)

crossroad **giao thoa** (C7, N2)

(to) crowd around **xúm xít** (reduplicative) (C15, Story)

crowded **đông đúc** (reduplicative) (C12, N2)

cruel **ác** (C15, Poem2)

culture **văn hoá** (C2, N1)

(to) cure **điều trị** (C8, N1)

curious **tò mò** (reduplicative) (C4, N2)

current **đương kim** (C9, N2)

curricula **chương trình học** (C7, E3.2)

custom **tục lệ / tục** (C12, N2); **phong tục** (C15, Story)

customer **khách** (C4, N2)

(to) cut out a part of the traffic circle to build a new lane for traffic **xén** (C3, N1)

cylindrical drum **trống cơm** (C11, Culture1)

D

(to) dare **dám** (C15, Poem2)

data **dữ liệu** (C7, N1)

dawn **rạng sáng** (C4, N2)
  till dawn of the next day **tới rạng sáng hôm sau**

day school **trường ngoại trú** (C13, GU1)

daybreak **rạng sáng** (C4, N2)

dead hero **liệt sĩ** (C11, GU1)

dean **chủ nhiệm** (C10, N2)

death anniversary **giỗ** (C12, N1)

decade **thập niên** (C7, N2)

(to) decide **quyết định** (C4, N2)

decisive policy **quyết sách** (C7, N2)

(to) decorate **bài trí** (C13, N1)

(to) decrease **giảm** (C3, N1)

(to) deduce **tự luận** (C10, N1)

(to) defeat **đánh bại** (C9, N2)

(to) defend **bảo vệ** (C10, N2)

(to) defend one's country **giữ nước** (C12, N1)

Defense Department **Bộ Quốc phòng** (C14, N1)

Defense Ministry **Bộ Quốc phòng** (C14, N1)

delicious-smelling **thơm nức mũi** (idiom) (C4, N2)
  delicious aromas are wafting from the barbecued ribs **mùi sườn nướng toả ra thơm nức mũi**

(to) deliver **vận chuyển** (C5, N2)

demand **cầu** (C7, N1)

density **mật độ** (C7, N2)

dentist **nha sĩ** (C11, GU1)

department at a college or university **bộ môn** (C10, N2)

294 ENGLISH-VIETNAMESE GLOSSARY

department in a city or province **sở** (C3, N1)

department store **bách hoá tổng hợp** (C5, N2)

(to) depend on **tuỳ thuộc (vào)** (C12, N2)

(to) depict **khắc hoạ** (formal) (C13, N1)

(to) deploy **bố trí** (C5, N2)

(to) deposit **gửi** (C6, N1)

(to) describe **khắc hoạ** (formal) (C13, N1)

(to) design **qui hoạch** (C7, N2)

destination **điểm đến** (C4, N2)

detail; detailed **chi tiết** (C5, N2)

developed **phát triển** (C3, N2)

(to) devote time to **dành thời gian** (C5, N2)

dew **sương** (C11, N2)

diabetes **tiểu đường** (C8, N1)

(to) diagnose **chẩn đoán** (C8, N1)

diary **nhật kí** (C14, N1)

(to) dig **đào** (C15, Story)

diplomacy **ngoại giao** (C13, N1); (C13, GU1) diplomat **nhà ngoại giao**

(to) direct **hướng dẫn** (C12, N2)

direction **hướng** (C3, N1); **hướng đi** (C7, N2)

director **giám đốc** (C2, N1)

disaster **tai ách** (C12, N2)

disbursement **giải ngân** (C6, Culture2)

(to) discover **phát hiện** (C14, N1)

(to) discuss **thảo luận** (C13, N1)

disease **bệnh lí** (C8, N1)

(to) disguise **cải trang** (C15, Story)

dish **món** (C4, N2)

(to) display **sắp xếp** (C4, N2)

distance **cự li** (C9, N1); **cách biệt** (C14, N2)

distinctive **khác biệt** (C2, N2)

(to) distribute **phát** (C12, N2)

district **phân khu** (C7, N2)

district in the rural areas **huyện** (C5, N2)

district in the urban areas **quận** (C5, N2)

(to) dive; diving (from a platform) **nhảy cầu** (C9, GU3)

diverse **đa dạng** (C2, N2)

(to) divide into **chia (làm / thành)** (C12, N2)

division **đại đoàn / sư đoàn** (C12, N1)

(to) do business **kinh doanh** (C6, N2)

(to) do something in the rain **đội mưa** (C12, N2)

(to) do something together **chung tay** (C3, N2)

(to) do something voluntarily **sẵn sàng** (C3, N2)

(to) dock **cập bến** (C13, N2)

doctor (who holds a doctorate) **tiến sĩ** (C10, Culture1)

document **tư liệu** (C10, N2); **hồ sơ** (C14, N1); **tài liệu** (C11, N2) documentary film **phim tài liệu**

domestic **nội địa** (C13, GU1)

dot **chấm** (C6, N2)

downpour **mưa to** (C1, N2)

downstream **xuôi** (C15, Poem2)

drama **kịch / kịch nói** (C11, Culture6)

(to) dream **mơ ước** (C15, Poem2); **mộng** (C15, Poem2)

(to) dream and hope **ước muốn** (C14, N2)

dress **váy** (C15, Story)

dried foods **đồ khô** (C5, N2)

drink **thức uống** (C4, N1)

(to) drive one's car or motorbike **lên xe** (C3, N2)

drop **giọt** (C15, Story)

drum **trống** (C13, N2)

during the period of French rule **thời Pháp thuộc** (C2, N1)

dusk **chập tối** (C4, N2)

dynamic **năng động** (C6, N2)

dynasty **triều đại** (C13, N1)

ENGLISH-VIETNAMESE GLOSSARY 295

E

each **từng** (C15, Story)

early **sơ khai** (C13, N2)

Eastern Region of Northern Viet Nam **Đông Bắc bộ** (C1, Culture1)

Eastern Sea (South China Sea) **Biển Đông** (C13, N2)

easy **dễ dàng** (reduplicative) (C15, Story)

eatery **quán** (C4, N2)

ecology **sinh thái** (C7, N2)
  eco-lake **hồ sinh thái**

economic growth rate **tốc độ phát triển kinh tế** (C7, E2.3)

economy; economic **kinh tế** (C7, N2)

edge **mép** (C15, Poem1)

edible root of a plant **củ** (C15, Story)
  yam **củ mài** (Dioscorea oppositifolius)

editor **biên tập** (C9, N1)
  editor-in-chief **tổng biên tập**

(to) educate; education **giáo dục** (C10, N1)

egg **trứng** (C4, N1)

Egypt **Ai Cập** (C13, N2)

elementary school **tiểu học** (C10, Culture1)

elementary, middle or high school student **học sinh** (C10, N1)

(to) eliminate **loại** (C9, N2)
  (to) be eliminated **bị loại**

elk **hươu**

embassy **đại sứ quán** (C14, N1)

(to) emerge **mọc** (C2, N2)
  (to) emerge from the water **mọc từ dưới nước lên**

emergency **cấp cứu** (C8, N1)

eminent teacher **nhà giáo ưu tú** (honorary title) (C10, Culture1)

(to) emphasize **nhấn mạnh** (C9, N1)

emphatic marker for the plural **đều** (C4, N1)

employee **nhân viên** (C5, N2)

end **cuối** (C2, N2)

enemy **đối phương** (C14, N2)

engrave **khắc** (C13, N2)

(to) enjoy **tận hưởng** (C7, N2)

enough **đủ** (C2, N1)

(to) entertain; entertainment **vui chơi** (C5, N2)

entertainment **giải trí** (C7, N2)

enthusiasm **nhiệt tình** (C9, N1)

entire **toàn** (C10, N1)

entirely **hoàn toàn** (C13, N2)

environs **không gian** (C2, N2)

(to) equip **trang bị** (C8, N2)

equipment **thiết bị** (C2, N2)

era **thời đại** (C13, N2); **niên đại** (C13, N2)

eradicate **xoá bỏ** (C12, N2)

especially **đặc biệt là** (C3, N2); **đặc biệt** (C5, N2); **tập trung** (C5, N2)

essential **thiết yếu** (C5, N2)

(to) establish **thiết lập** (C8, N2)

(to) estimate **ước tính** (C5, N2); **dự kiến** (C5, N2)
  according to estimates **theo tính toán**

(to) evaluate as an expert **giám định** (C13, N2)

even more **càng** (C5, N2)

event **sự kiện** (C10, N2)

every **hằng** (C2, N1); **mọi** (C4, N1)
  every week, once a week **hằng tuần**

every family **nhà nhà** (C4, N1)

every household **nhà nhà** (C4, N1)

every night **đêm đêm** (C4, N2)

everybody **tất cả mọi người** (C4, N1); **người người** (C4, N1)

everywhere in the village **khắp nơi đây đó** (C15, Story)

evidence **bằng chứng** (C8, N2)

evident(ly) **rõ rệt** (reduplicative) (C3, N1)

(to) evolve; evolution **tiến hoá** (C8, N2); development **diễn biến** (C14, N2)

exact **chính xác** (C8, N2)

(to) examine and detect **giám sát** (C8, N2)

(to) excavate; excavation **phát hiện** (C13, N2)

exceptional **khác biệt** (C2, N2)

(to) exchange **trao đổi** (C6, N2)

exciting **sôi nổi** (C9, N1)

(to) execute **khai thác** (C2, N2)

(to) exercise **tập luyện** (C8, N1)

exhibition **triển lãm** (C7, N2)

(to) expect **kì vọng** (C3, N2); **chờ đợi** (C14, N1); **mong** (C15, Poem2); **ngờ** (C15, Poem2)
 I didn't expect **ai ngờ**

expensive **mắc** (Sài Gòn dialect), (Hà Nội dialect: **đắt**) (C4, N2)

(to) experience **trải nghiệm** (C2, N1)

expert **chuyên gia** (C1, N1)

expertise **chuyên môn** (C8, N2)

(to) explore **thám hiểm** (C2, N2)

(to) export **xuất khẩu** (C6, N2)

(to) express gratitude **tri ân** (C12, N1)

(to) extend **kéo dài** (C3, N1)

extent **mức** (C5, N2)

extracurricular **ngoại khoá** (C13, GU1)

extraordinary **lạ kì** (C14, N2)

extremely **vô cùng** (C2, N2)

eye-catching **hấp dẫn** (C4, N2)

F

face powder **phấn** (C15, Poem1)

factor **yếu tố** (C7, N1)

faculty **khoa** (C10, N2)

fairy **tiên** (C15, Poem1)

(to) fall **rơi** (C9, N2)

fallen soldier **liệt sĩ** (C14, N1)
 (to) indentify fallen soldiers' remains **xác định danh tính hài cốt liệt sĩ**

family (group of related animals, plants, etc.) **họ** (C8, N2)

famous **nổi tiếng** (C11, N1)

far away **mãi** (C15, Story)

fashion **thời trang** (C5, N2)

fast and skillfully **nhanh thoăn thoắt** (C4, N2)

fate **số phận** (C15, Story)

favorable **thuận lợi** (C10, N1)

feat of arms **chiến công** (C14, N2)

feature **nét** (C4, N1)

feature film **phim truyện** (C11, N2)

(to) feel dizzy **chóng mặt** (C8, N1)

female student **nữ sinh** (C14, E4.1)

festival **liên hoan** (C11, N2)

field **ngành** (C5, N2); **chuyên ngành** (C10, N2)

fierce **nảy lửa** (C14, N2)

(to) fight **chống** (C5, N2); **chiến đấu** (C14, N2); **tham chiến** (C14, N2)

file **hồ sơ** (C14, N1)

film director **đạo diễn** (C11, N2)

filmmaker **nhà làm phim** (C11, N2)

final **chung kết** (C9, N2)

(to) finalize **chốt** (C10, N1)

finance; financial **tài chính** (C7, N2)

fine arts **mĩ thuật** (C13, N1)

finger **ngón** (C15, Story); **ngón tay** (C15, Poem1)
 the fingers are ugly **ngón không ra ngón** (C15, Story)

fire **lửa** (C15, Story)

fireworks **pháo hoa** (C12, N1)

firm **công ti** (C2, N1); **hãng** (C11, N2)

first **đầu tiên** (C9, N2); **sơ khai** (C13, N2)

first day of the school year **tựu trường** (obsolete) (C15, Poem1)

fist **nắm tay** (C15, Story)

five-star **cao cấp** (C7, N2)

flag tower **cột cờ** (C2, N1)

ENGLISH-VIETNAMESE GLOSSARY 297

(to) flare up **bùng phát** (C8, N2)

flavor **hương vị** (C4, N1)

(to) flock / gather in a flock **đổ về** (C9, N1)

flow **dòng** (C3, N1)

(to) flow **chảy** (C15, Story); **trôi** (C15, Poem2)

(to) fly an airplane **lái** (C14, N2)

(to) focus on **tập trung (vào)** (C8, N2); **chuyên sâu (về)** (C10, N2); **chăm chú** (reduplicative) (C12, N2)

fog **sương mù / mù** (C12, N2)

folk songs **dân ca** (C11, Culture1)

(to) follow **theo dõi** (C8, N2)

food **đồ ăn** (C4, N2)

football federation **liên đoàn bóng đá** (C9, Culture7)

footprint **dấu chân** (C9, N1)

for **đối với** (C4, N1)

for a long time until now **bấy lâu nay** (C14, N1)

for example **ví dụ** (C6, N1)

for the first time **lần đầu tiên** (C4, N1)

forces **lực lượng** (C14, N2)

(to) forecast **dự báo** (C1, N1)
weather forecast **dự báo thời tiết**

forefathers **tiền nhân** (C12, N1)

foreign currency **ngoại tệ** (C13, GU1)

foreign direct investment (FDI) **đầu tư trực tiếp nước ngoài** (C6, N2)

foreign invader **ngoại xâm** (C13, GU1)

foreign language **ngoại ngữ** (C10, N1); (C13, GU1)

forest **rừng** (C2, N2)

form **hình thức** (C10, N1)

(to) form **tạo thành** (C2, N2)

(to) form shapes **in hình** (C15, Story)

formula **công thức** (C6, N1)

forum **diễn đàn** (C11, N1)
within the framework of the extended Forum for Southeast Asian Cooperation **trong khuôn khổ của Diễn đàn hợp tác Đông Nam Á mở rộng**

(to) found a country or state **dựng nước** (C12, N1)

founding father **khai quốc công thần** (Chinese: 開國 \ 开国功臣) (C13, N1)

fragrance **mùi** (C4, N2)

fragrant **thơm** (C15, Poem1)

framework **khuôn khổ** (C11, N1)

French School of the Far East **Viện Viễn Đông bác cổ Pháp** (French: École Française d'Extrême-Orient) (C2, Culture3)

fresh rice noodles **bún** (C4, Culture2)

fresh **tươi** (C5, N2)

fresh, clean and healthy **trong lành** (C7, N2)

freshwater and saltwater seafood **hàng thuỷ hải sản** (C5, N2)

friendly **thân thiện** (C9, N1)

friendship **tình bạn** (C14, N2)

from … (up) **trở lên** (C2, N1)
(to) have at least ten tourists **đủ 10 khách trở lên**

front line **chiến tuyến** (C14, N2)
the soldiers on both sides of the front line **những người lính ở hai đầu chiến tuyến**

fruits and vegetables **rau củ quả** (collective noun) (literally: vegetables, edible roots, fruits) (C5, N2)

frying pan **chảo** (C9, N1)

full **đầy** (C15, Story)

function **chức năng** (C3, N1)
team from the Department of Traffic and Transportation **đơn vị chức năng**

fur **lông thú** (C15, Story)

future **tương lai** (C7, N2)

G

(to) gain speed **tăng tốc** (C7, N2)

game **trận** (C9, N2)

gateway **cửa ngõ** (C7, N2)

(to) gather **qui tập** (C14, N1)

(to) gaze at **ngắm** (C2, N2)

gear **thiết bị** (C2, N2)

general **phổ thông** (C10, N1)

generation **thế hệ** (C11, N2)

generous **hào hiệp** (C15, Story)

Geneva Accords **Hiệp định Genève** (C12, Culture2)

genre **hạng mục** (C11, N2); **thể loại** (C11, N2)

gentle **hiền** (C4, N2); **dịu dàng** (reduplicative) (C15, Poem1)

geography **địa lí** (C13, N1)

(to) get accustomed to **quen** (C4, N2)

(to) get back **nhận lại** (C14, N1)

(to) get rid of **thay đổi** (C3, N2); **tháo gỡ** (C3, N2)

(to) get together **hội ngộ** (formal) (C14, N2)

get-together **buổi gặp mặt** (C5, E6.5)

ghost **ma** (C15, Story)

gift **quà** (C11, N1)
  a gift **món quà**

(to) give additional energy to **tiếp sức (cho)** (C9, N1)

(to) give birth **đẻ** (C15, Story)

(to) give off **toả ra** (C4, N2)

(to) give up **từ bỏ** (C8, N1)

global **toàn cầu** (C8, N2)

(to) glow **toả sáng** (C15, Story)

(to) go through **trải qua** (C2, N1)

goal **mục tiêu** (C9, N2)
  (to) set a goal **đặt mục tiêu**

goods **hàng** (C5, N2)

goodwill **thiện chí** (C14, N2)

graceful **dịu dàng** (reduplicative) (C15, Poem1)

grade **điểm** (C10, N2)

(to) graduate **tốt nghiệp** (C10, N1)

graduate school for master's degrees **cao học** (C10, N2)

grandchild **cháu** (C14, N2)
  child(ren) of one's daughter **cháu ngoại**

gravestone **bia** (C14, N2)

great **đại** (C12, N1)

great height **tầm cao** (C12, N1)

grilled egg **chả trứng** (C4, N2)

grotto **động** (C2, N2)

group **bảng** (C9, N2); **bảng đấu** (C9, N2); **tập thể** (C10, N2)

group stage (a series of games played in one group) **vòng bảng** (C9, N2)

(to) guarantee **bảo đảm / đảm bảo** (C5, N2)

(to) guess **đoán** (C15, Story)

guest house **nhà khách** (C2, N1)

(to) guide **dẫn dắt** (C9, N2); **chỉ đạo** (C14, N1)
  (to) be coached **dưới sự dẫn dắt**

guildhall **hội quán** (Chinese: 會館 \ 会馆) (C13, N2)

Gulf of Tonkin **Vịnh Bắc bộ** (C1, Culture2)

Gulf of Tonkin incident **sự kiện Vịnh Bắc bộ** (C14, Culture3)

gymnastics **thể dục dụng cụ** (C9, GU3)

H

habit **thói quen** (C3, N2)

hairy **xù** (C13, N2)

half **hiệp** (C9, N2)
  two halves of the regulation time **hai hiệp chính**
  two halves of the extra time **hai hiệp phụ**

(to) hand **đưa cho** (C15, Story)

(to) hang around **la cà** (C15, Story)

(to) happen **diễn ra** (C7, N1)

happy **sung sướng** (reduplicative) (C15, Story)

hateful **đáng ghét** (C3, GU1)

hatred **mối thù** (C14, N2)

ENGLISH-VIETNAMESE GLOSSARY 299

(to) have / receive permission **được phép** (C9, N1)

(to) have a headache **đau đầu** (C8, N1)

(to) have a lot of customers (speaking of a restaurant) **khách ăn đông** (C4, N2)

(to) have a tasty meal **ăn miếng ngon** (C15, Story)

(to) have an unhealthy diet **ăn uống không lành mạnh** (C8, N1)

(to) have bad luck **xui xẻo** (reduplicative) (C12, N2)

(to) have difficulty speaking **nói khó** (C8, N1)

(to) have few passengers **vắng khách** (C3, N2)

(to) have good luck **may mắn** (reduplicative) (C12, N2)

(to) have no news about **bặt tin** (C14, N1)

(to) have openings to **thông với** (C2, N2)

(to) have openings to each other **thông nhau** (C2, N2)

(to) have peace of mind **tự tin** (C13, N2)

(to) have to **phải** (C3, N2)

head **đầu** (C13, N2)

head coach **huấn luyện viên / HLV** (C9, N2)

headstone **bia** (C14, N2)

(to) heal **hàn gắn** (C14, N2)

health **sức khoẻ** (C3, N2)

health care **y tế** (C8, N2)

Health Ministry **Bộ Y tế** (C8, N2)

(to) hear people say **nghe nói** (C15, Story)

heart **tim** (C8, N1)

heart disease **tim mạch** (C8, N1)

heaven **thiên đường** (C11, N1)

heavy rain **mưa to** (C1, N2)

(to) help **phụ** (Sài Gòn dialect), (Hà Nội dialect: **giúp**) (C4, N2)

helpless **bất lực** (C15, Story)

heritage **di sản** (C13, N2)

hero **anh hùng** (C13, N1)

high-end **cao cấp** (C7, N2)

high school **trung học phổ thông** (C10, Culture1)

high triglyceride level **mỡ máu** (C8, N1)

higher kindergarten **mẫu giáo** (C10, Culture1)

Hinduism **Ấn Độ giáo** (C12, Culture3)

history **lịch sử** (C2, N1)

history as a branch of study **sử học** (C13, N1)

Hoà Hảo Buddhism **đạo Hoà Hảo** (C12, Culture3)

(to) hold **cầm** (C15, Story)
  (to) lift the stone to look at it **cầm lên xem**

holiday **lễ** (C5, N2)

honorific title; His Holiness **Đức** (C12, N1)

(to) hope **hi vọng** (C5, N2)

horn **sừng** (C13, N2)

horse **ngựa** (C15, Story)

hospital **đơn vị** (C8, N1)

host country **chủ nhà** (C9, N2)

human **người** (C15, Story)

humane; humanity **nhân văn** (C11, N1)

humorous **hóm hỉnh** (reduplicative) (C14, N2)
  (to) say with charm and good humor **nói bằng một giọng hóm hỉnh**

I

ice (for drinks) **đá** (C4, N1)

idea **tư tưởng** (C13, N1)

identity **bản sắc** (C11, N2)

idol **ngẫu vật** (C15, Story)

illness **bệnh lí** (C8, N1)

illustrated magazine **hoạ báo / báo ảnh** (C12, GU1)

image **hình ảnh** (C9, N1); **hình** (C13, N2)

(to) imitate **mô phỏng** (C13, N1)

immediately **liền** (C15, Poem2)

(to) implement **triển khai** (C2, N1); **thực hiện** (C5, N2)

(to) implore **cầu xin** (C15, Story)

(to) import **nhập khẩu** (C6, N2)

impression **ấn tượng** (C9, N1)
  (to) make an impression on **tạo ấn tượng (cho)**

in a manner **một cách** (C3, N2)

in a timely manner **kịp thời** (C5, N2)

in addition **bên cạnh đó** (C3, N2)

in addition to **ngoài** (C3, N2)

in all **tất cả** (C12, N2)

in fact **thực tế** (C12, N2)

in foreign languages **ngoại văn** (C13, GU1)

in front of **trước mặt** (C15, Story)

in general **nói chung** (C3, N2)

in loose bits **vụn** (C15, Poem2)

in order to **nhằm** (C2, N2)

in particular **cụ thể** (C3, N1)

in particular **riêng** (C1, N1); **nói riêng** (C3, N2)

in person **trực tiếp** (C14, N1)

in some places or areas **có nơi** (C1, N1)

in the opposite direction **ngược lại** (C3, N1)

in the past **đời trước** (C13, N2)

in turn **lần lượt** (C15, Story)

incense **hương** (C12, N1)

(to) inch **nhích từng chút** (C3, N1)

inclination **xu hướng** (C7, N2)

(to) include **gồm** (C5, N2)

(to) increase day by day **ngày một tăng** (C5, N2)

indeed **thực sự** (C9, N1)

independent; independence **độc lập** (C10, N1)

index **chỉ số** (C7, N1)

individual **cá nhân** (C3, N2)

industry and trade **công nghiệp và thương nghiệp / Công Thương** (C5, N2)

inexpensive **mềm** (colloquial) (C7, N1)

(to) influence **ảnh hưởng** (C1, N1)

(to) inform **báo** (C14, N2)

informal conference **toạ đàm** (C13, N1)

information **thông tin** (C6, N2)
  information technology **công nghệ thông tin**

(to) inherit **thừa kế** (C14, E6.5)

inside **sâu** (C15, Story)

inside the city or town **nội thành** (C13, GU1)

inspiration **cảm hứng** (C9, N1)
  (to) inspire **truyền cảm hứng**

institution at the level of a ministry **cơ quan ngang bộ** (C6, Culture1)

(to) instruct **hướng dẫn** (C10, N2)

intact **nguyên vẹn** (C13, N2)
  (to) remain intact **còn nguyên vẹn**

intense(ly) cold **rét đậm** (C1, N2)

interest **lãi** (C6, N1)

interest rate **lãi suất** (C6, N1)

interesting **thú vị** (C2, N2)

(to) integrate **tích hợp** (C7, N2)

interior **nội thất** (C13, N1)

International Olympic Committee / IOC **Uỷ ban Thế vận hội Quốc tế** (C9, Culture5)

intersection **ngã tư** (C3, N1)

(to) introduce oneself **tự giới thiệu** (C14, N2)

(to) investigate **khảo sát** (C2, N2)

invincible **vô địch** (C9, N1)

invisible **vô hình** (C14, N2)

Islam **đạo Hồi / Hồi giáo** (C12, Culture3)

ENGLISH-VIETNAMESE GLOSSARY 301

it has never happened **chưa từng có** (C5, N2)

the deepest price cut so far **mức giảm sâu chưa từng có**

it makes me happy **là mình thấy vui** (C4, N2)

it seems / seemed **dường như** (C14, N2)

itinerary **hành trình** (C2, N1)

J

Jesuit **dòng Tên** (C11, E1.3)

(to) jog **chạy bộ** (C9, N1)

joint-stock commercial bank **ngân hàng thương mại cổ phần** (C6, Culture1)

journalist **nhà báo** (C9, N1)

junction **đầu mối** (C7, N2)

public transportation junction **đầu mối giao thông công cộng**

just **chính** (emphatic marker) (C4, N2); **vừa** (C15, Story)

just enough **vừa đủ** (C5, N2)

K

(to) keep **thu giữ** (C14, N1)

(to) keep and protect **lưu giữ** (C13, N2)

(to) keep in touch **giữ quan hệ** (C14, N2)

(to) keep under control **quản lí** (C8, N1)

key **mấu chốt** (C4, N2)

key point **điểm mấu chốt**

(to) kick **đá** (C9, N2)

soccer **bóng đá**

(to) kill **giết** (C15, Story)

kindergarten **nhà trẻ** (C7, N2)

king **vua** (C12, N1); **vương** (C12, N1)

King Hùng **Hùng Vương**

kite **diều** (C11, N2)

L

lab **phòng thí nghiệm** (C8, N2)

(to) lack **thiếu** (C4, N1)

should be available **không thể thiếu**

lake **hồ** (C2, N2)

lane **làn** (C3, N1)

waiting lane **làn chờ**

language **ngôn ngữ** (C14, N2)

Laos **Lào** (C2, Culture7)

late night **khuya** (C4, N2)

(to) lay **đặt** (C14, N2)

(to) lead **dẫn đầu** (C6, N1); **dẫn dắt** (C9, N2)

leading **đầu ngành** (in an academic area) (C13, N1)

leading **hàng đầu** (C9, N2)

(to) lean **dựa vào** (C2, N2)

(to) learn about **tìm hiểu** (C6, N2)

(to) leave a place **rời** (C15, Story)

(to) leave behind **khép lại** (C14, N1); **gác lại** (C14, N2)

leg **chân** (C15, Poem1)

(to) let someone know **cho biết** (C2, N1)

letter **chữ** (C10, N2)

letters **thư từ** (reduplicative) (C14, N2)

level **mức** (C5, N2)

level on the wind force scale **cấp** (C1, N1)

liaison **liên lạc** (C11, N1)

Association for Liaison with Overseas Vietnamese **Hội liên lạc với người Việt Nam ở nước ngoài**

liana **dây leo** (C15, Story)

(to) liberate; liberation **giải phóng** (C13, N1)

lieutenant **trung uý** (C14, N2)

lieutenant general **trung tướng** (C14, N2)

life **cuộc sống** (C4, N1); **thân thế** (formal) (C13, N1)

lifestyle **lối sống** (C4, N1)

(to) lift up **nhấc** (C15, Story)

light **ánh sáng** (C2, N2)

light music **nhạc nhẹ** (C11, GU3)

lightly **khẽ** (C15, Story)

lights are on **sáng đèn** (C4, N2)

(to) like **mến** (C15, Poem2)

(to) limit **hạn chế** (C2, N2)
  limitation, restriction **sự hạn chế**

(to) link **kết nối** (C7, N2)

link of a chain **mắt xích** (C13, N2)

lion **sư tử** (C13, N2)

lipstick **son** (C15, Poem1)

(to) lisp **nói ngọng** (C8, N1)

literature **văn học** (C10, N2); **văn chương**
  (C13, E2.4)

livable **đáng sống** (C7, N2)

(to) live **sống** (C5, N2)

lively **sôi động** (C7, N2); **sôi nổi** (C9, N1)

livestock **gia súc** (C5, N2)

location **địa điểm** (C5, N2)

(to) lock the price **khoá giá** (C5, N2)

lonely **thui thủi** (reduplicative) (C15, Story)

long ago **năm xưa** (C14, N2)

(to) long for peace **cầu an** (C12, N2)

look **bộ mặt** (C3, N2)

(to) look back on **hướng về** (C12, N1)

(to) lose to **thua** (C9, N2)

loss **mất mát** (reduplicative) (C14, N2)

lotus **sen** (C11, N2)

lovable **đáng yêu** (C3, GU1)

(to) love and desire **yêu thích** (C4, N1)

love **mối tình** (C14, GU4); **tình** (C15, Poem2)

lower kindergarten **nhà trẻ** (C10, Culture1)

lowlands **xuôi** (C15, Story)

lullabies **hát ru** (C11, Culture1)

luminary **danh nhân** (C13, N1)

lunar calendar **âm lịch** (C12, N1)

lunch for office **cơm văn phòng** (C4,
  Culture2)

Lý dynasty **triều Lý** (C2, E1.5)

M

main **chủ lực** (C6, N2); **cơ bản** (C7, N1)

mainland **đất liền** (C1, N1)

major **chủ lực** (C6, N2)

major general **thiếu tướng** (C14, N2)

majority **đa số** (C3, N2)

(to) make **chế tạo** (C13, N2)

(to) make a movie **dựng** (C9, E7.3)

(to) make a plan **lên kế hoạch** (C14, N2)

(to) make a U-turn **quay đầu** (C3, N1)

(to) make every effort **nỗ lực** (C7, N2)

(to) make public **công bố** (C2, N1)

(to) make use of **khai thác** (C3, N2)

(to) make widely known **phổ biến** (C1, N1)

manner **kiểu** (C4, N1)

(to) marinate **ướp** (C4, N2)

marine **thuỷ quân lục chiến** (C14, N1)

martial arts **võ** (C9, Culture4)

mascot **linh vật** (C13, N2)

mass **khối** (C1, N1); **bộ phận** (C1, N1)
  a cold air mass **khối không khí lạnh**

mass **đại chúng** (C3, N2)
  mass media **cơ quan truyền thông đại
  chúng**

mast **cột** (C13, N2)

master (who holds a master's degree)
  thạc sĩ (C10, Culture1)

match **trận** (C9, N2)

material **tư liệu** (C10, N2)

mathematics **toán** (C10, N1)

maximum **tối đa** (C13, N1)

(to) mean **có nghĩa** (C9, N2)
  it means that **điều đó có nghĩa là**

meandering **ngoằn ngoèo** (reduplicative)
  (C3, N2)

measure **biện pháp** (C5, N2)

media **truyền thông** (C3, N2)

medicinal extract **cao** (C15, Story)

(to) meet **gặp gỡ** (reduplicative) (C14, N2)
  a meeting, reunion **cuộc gặp gỡ**

ENGLISH-VIETNAMESE GLOSSARY 303

(to) meet someone's need or demand **đáp ứng** (C5, N2)

Mekong River Delta **đồng bằng sông Cửu Long** (C1, Culture2)

(to) melt **tan** (C15, Story)
  (to) melt into water **tan thành nước**

memorial **tượng đài** (C14, N2)

(to) memorize **ghi nhớ** (C6, N2)
  memorandum **biên bản ghi nhớ**

(to) mention **kể đến** (C3, N2)

merits and virtures **công đức** (C12, N1)

message **thông điệp** (C3, N2)

meteorology **khí tượng** (C1, N1)

metric ton **tấn** (C5, N2)

middle and high school **trung học** (C10, N1)
  high school **trung học phổ thông**

Middle East **Trung Đông** (C8, N2)

middle school **trung học cơ sở** (C10, N1)

migration **chuyển cư** (C7, N2)

military **quân sự** (C13, N1)
  military strategist **nhà quân sự**

military airfield **sân bay** (C14, N2)

milk **sữa** (C4, N1)

mindset **tâm lí** (C3, N2)

minister (Protestant clergyman) **mục sư** (C10, GU5)

Ministry of Education and Training **Bộ Giáo dục và đào tạo** (C3, Culture1)

Ministry of Health **Bộ Y tế** (C3, Culture1)

Ministry of Traffic and Transportation **Bộ Giao thông vận tải** (C3, Culture1)

miracle **phép lạ** (C15, Story)

miraculous **kì ảo** (C2, N2)

miserable **đau đớn** (reduplicative) (C15, Poem2)

(to) mispronounce **nói ngọng** (C8, N1)

(to) miss **lỡ** (C3, N2); **mất tích** (C14, N1)
  missing in action (MIA) **mất tích trong chiến tranh**

mission **sứ mệnh** (C14, N1)

missionary **giáo sĩ** (C11, GU1)

model **mô hình** (C7, N2)

moderate rain **mưa vừa** (C1, N2)

modern **hiện đại** (C3, N2)

modern songs **tân nhạc** (C11, Culture2)

(to) mold **đúc** (C13, N2)

moment **thời điểm** (C5, N2)

monarchy; monarchic(al) **quân chủ** (C13, N1)

monks in a pagoda **nhà chùa** (C12, N2)

monthly **định kì** (C6, N1)

moose **hươu** (C13, N2)
  antlers **sừng hươu**

morals **đạo lí** (C12, N1)

most important **trọng điểm** (C7, N2)

most of **hầu hết** (C3, N2)

most popular location **tâm điểm** (C7, N2)

most recent **gần nhất** (C9, N2)

mother **mẫu** (C12, N1)

mountain village **bản** (C15, Story)

mountainous area **vùng núi** (C1 N2)

(to) move **lưu thông** (C3, N1); **di chuyển** (C3, N1); **di dời** (C3, N1); **dịch chuyển** (C7, N2)

(to) move down (speaking of traffic) **đổ xuống** (C3, N1)

(to) move in curves **lượn** (C2, N2)

(to) move one after another **nối đuôi nhau** (C3, N1)

multiple-choice **trắc nghiệm** (C10, N1)

(to) multiply **nhân** (C5, N2)

museum **bảo tàng** (C2, N1)

music **âm nhạc** (C11, N1)
  classical music **âm nhạc cổ điển**
  classical music society **hiệp hội âm nhạc cổ điển**

music and song **ca nhạc** (C11, GU3)

music conservatory **nhạc viện** (C11, GU3)

musical work **nhạc phẩm** (C11, N1)

musician **nhạc sĩ** (C9, E7.5)

must **phải** (C3, N2)

mystery **uẩn khúc** (C15, Story)

N

(to) name **đặt tên là** (C13, N2)

nation **dân tộc** (C10, N2)

national **quốc gia** (C2, N1)

national assembly **quốc hội** (C14, N1)

national language **Quốc ngữ** (C10, N2)
    romanized writing system of
    Vietnamese **chữ Quốc ngữ**

national park **vườn quốc gia** (C2, N2)

national team **đội tuyển** (C9, N2)

nature; natural **thiên nhiên** (C2, N2)
    natural resources **tài nguyên thiên nhiên**
    authenticity, genuineness **tính tự nhiên**

nautical seesaw (boat balance
    instrument) **xiếm** (C13, N2)

navigation at the open sea **hải hành**
    (C13, N2)

navigation island **đảo dẫn hướng** (C3, N1)

navy **hải quân** (C14, N2)

near **cận / gần** (C5, N2)

need **cần** (C3, N2)

network **mạng lưới** (C8, N2)

night **đêm** (C2, N1)

no one **không ai** (C4, N2)

nobody **không ai** (C4, N2)

Northeast wind **gió đông bắc** (C1, N1)

Northern Region of Central Viet Nam
    Bắc Trung bộ (C1, Culture1)

Northern Viet Nam **Bắc bộ** (used only
    in weather forecasts) (C1, N1)

not less **không kém** (C13, N2)

not only … but also … **không chỉ …
    mà còn …** (C4, N1)

not very **không mấy** (C4, N2)

not well known **xa lạ** (C4, N2)

(to) notice **ghi nhận** (C3, N1); **để ý thấy**
    (C4, N2)

(to) notify; written notification **thông
    báo** (C12, N2); **báo** (C14, N2)

number **lượng** (C3, N2); **số lượng** (C5, N2)

O

obedient **ngoan** (C15, Poem2)

object **hiện vật** (C13, N1)

objective **khách quan** (C10, N1)

obvious(ly) **rõ rệt** (reduplicative) (C3, N1)

occasion (C6, N2) **dịp**
    on this occasion **trong dịp này**

ocean **biển** (C13, N2)

(to) offer respectfully **dâng** (C12, N1)

office **cơ quan** (C3, N2); **văn phòng** (C7, N2)

officers **cán bộ** (C12, N1)

officers' club **câu lạc bộ sĩ quan** (C11, E1.2)

old writing system of Vietnamese **Nôm**
    (C10, N2)

Olympic Council of Asia / OCA **Hội
    đồng Thế vận hội châu Á** (C9, Culture5)

Olympic games **Thế vận hội** (C9, N1)

on a slant **lệch** (C1, N1)

on the maternal side or daughter's side
    ngoại (C14, N2)

on the occasion of **nhân dịp** (C10, N2)

on time **đúng giờ** (C3, N2)

on top of that **bên cạnh đó** (C3, N2)

once upon a time **ngày xưa** (C15, Story)

one after another **trùng điệp** (C2, N2)

oneself **bản thân** (C8, N1)

one's hands **đôi bàn tay** (C15, Story)

one-stringed instrument **đàn bầu** (C11,
    Culture1)

(to) open up **mở** (C3, N1)

open-minded **cởi mở** (C14, N2)

opponent **đối thủ** (C9, N2)

ENGLISH-VIETNAMESE GLOSSARY   305

order **trật tự** (C12, N2)
  (to) maintain order **đảm bảo trật tự**

(to) order food in a restaurant **gọi** (C4, N2)
  (to) add to one's order **gọi thêm**

(to) order goods **nhập hàng** (C5, N2)

ordinary **thường** (C6, N1)

organ **cơ quan** (C3, N2)

organizing committee **ban tổ chức** (C9, N1)
  cohead of the organizing committee **đồng trưởng ban tổ chức**

(to) orient; orientation **định hướng** (C7, N2); **phân luồng** (C10, N1)

origin **cội nguồn** (C12, N1); **nguồn gốc** (C12, N2)

orphan **mồ côi** (C15, Story)

our country **nước nhà** (C9, N1)

outskirts **vùng ven** (C7, N1); **ngoại ô** (C13, GU1); **ngoại thành** (C13, GU1)

outstanding **nổi bật** (C11, N2)

(to) overcome **thay đổi** (C3, N2); **vượt qua** (C3, N2)

overpass **cầu vượt** (C3, N1)

owl **cú** (C4, N2)
  a night owl **cú đêm**

P

pagoda **chùa** (C12, N2)

painful **đau đớn** (reduplicative) (C15, Poem2)

paint **sơn** (C15, Poem1)

palace **cung điện** (C5, E2.5)

paradise **thiên đường** (C11, N1)

parking lot **bãi xe** (C5, N2)

part **bộ phận** (C1, N1); **phần** (C4, N1)

part of a dress **thân** (C15, Poem1)

(to) participate **tham dự** (C10, N2)

(to) participate in a competition for an award **dự thi** (C11, N2)

particularly **riêng** (C1, N1)

partner **đối tác** (C6, N2)

(to) pass down **truyền lại** (C13, N2)

passenger **hành khách** (C3, N2)

passersby **qua đường** (C15, Poem1)

path **lối đi** (C2, N2)

patient **bệnh nhân** (C8, N1); **người bệnh** (C8, N1)

patriotism; patriotic **yêu nước** (C12, N1)

(to) pave **rải** (C15, Story)
  path paved with stones **con đường rải đá**

(to) pay a fee **đóng tiền** (C12, N2)

(to) pay an amount of money **nộp** (C12, N2)

(to) pay attention to **quan tâm (đến)** (C8, GU4)

(to) pay tribute to **tưởng niệm** (C12, N1)

peace **hoà bình** (C14, N2)

peak **cao điểm** (C5, N2)
  the peak shopping period at the end of the year **dịp cao điểm mua sắm cuối năm**
  (to) raise the hát nói to a new peak **nâng lối hát nói lên đỉnh cao**

pedagogical **sư phạm** (C10, N2)

pedestal **bệ** (C15, Story)

people in the past **người xưa** (C13, N2)

people's teacher **nhà giáo nhân dân / NGND** (highest honorary title) (C10, Culture1)

per capita **đầu người** (C7, N2)
  the average income per capita **bình quân thu nhập đầu người**

percent **phần trăm (%)** (C5, N2)

percentage point **điểm phần trăm** (C7, N1)

perfect **hoàn thiện** (C8, N2)

(to) perform **biểu diễn** (C11, N1)

perfumed **thơm** (C15, Poem1)

perhaps **có lẽ** (C13, N2)

period **dịp** (C5, N2)

personal information **danh tính** (C14, N1)

petition **sớ** (C12, N2)

Ph.D. / doctor **tiến sĩ / TS** (C8, N1)

Ph.D. student **nghiên cứu sinh** (C10, N2)

pharmacist **dược sĩ** (C11, GU1)

philology **ngữ văn** (C10, N1)

picture **hình** (C13, N2)

pilot **phi công** (C14, N2)

pink **hường / hồng** (C15, Poem1)

pitiable **đáng thương** (C3, GU1)

place **địa điểm** (C5, N2); **hạng** (C9, N2)

place of worship **điện thờ** (C12, N2)

plan **phương án** (C3, N1); **kế hoạch** (C5, N2)

(to) plane **bào** (C15, Story)

plate **dĩa** (Sài Gòn dialect), (Hà Nội
dialect: **đĩa**) (C4, N2)

plentiful **dồi dào** (reduplicative) (C5, N2);
phong phú (C5, N2)

poet **nhà thơ** (C13, N1)

poetry **thơ** (C12, Poems 1&2)
poem **bài thơ**

point **chấm** (C6, N2)

point of interest **điểm nhấn** (C2, N2)

poisoning **ngộ độc** (C5, N2)

pole **cột** (C2, N2)

policy of renovation **chính sách đổi
mới** (C6, Culture2); **đường lối đổi mới**
(C6, Culture2)

politician **nhà chính trị** (C13, N1)

politics; political **chính trị** (C7, N2)

popular **phổ biến** (C1, N1)

pork skin **bì** (C4, N2)

portion **phần** (C4, N2)

(to) post **niêm yết** (C6, N1)

pot **xoong** (C9, N1)

poultry **gia cầm** (C5, N2)

powerful **mạnh** (C1, N1)

practical **thiết thực** (C7, N2)

praiseworthy **đáng khen** (C3, GU1)

precise **chính xác** (C8, N2)

predecessor **tiền thân** (C9, N1)

(to) prefer **ưu tiên** (C3, N2)

preliminary round group games **vòng
bảng** (C9, N2)

preschool **mầm non** (C10, Culture1)

present **đương kim** (C9, N2)
đương kim vô địch defending
champ(ion)

(to) present **trao** (C10, N2); **trao tặng** (C10,
N2)

(to) preserve **bảo đảm** (C2, N2); **giữ gìn**
(reduplicative) (C10, N2)

president **tổng thống** (C14, N1)

press **báo chí** (collective noun) (C9, N2)

(to) prevent **phòng** (C5, N2)

pre-war songs **nhạc tiền chiến** (C11,
Culture2)

price **giá** (C4, N2)

primary market **thị trường sơ cấp** (C7,
N1)

private **riêng** (C4, N2); **tư nhân** (C13, N2)
one's own recipe **công thức riêng**

prize **giải** (C9, N1); **giải thưởng** (C10, N2)

probably **có lẽ** (C13, N2)

procedure **thủ tục** (C12, N2)

(to) process **chế biến** (C6, N2)

(to) produce light, continuous sounds
lao xao (reduplicative) (C15, Poem1)

product **sản phẩm** (C2, N1); **mặt hàng** (C6,
N2)

professional **chuyên nghiệp / chuyên**
(C9, N1)

professional school **khoa** (C10, N2)

profound **sâu sắc** (reduplicative) (C12, N1)

project **công trình** (C2, N2)

proof **bằng chứng** (C8, N2)

property **của** (C15, Poem2)

ENGLISH-VIETNAMESE GLOSSARY 307

proportionate (to) **tương xứng (với)** (C6, N2)

(to) propose **đề xuất** (C11, N1)

(to) protect **bảo vệ** (C2, N2); **phòng** (C8, N1)
(to) protect against crime **phòng ngừa tội phạm**

Protestantism **đạo Tin Lành** (C12, Culture3)

protocol **biên bản** (C6, N2)

(to) prove **chứng minh** (C8, N2)

(to) provide **cung ứng** (C5, N2); **bảo đảm** (C10, N1)
(to) provide favorable conditions **bảo đảm thuận lợi**

(to) provide urgent care **cấp cứu** (C8, N1)

provider **nhà cung cấp** (C5, N2)

psychology **tâm lí** (C3, N2)

public **công cộng** (C3, N2); **công lập** (C10, N1); **công chúng** (C11, N1)

pulse **mạch** (C8, N1)

(to) pursue **theo đuổi** (C11, N2)

(to) put out a fire **chữa cháy** (C11, N2)

(to) put the mouth close to **ghé sát miệng vào** (C15, Story)

(to) put up **niêm yết** (C6, N1)

Q

(to) qualify for **lọt vào** (C9, N2)

(to) qualify for the final match **vào chung kết** (C9, N2)

quarterfinal **tứ kết** (C9, N2)

(to) question **căn vặn** (C15, Story)

(to) quit **từ bỏ** (C8, N1)

R

(to) raise one's hand or arm **giơ tay** (C14, N2)

range **khoảng** (C1, N1)

rank **hạng** (C9, N2)

rank and file **chiến sĩ** (C12, N1)

ranks **đội ngũ** (formal) (C11, N2)

rapid **mạnh mẽ** (reduplicative) (C3, N2)

rare **hiếm** (C15, Story)

rate **mức** (C6, N1)

(to) reach a peak **bước vào cao điểm** (C5, N2)

real estate **bất động sản** (C7, N1)

(to) realize the necessity of doing something **tự giác** (C3, N2)

rear gate **cửa sau** (C2, N2)

reason **nguyên nhân** (C3, N2)

reasonable **khoa học** (C3, N2)
in a reasonable or rational manner **một cách khoa học**

(to) rebel; rebellion **khởi nghĩa** (C13, N1)

(to) receive **lĩnh** (C6, N1); **nhận lại** (C14, N1)

recent **mới đây** (C3, N1)

recently **gần đây** (C4, N1)

recipe **công thức** (C4, N2)

(to) recognize **ghi nhận** (C3, N1); **công nhận** (C10, N1)

(to) recommend; recommendations **khuyến nghị** (C8, N2)

rectangle **hình chữ nhật** (C13, N2)

red **hường / hồng** (C15, Poem1)

red light **đèn đỏ** (C3, N1)

Red River Delta **đồng bằng sông Hồng** (C1, Culture2)

(to) reduce **thu nhỏ** (C2, N2)

(to) reflect one's fate **chiếu mệnh** (C12, N2)
the star believed to reflect one's fate **sao chiếu mệnh**

(to) regard as **coi ... là** (C3, N2)

(to) regard as, consider **xem ... như ...** (C4, N1)

regardless of **bất chấp** (C12, N2)

region **khu vực** (C1, N1)

(to) register **đăng kí** (C6, N2)
total registered invested capital **tổng vốn đăng kí đầu tư**

308 ENGLISH-VIETNAMESE GLOSSARY

regrettable **đáng tiếc** (C3, GU1)

(to) relate to; related to **liên quan (đến)** (C8, GU4)

relations, relationship **quan hệ** (C14, Culture7); **mối quan hệ** (C14, GU4)

relatives **người thân** (C14, N1)

(to) relax **giải trí** (C7, N2)

relic from the war **kỉ vật** (C14, N1)

relief **phù điêu** (C12, N1)

(to) relieve someone (including oneself) of bad luck **giải hạn** (C12, N2)

religious ceremony **lễ** (C12, N1)

(to) rely **dựa vào** (C2, N2)

(to) remain devoted to **gắn bó** (C4, N2)

remains **hài cốt** (C14, N1)

(to) remind one of a person, place of event **lưu niệm** (C13, N1)
memorial center **khu lưu niệm**

(to) rent out; for rent **cho thuê** (C7, N2)

(to) reply **đáp lại** (C14, N1)

(to) represent; representative **đại diện** (C5, N2)

(to) reproduce **mô phỏng** (C13, N1)

request **sở** (C12, N2)

(to) request **yêu cầu** (C4, N2); **đề nghị** (C5, N2)

(to) require **yêu cầu** (C4, N2)
(to) fully meet the requirements **theo đúng yêu cầu**

(to) research **khảo sát** (C2, N2); **nghiên cứu** (C10, N2)

(to) reside **trú** (C13, N2)

resident **người dân** (C3, N2)

(to) resolve **hoá giải** (C14, N2)

resonance **dư âm** (C11, N2)

resource **tài nguyên** (C2, N2)

respiration; respiratory **hô hấp** (C8, N2)

resplendent **rực rỡ** (reduplicative) (C11, N2)

(to) restore **phục dựng** (C13, N1)

(to) restrict **hạn chế** (C2, N2)
limitation, restriction **sự hạn chế**

(to) retail; retailer **bán lẻ** (C5, N2)

retailer **đơn vị** (C5, N2)

(to) return **trao trả** (C14, N1)

(to) reunite **hội ngộ** (formal) (C14, N2)

revolutionary martyr **liệt sĩ** (C11, GU1)

rib **sườn** (C4, N2)

rice field **ruộng** (C2, N2)

rice field landscape **quang cảnh đồng lúa** (C10, E1.4)

(to) ride **cưỡi** (C15, Story)

right **ngay** (C3, N1); **chính** (emphatic marker) (C4, N2)

right **phải** (C3, N1)
(to) turn right **rẽ phải**

right away **liền** (C15, Poem2)

(to) rise **mọc** (C2, N2)

(to) rise up; uprising **khởi nghĩa** (C13, N1)

ritual **nghi lễ** (C12, N2)

rival **đối thủ** (C9, N2)

road **lối** (C3, N1)

role in an activity or situation **vai trò** (C10, N2)
(to) play a key role **đóng vai trò quan trọng**

romanize **La Tinh hoá** (C11, E1.3)

roots **cội nguồn** (C12, N1)

round **vòng** (C9, N2)

(to) rouse **khuấy động** (C9, N1)

route **hành trình** (C2, N1); **tuyến** (C2, N1); **lộ trình** (C2, N2)

row **hàng** (C12, N2)
(to) sit in rows **ngồi theo hàng**

royal **hoàng gia** (C2, N2)
the British Royal Caving Association **Hiệp hội Hang động Hoàng gia Anh**

rule **điều lệ** (C9, N2)

ENGLISH-VIETNAMESE GLOSSARY 309

(to) run down **lăn** (C15, Story)

running route **cung đường chạy /
đường chạy** (C9, N1)

S

sacred **thiêng** (C12, N2); **thiêng liêng**
(reduplicative) (C15, Story)

sad **đáng buồn** (C3, GU1); **buồn** (C14, N2)

sadness **mối sầu** (C14, GU4)

sail **buồm** (C13, N2)

sailor **thuỷ thủ** (C11, E1.2)

saltwater intrusion (C13, E5.3) **ngập mặn**

satellite **vệ tinh** (C7, N2)

(to) satisfy **thoả mãn** (C14, N2)

saucepan **xoong** (C9, N1)

Saudi Arabia **Ả Rập Xê Út** (C9, N2)

(to) save time for **dành thời gian** (C5, N2)

savings **tiết kiệm** (C6, N1)
 (to) deposit in savings **gửi tiết kiệm**

(to) say **cho biết** (C2, N1); **cho hay** (C5, N2)

scarce **hiếm** (C15, Story)

scene **phong cảnh** (C2, N2)

scholar **học giả** (C10, GU4)

school; university **nhà trường** (formal)
(C10, N2)

sculpture **điêu khắc** (C13, N1)

sea **biển** (C13, N2)
 (to) travel by sea, navigate the open
 sea **đi biển**

(to) search for **tìm kiếm** (C14, N1)

(to) search for documents **sưu tầm** (C13,
N1)

secondary market **thị trường thứ cấp**
(C7, N1)

secret **uẩn khúc** (C15, Story)

section **đoạn** (C2, N2); **phân khu** (C7, N2)

(to) select students **tuyển sinh** (C10, N1)

(to) sell (be sold) out **bán hết** (C5, E6.4)

seller **tiểu thương** (C5, N2)

semifinal match **trận bán kết** (C9, E2.4)

(to) send **truyền tải** (C3, N2)

separate **riêng** (C4, N2); **độc lập** (C10, N1)
 one's own recipe **công thức riêng**

serious **nặng** (speaking of disease,
 illness) (C8, N2)

(to) serve **phục vụ** (C5, N2)

serviceman **quân nhân** (C14, N2)

session **khoá** (C12, N2)

(to) set out on a trip **khởi hành** (C2, N1)

severe **nặng** (speaking of disease,
 illness) (C8, N2)

shape **hình** (C2, N2)

share **cổ phần / CP** (C6, N2)
 joint-stock company **công ti CP**

(to) share one's thoughts or feelings
 tâm sự (C4, N2)

shiny **sáng ngời** (C15, Poem1)

shirt **áo** (C15, Story)

shoes **giày dép** (collective noun) (C5,
N2); **giày da** (collective noun) (C6, N2)

(to) shoot **bắn**; shooting **bắn súng** (C9,
GU3)

(to) shoot dead **bắn chết** (C14, N2)

(to) shoot down **bắn hạ / hạ** (C14, N2);
 bắn rơi (C14, N2)

short cut **tắt** (C10, N2)

shorts **quần soóc** (C9, GU1)

should get noticed or recognized **đáng
 ghi nhận** (C3, GU1)

(to) shout with delight **reo hò** (C15, Story)

shrine **miếu** (C15, Story)

(to) sign **kí kết** (reduplicative) (C6, N2);
 kí (C14, N1)

(to) sign up **đăng kí** (C6, N2)

significance **ý nghĩa** (C12, N2)

similar **giống** (C2, N2); similar(ly) **tương
 tự** (C7, N1); **gần gũi** (reduplicative)
(C13, N2)

310 ENGLISH-VIETNAMESE GLOSSARY

since **kể từ khi** (C4, N1)

since then **từ đó** (C14, N2)

since time immemorial **từ bao đời rồi** (C15, Story)

site **di tích** (C2, N1)

situation **tình trạng** (C3, N1)

(to) skate; ice skating **trượt băng** (C9, GU3)

skin **da** (C15, Poem1)

skinny **gầy gò** (reduplicative) (C15, Story)

sky **bầu trời** (C12, N2)
 in the skies **trên bầu trời**

slender **thon** (C15, Poem1)

slight **nhẹ** (C14, N2)

slight, not very tight **hờ** (C15, Poem1)

slot **suất** (C9, N2)

small gap **kẽ** (C15, Story)
 small gaps between the fingers **kẽ tay**

small shop **quán** (C4, N2)

smell **mùi** (C4, N2)

(to) smoke **hút thuốc** (C8, N1)

smooth **nhẵn** (C15, Story)
 extremely smooth **nhẵn thín**

smoothly **thoát** (C3, N1)

snow **tuyết** (C9, N2)

soccer player **cầu thủ bóng đá** (C9, GU3)

soccer team **đội bóng** (C9, N2)

society **hiệp hội** (C11, N1)

Solar New Year (C5, N2) **Tết Dương lịch**

soldier **chiến sĩ** (C11, GU1); (C12, N1)

soldiers **binh sĩ** (collective noun) (C11, GU1)

sorrow **đau thương** (C14, N2)

sort **loại** (C8, N2)

soul **tâm hồn** (C11, N1)

sound **âm thanh / thanh âm** (C9, N1)

source **spring** (C12, N1)

Southeast Asia **Đông Nam Á** (C4, N1)

Southeast Asian Games / SEA Games **Đại hội Thể thao Đông Nam Á** (C9, Culture5)

Southern Viet Nam **Nam bộ** (used only in weather forcasts) (C1 N2)

southernmost **cực nam** (C3, E6.3)

sparerib **sườn cây** (C4, N2)

special **đặc trưng** (C2, N1); **đặc biệt** (C5, N2)

specialist **chuyên gia** (C1, N1)

(to) specialize in **chuyên sâu (về)** (C10, N2)

specialized (made or used for one particular purpose) **chuyên dụng** (C2, N2)

specialty **chuyên môn** (C8, N2)

specific **đặc thù** (C4, N2)

specific feature **đặc thù** (C3, N2); **đặc trưng** (C13, N2)

spectator **khán giả** (C9, N1)

spirit; spiritual **tâm linh** (C12, N2)
 (to) have spiritual / religious significance **mang ý nghĩa tâm linh**

sports **thể thao** (C9, N1)

spot **suất** (C9, N2)

(to) spread **lan toả** (C3, N2); **lưu hành** (C8, N2); **toả sáng** (C13, N2)

(to) spread rumors **đồn** (C15, Story)
 there were rumors that **người ta đồn rằng**

spring **nguồn** (C12, N1)

square **quảng trường** (C7, N2)

square meter **mét vuông (m²)** (C7, N1)

(to) squeeze with one's hand **bóp** (C15, Story)

stable **bình ổn** (C5, N2)
 (to) keep stable **giữ ổn định**

stair steps **bậc thang** (C2, N2)
 terraced fields **ruộng bậc thang**

stalactite or stalagmite **thạch nhũ** (C2, N2)

stall (at a market, fair) **quầy** (C4, N2)

ENGLISH-VIETNAMESE GLOSSARY 311

stand (at a market, fair) **quầy** (C4, N2)

star **sao** (C12, N2)

(to) start **khởi động** (C2, N1)

(to) start using **tiếp cận** (C3, N2)

State Bank of Viet Nam **Ngân hàng Nhà nước Việt Nam** (C6, Culture1)

state secretary **ngoại trưởng** (C13, GU1; C14, GU2)

statue **tượng** (C13, N2)

steamed glutinous rice **xôi** (C4, Culture2)

(to) steer **chỉ đạo** (C14, N1)

step **bước** (C11, N2)

(to) step aside to let someone pass **rẽ lối (cho)** (C15, Story)

(to) stimulate consumer demand **kích cầu** (C5, N2)

stone **đá** (C13, N2)

stop **điểm** (C3, N2)

a bus stop [literally: point where passengers wait for a bus] **điểm chờ xe buýt**

(to) stop **dừng** (C3, N1); **ngăn** (C9, N2)

(to) stop by **ghé** (C4, N2)

(to) store up **tích tụ** (C15, Story)

story **câu chuyện** (C14, N2)

straight **thẳng** (C3, N1)

(to) move straight ahead **đi thẳng**

strain **loại** (C8, N2)

strange (not known or seen before) **lạ** (C15, Story)

stranger **khách lạ**

strange **lạ lùng** (reduplicative) (C15, Story)

strategy; strategic **chiến lược** (C14, Culture7)

stream **suối** (C2, N2); **dòng** (C3, N1)

streets **đường phố** (collective noun) (C3, N2)

strength **sức mạnh** (C12, N1)

(to) stress **nhấn mạnh** (C9, N1)

string **sợi dây** (C14, N2)

stroke **đột quị** (C8, N1)

strong **mạnh** (C1, N1)

strong gust of wind **gió giật mạnh** (C1, N2)

student **học viên** (C10, N2)

(to) study **học tập** (C10, N2)

sturdy **khoẻ mạnh** (C15, Story)

style **phong cách** (C11, N2)

subject (in school) **môn** (C10, N1)

(to) submit **dâng lên** (C12, N2)

suburbs **vùng ven** (C7, N1); **ngoại ô** (C13, GU1); **ngoại thành** (C13, GU1)

sudden **đột biến** (C7, N1)

suffering **đau khổ** (C15, Story)

sufficient **đủ** (C2, N1)

(to) suit **phù hợp (với)** (C10, N1)

sunrise **rạng sáng** (C4, N2

supplier **nhà cung cấp** (C5, N2)

supply **cung** (C7, N1)

(to) supply **cung ứng** (C5, N2)

(to) support **ủng hộ** (C14, N1)

(to) surpass considerably **vượt xa** (C7, N2)

surprise **bất ngờ**

(to) catch / take by surprise **gây bất ngờ**

surrealist(ic) **siêu thực** (C13, N2)

(to) survey **khảo sát** (C2, N2)

(to) swim **bơi / bơi lội** (C9, GU3)

symptom **biểu hiện** (C8, N1)

syndrome **hội chứng** (C8, N2)

system **hệ thống** (C3, N2)

T

table tennis player **đấu thủ bóng bàn** (C9, GU3)

tactic; tactical **chiến thuật** (C14, N2)

tail **đuôi** (C13, N2)

312 **ENGLISH-VIETNAMESE GLOSSARY**

(to) take (a means of transportation) **sử dụng** (C3, N2)

(to) take advantage of **khai thác** (C3, N2); **thụ hưởng** (C3, N2); **hưởng** (C6, N1); **tận hưởng** (C7, N2)

(to) take final exams for second semester **thi học kì hai** (C5, E6.2)

(to) take someone from a place to bring to one's house **đón đi** (C15, Story)

(to) take the initiative **chủ động** (C5, N2)

tall and big **cao lớn** (C15, Story)

target **mục tiêu** (C9, N2)

taste **hương vị** (C4, N1)

(to) teach **dạy** (C10, N1)

teacher **nhà giáo** (formal) (C10, N2)

teacher training **sư phạm** (C10, N2)

team **đoàn quân** (C9, N2)

tear **nước mắt** (C15, Story)

(to) tear apart **xé** (C15, Poem2)

teenage girl **thiếu nữ** (C15, Story)

(to) tell **cho hay** (C5, N2); **bảo** (C15, Story)

(to) tell a story **kể** (C14, N2)

(to) tell something in detail **kể lể** (reduplicative) (C15, Story)

temperature **nhiệt độ** (C1, N1)

temple **đền** (C12, N1)

tendency **xu hướng** (C7, N2); **chiều hướng** (C8, GU3)
  (to) have an inclination / tendency **có xu hướng**

tennis player **đấu thủ quần vợt** (C9, GU3)

term **kì hạn** (C6, N1)

terrain **địa hình** (C2, N2)

territory **lãnh thổ** (C6, N2)
  a territory that belongs to or is controlled by the government of a country **vùng lãnh thổ**

textiles **dệt may** (collective noun) (C6, N2)

thanks to **nhờ** (C11, N2)

that being said **như vậy** (C6, N1)

the beginning of a street **đầu đường** (C3, N1)

the Democratic Republic of Viet Nam **Việt Nam Dân chủ Cộng hoà** (C9, Culture7)

the full-moon day of lunar January **rằm tháng giêng** (C5, Culture1)

the Headquarters of the provisional government of the Democratic Republic of Viet Nam in 1945-1946 (the former palace of the French governor of Northern Viet Nam) **Bắc bộ phủ** (C2, N1)

the highest title for a teacher **nhà giáo nhân dân / NGND** (literally: people's teacher) (C10, N2)

the Imperial Citadel of Thăng Long **Hoàng Thành Thăng Long** (C2, N1)

the last time (literally: the latest time) **lần gần nhất** (C9, N2)

the more you buy, the less you pay **mua nhiều lợi nhiều** (C5, N2)

the National Liberation Front of South Viet Nam **Mặt trận Dân tộc Giải phóng miền Nam Việt Nam** (C14, Culture5)

the Northern gate **Cửa Bắc** (C2, N1)

the Office of Strategic Services (OSS) **Cục Tình báo chiến lược** (C14, Culture1)

the only (one) **duy nhất** (C10, N2)

the past **quá khứ** (C14, N2)

the Republic of Viet Nam **Việt Nam Cộng hoà** (C9, Culture7)

the restaurant's food is in demand **đều đặn khách** (C4, N2)

the Sphinx **nhân sư** (C13, N2)

the worth of a thing is what it will bring **tiền nào của nấy** (saying) (C4, N2)

the Paris Peace Accords **Hiệp định Paris** (C14, Culture6)

theater **nhà hát** (C2, N1); (theatrical performance as an art) **sân khấu** (C11, Culture5)

theater director **đạo diễn** (C11, N2)

theme **đề tài** (C11, N2)

theory **lí thuyết** (C9, N2)
  theoretically **về lí thuyết**

there's a lot **thiếu gì** (informal) (C4, GU4)

thesis **luận văn** (C10, N2)

things to do **công việc** (C3, N2)

(to) think **tưởng** (C15, Poem2)

thorny **chông gai** (C9, N2)

thought **tư tưởng** (C13, N1)
  nhà tư tưởng thinker

thousands of **hàng nghìn** (C2, N2)

threat **mối đe doạ** (C14, GU4)

through **thông qua** (C5, N2)

throughout **suốt** (C4, N2)
  throughout recent years **suốt những năm qua**

thunderbolt **sét** (C1, N2)

thunderstorm **dông** (C1, N2)

ticket **phiếu** (C12, N2)

tie **hoà** (C9, N2)

tiger **hổ** (C15, Story)

tiger bones **hổ cốt** (C15, Story)
  medicinal extract made from tiger bones **cao hổ cốt**

time **bận** (informal) (C15, Story); **bữa** (informal) (C15, Story)
  one day **một bận, một bữa**

timely **kịp thời** (C5, N2)

tiny **bé nhỏ** (C15, Story); **li ti** (C15, Story)

to **đối với** (C4, N1)

to some extent **ít nhiều** (C11, N2)

to the full **triệt để** (C3, N2)

together **cùng nhau** (C14, N2)

top **đầu** (C9, N2)

topic **đề tài** (C10, N2)

tornado **lốc** (C1, N2)

torrential downpour **mưa rào** (C1, N2)

total **tổng** (C6, N2)

(to) touch **sờ** (C15, Story)

tower **tháp** (C2, N2)

town **thị xã / thị** (smaller than a city) (C12, N1)

track and field **điền kinh** (C9, N1)

(to) trade **buôn** (C13, N2)
  commercial boat, trade boat **thuyền buôn**
  commercial or trade boat, zhuyinchuan (Chinese: 朱印船; Japanese: shuinsen) **thuyền buôn Châu Ấn**

trade secret **bí quyết** (C4, N2)

traditional theater **sân khấu cổ truyền** (C11, Culture5)

trail **đường mòn** (C2, N2)

trailer **rơ moóc** (C9, GU1)

(to) train **rèn luyện** (C3, N2)
  (to) exercise **rèn luyện sức khoẻ**

(to) train; training **đào tạo** (C10, N1)
  department of education and training in a city or province **sở giáo dục và đào tạo**

trait **tính** (C2, N2)

(to) transact; transaction **giao dịch** (C7, N1)

(to) transport **vận chuyển** (C5, N2)

transportation **vận tải** (C3, N1)

(to) travel incognito **vi hành** (speaking of a king) (Chinese: 微行) (C15, Story)

(to) treat **điều trị** (C8, N1)

trend **xu hướng** (C7, N2); **dòng** (C11, N2)
  a trend in moviemaking **dòng phim**

trending **thời thượng** (C7, N2)

trip **hành trình** (C2, N1)

trouble **gió sóng** (C15, Poem2)

(to) try **thử** (C15, Story)

(to) try to attract admiration **làm duyên**
(C15, Poem1)

turn **lượt** (C5, N2)
  (to) wait in line about 15 to 20
    minutes to pay **chờ khoảng 15-20
    phút mới đến lượt**

(to) turn on lights **lên đèn** (C4, N2)

(to) turn **rẽ** (C3, N1)

turnover **kim ngạch** (C6, N2)

twilight **chập tối** (C4, N2)
  trời chập tối twilight falls

two **đôi** (C15, Poem1)

two-stringed fiddle **đàn nhị** (C11, Culture1)

type **loại** (C8, N2)

typically **phổ biến** (C1, N1); **tập trung** (C5, N2)

U

unbeatable **vô địch** (C9, N1)

unbelievably **đến kinh người** (C15, Story)

under the bridge **dưới gầm cầu** (C3, N1)

undergraduate student **sinh viên đại học**
  (C10, N2)

underground water **nước ngầm** (C2, N2)

underlying **nền** (C8, N1)
  underlying conditions **bệnh lí nền**

undoubtedly **hoàn toàn** (C13, N2)

unexpected **đột biến** (C7, N1); **bất ngờ**
  (C9, N2)

unfamiliar **xa lạ** (C4, N2)

unique **độc đáo** (C2, N2)

(to) unite unity **đoàn kết** (C12, N1)
  great unity **đại đoàn kết**

unstoppable **tơi bời** (reduplicative) (C15, Poem1)

until now **từ trước tới nay** (C11, N2)

unusual **khác biệt** (C2, N2); **lạ** (C4, N2); **lạ
  kì** (C14, N2)

(to) upgrade **nâng cấp** (C9, N1)

(to) urge **thôi thúc** (C14, N2)

(to) use (a means of transportation) **sử
  dụng** (C3, N2)

used to **vốn** (C13, N2)

V

valiant soldier **dũng sĩ** (a title) (C11, GU1)

valley **thung lũng** (C15, Story)

value **giá trị** (C2, N2)

vanguard **tiên phong** (C12, N1)

vault **vòm** (C2, N2)

vehicle **phương tiện** (C3, N1)
  flow of traffic **dòng phương tiện**

vein **vân** (C15, Story)

very active **tấp nập** (reduplicative) (C5, N2)

very little **vụn** (C15, Poem2)

via **thông qua** (C5, N2)

vice president **phó tổng thống** (C14, E1.1)

vicious **dữ** (C15, Story)

Vietnamese conical palm hat **nón** (C2, N2)
  cone **hình tháp nón**

village elders **bô lão** (C15, Story)

virgin forest **nguyên sinh** (C2, N2)

vision **thị lực** (C8, N1)

volleyball player **cầu thủ bóng chuyền**
  (C9, GU3)

W

(to) wade **lội** (C2, N2)

(to) wait and hope **mong ngóng** (C14, N1)

(to) walk **đi bộ** (C2, N1)
  a street for pedestrians (vehicles
    prohibited) **phố đi bộ**

wall **tường** (C2, N2)
  a wall **bức tường**

(to) want **định** (C15, Story)

war veteran **cựu chiến binh** (C14, N1)

ward (a section of a district in a city)
  phường (C2, N1)

(to) warn **cảnh báo** (C8, N1)

ENGLISH-VIETNAMESE GLOSSARY 315

(to) watch a movie **xem phim** (C5, N2)

water buffalo **trâu** (C15, Story)
  the path is just wide enough for
  buffaloes to go through **vừa lối trâu đi**

water current **ngọn nước** (C15, Poem2)

water polo player **cầu thủ bóng nước** (C9, GU3)

water puppet theater **múa rối nước** (C11, Culture5)

watercress **cải xoong** (C9, GU1)

wave **đợt** (C1, N1)
  an influx of cold air **đợt không khí lạnh**

wave **sóng** (C2, N2); **làn sóng** (C7, N2)
  lines in the shape of waves **đường lượn sóng**

way **lối đi** (C2, N2); **cách** (C3, N2); **kiểu** (C4, N1)

wealthy **khá giả** (C5, E2.2)

weasel **chồn** (C13, N2)

website **trang thông tin** (C7, N1)

weight **cân nặng** (C8, N1)

(to) welcome **đón** (C4, N2)

Western Region of Northern Viet Nam **Tây Bắc bộ** (C1, Culture1)

When you drink from the stream, remember the spring. **Uống nước nhớ nguồn** (saying) (C12, N1)

whenever ... [then] ... **hễ ... là ...** (C3, N2)

white **trắng** (C9, N2)

whole **toàn** (C10, N1)

wholesale **sỉ** (C5, N2)

why? **ai bảo** (C15, Poem2)

wide(ly) **rộng rãi** (reduplicative) (C3, N2)

(to) win **thắng** (C9, N2); **đoạt** (C11, N2)

winding **ngoằn ngoèo** (reduplicative) (C3, N2)

wing **cánh** (C11, N2)

(to) wish **mong muốn** (C6, N2)

with a view to **nhằm** (C2, N2)

with great ease **như bỡn** (C15, Story)

(to) witness **chứng kiến** (C15, Story)

woman **phụ nữ** (formal) (C4, N2)

woods **rừng** (C2, N2)

work **tác phẩm** (C11, N1); **trước tác** (formal) (C13, N1)

work hours **khung giờ** (C4, N2)

workshop **toạ đàm** (C13, N1)

world **thế giới** (C8, N2)

worry **mối lo / mối lo ngại** (C14, GU4)

(to) worship **thờ** (C15, Story)

(to) worship ancestors **thờ cúng tổ tiên** (C12, Culture3)

wreath **vòng hoa** (C14, N2)

wrestler **đô vật** (C9, GU3)

writer **nhà văn** (C13, N1)

writing system **chữ** (C10, N2); **ngôn ngữ** (C10, N2)

Y

yard **khuôn viên** (C12, N2)

yearly **thường niên** (C9, N1)

yogurt **sữa chua** (C4, N1)

Z

zigzagging **ngoằn ngoèo** (reduplicative) (C3, N2)

Grammar and Usage Index

This index contains all the grammar and usage items introduced in the chapter. In the parentheses, the letter C preceding a number refers to the chapter, which is followed by the symbol # indicating the grammar and usage item number. For instance, **(C1, #3)** means the item introduced in Chapter One, item 3. Chapter 15 contains only the grammar and usage notes for the short story, therefore it has (C15, #…).

adjective **đáng**: **đáng yêu, đáng ghét** etc. (C3, #1)

adjective **giàu / giàu** (C11, #4)

adjectives **cũ, cổ, cổ điển** and **già** (C11, #2)

adverb of degree **thật / thật là** (C15, #8)

adverbs **trở lên, trở xuống, trở đi, trở lại** (C2, #4)

ảnh hưởng (C1, #1)

âm nhạc and **nhạc** (C11, #3)

bệnh nhân vs. **người bệnh** (C8, #1)

bị used before another verb to refer to an event which unfavorably affects the subject (C3, #10)

chuyên môn as a noun and a verb (C8, #6)

classifier **bức** (C2, #9)

classifier **căn** (C7, #2)

classifier **con** (C4, N3, #1)

classifire **cục** (C15, #4)

classifire **hòn** (C15, #2)

classifier **mối** (C14, #4)

clauses of concession **tuy, dù, mặc dù + nhưng ... vẫn ...** (C4, #11)

(có) xu hướng and **(có) chiều hướng** (C8, #3)

comma, dot and point used for numbers (C6, #1)

component **hoá** meaning changing or transforming (C8, #2)

component **một cách** used before a bisyllabic adjective (C3, #9)

components **nỗi** and **niềm** turning a verb or an adjective into a noun (C15, #5)

component **thiếu** meaning "young" (C15, #1)

component **tính + tự nhiên, + nghệ thuật** (C2, #11)

conditional construction "question word + clause + **thì** + clause" (C15, #3)

conjunction **do; do ... nên ...** (C1, #2)

conjunction **để** introducing a clause of purpose (C5, #3)

conjunction **hễ [cứ]** (C3, #6)

conjunction **rằng** used to link a noun clause to the main clause; **rằng** vs. **là** (C4, #10)

conjunction **trong khi ... thì ...** denoting contrast (C5, #7)

conjunctions of cause **bởi, bởi vì, tại vì, vì** (C4, #7)

construction adjective + **thì có** + the same adjective + **nhưng** (C4, #12)

construction **không chỉ ... mà còn ...** (C4, #2)

construction **muốn ... phải ...** (C9, #8)

constructions "subject + **không làm**

GRAMMAR AND USAGE INDEX 317

sao + verb + **được** + object" and "subject + **không tài nào** + verb + **được** + object" (C15, #9)

countries' names borrowed from Chinese (C14, #1)

cũng in emphatic constructions (C4, #8)

cựu and **nguyên** meaning "former, ex-" (C14, #3)

determiner **hằng: hằng ngày, hằng tuần**... (C2, #3)

determiner **mỗi** (C12, #3)

determiner **từng** (C15, #10)

dựa trên vs. **dựa vào** (C8, #8)

đã meaning "already" (C5, #6)

đã và đang (C7, #4)

đầu tiên vs. **thứ nhất** (C9, #9)

đều used before the predicate to put emphasis on the plurality (C4, #5)

đóng vai and **đóng vai trò** (C10, #4)

được + verb; verb + **được** (C2, #8)

được as a notional verb (C6, #3)

emphatic **chính** (C4, #9)

hàng + chục, trăm, nghìn / ngàn, vạn, triệu (C2, #6)

khác and **khác nhau** (C11, #6)

khoảng as adverb and noun (C1, #3)

lạnh vs. **rét** (C1, #5)

liệu (C9, #7)

lợi thế (C7, #3)

mà as relative pronoun and adverb (C2, #2)

mang tên and **đặt tên** (C10, #5)

metric system (C7, #1)

mình replacing the subject of a sentence (C13, #4)

modal verbs **nên, phải, cần, muốn** and **có thể** (C6, #3)

mô hình; theo mô hình (C7, #5)

một trong meaning "one of" (C2, #1)

ngoài ra as parenthetic word meaning "additionaly, in addition" (C3, #3)

ngoại meaning "maternal side" (C14, #7)

ngoại vs. **ngoài** (C13, #1)

ngoại trưởng vs. **bộ trưởng [bộ] ngoại giao** (C14, #2)

nguyên meaning "originally" (C14, N12, #6)

như meaning "as if" or "like" (C2, #7)

nói chung vs. **nói riêng** (C3, #4)

noun **sự nghiệp** (C13, #2)

nội meaning "paternal side" (C14, N3, #4)

nội vs. **trong** (C13, #1)

nước ta meaning Viet Nam (C13, #7)

passive voice using **được, bị** and **do** (C2, #5)

prefix **đồng** (C9, #4)

prefix **nhà** (C9, #2)

preposition **đối với** (C4, #1)

preposition **ngoài ... [ra]** meaning "in addition to"; **ngoài ... [ra] + còn** (C3, #8)

preposition **nhằm** (C2, #10)

preposition of reason **nhờ** (C11, #5)

preposition **tận** (C3, #7)

preposition **thông qua** (C10, #3)

preposition **về: về đêm và sáng, về chiều, về già** (C1, #4)

phép in **được phép, xin phép, cho phép**; antonym **cấm** (C9, #5)

phonetic symmetry using reduplicatives (C6, #4)

phrase with **so với** (C5, #2)

quan tâm đến vs. **liên quan đến** (C8, #4)

quốc gia, nhà nước, đất nước, quê hương, tổ quốc (C13, #6)

reduplicatives (C5, #1)

reduplicatives **nhà nhà, người người, sáng sáng, trưa trưa, chiều chiều, tối tối, đêm đêm** (C4, #3)

sequence **đông, tây, nam, bắc** (C1, #6)

sĩ as a component to form new words

(C11, #1)

suffix **viên** (C9, #2)

syllable reversal in some Chinese loanwords **thanh âm** vs. **âm thanh, đảm bảo** vs. **bảo đảm, giản đơn** vs. **đơn giản** (C9, #6)

tập trung (C8, #7)

tất cả with the meaning "total" (C12, #5)

thành lập vs. **thiết lập** (C8, #5)

thêm (C6, N12, #2)

toàn and **toàn bộ** (C10, #2)

toàn meaning "only" (C14, N3, #2)

tổng thống vs. **chủ tịch** (C14, #7)

trước, sau, trong vs. **trước khi, sau khi, trong khi** (C3, #2)

verb **bất chấp** (C12, #2)

verb **biết** with the meaning "to know how to do something" (C13, #3)

verb **chia làm / thành** (C12, #4)

verb **có** omitted before **ít** and **nhiều** (C15, #7)

verb **dường như** (C14, #6)

verb **khiến; khiến** vs. **làm cho** (C3, #5)

verb **phù hợp** (C10, #1)

verb **thiếu** (C4, #4)

verbs **cộng, trừ, nhân** and **chia** (C6, N12, #2)

verbs **trở nên** and **trở thành** meaning "to become" (C5, #4)

vốn with the meaning "used to" (C13, #5)

vừa … vừa … meaning "both … and …" or "at the same time" (C5, #5)

word order in Chinese loanwords and Vietnamese equivalents (C12, #1)

word order with a verb of motion (C15, #6)

words for "athlete" (C9, #3)

words spelled with two letters "o" as the nuclear vowel (C9, #1)

"Books to Span the East and West"

Tuttle Publishing was founded in 1832 in the small New England town of Rutland, Vermont [USA]. Our core values remain as strong today as they were then—to publish best-in-class books which bring people together one page at a time. In 1948, we established a publishing outpost in Japan—and Tuttle is now a leader in publishing English-language books about the arts, languages and cultures of Asia. The world has become a much smaller place today and Asia's economic and cultural influence has grown. Yet the need for meaningful dialogue and information about this diverse region has never been greater. Over the past seven decades, Tuttle has published thousands of books on subjects ranging from martial arts and paper crafts to language learning and literature—and our talented authors, illustrators, designers and photographers have won many prestigious awards. We welcome you to explore the wealth of information available on Asia at **www.tuttlepublishing.com**.

Published by Tuttle Publishing, an imprint of Periplus Editions (HK) Ltd.

www.tuttlepublishing.com

Copyright © 2025 by Binh Nhu Ngo

All rights reserved. No part of this publication may be reproduced or utilized in any form or by any means, electronic or mechanical, including photocopying, recording, or by any information storage and retrieval system, without prior written permission from the publisher.

Library of Congress Publication Data in process

ISBN 978-0-8048-5804-5

29 28 27 26 25
10 9 8 7 6 5 4 3 2 1   2506VP

Printed in Malaysia

TUTTLE PUBLISHING® is a registered trademark of Tuttle Publishing, a division of Periplus Editions (HK) Ltd.

Distributed by

North America, Latin America & Europe
Tuttle Publishing
364 Innovation Drive, North Clarendon
VT 05759-9436 U.S.A.
Tel: 1 (802) 773-8930; Fax: 1 (802) 773-6993
info@tuttlepublishing.com
www.tuttlepublishing.com

Japan
Tuttle Publishing
Yaekari Building 3rd Floor
5-4-12 Osaki Shinagawa-ku, Tokyo 141 0032
Tel: (81) 3 5437-0171; Fax: (81) 3 5437-0755
sales@tuttle.co.jp
www.tuttle.co.jp

Asia Pacific
Berkeley Books Pte. Ltd.
3 Kallang Sector #04-01, Singapore 349278
Tel: (65) 6741-2178; Fax: (65) 6741-2179
inquiries@periplus.com.sg
www.tuttlepublishing.com

GPSR representative
Matt Parsons matt.parsons@upi2mbooks.hr
UPI-2M PLUS d.o.o., Medulićeva 20, 10000
Zagreb, Croatia